HUỲNH KIM QUANG

TỪ MẢNH
ĐẤT TÂM

NHÀ XUẤT BẢN LIÊN PHẬT HỘI
UNITED BUDDHIST PUBLISHER

TỪ MẢNH
ĐẤT TÂM

TỪ MẢNH ĐẤT TÂM
HUỲNH KIM QUANG

LỜI ĐẦU SÁCH

Tập sách này gồm các bài viết về Phật Giáo từ nhiều năm qua, đã được đăng rải rác trên các báo và trang mạng toàn cầu.

Những suy tư chứa đựng trong các bài viết khởi sinh từ mảnh đất tâm, giống như cỏ cây hoa lá mọc lên từ lòng đất.

Mọi thứ trên đời này đều từ tâm sinh và rồi cũng từ tâm diệt. Không có pháp nào chẳng phải là tâm. Con người nhận biết thế giới và mọi sự mọi vật thông qua sự tiếp xúc của sáu căn [mắt, tai, mũi, lưỡi, thân, và ý], sáu trần [hình sắc, âm thanh, mùi, vị, xúc chạm, và pháp], nhưng không thể thiếu sáu thức [nhãn thức, nhĩ thức, tỉ thức, thiệt thức, thân thức, và ý thức]. Không có sáu thức thì cho dù sáu căn có đối diện với sáu trần cũng chỉ như là cái xác chết nằm yên chẳng hay biết gì. Tất nhiên, sáu thức mới chỉ là bề ngoài chứ chưa phải tàng thức (thuộc bát thức) sâu nhiệm bên trong, nơi căn thân của mọi pháp. Nơi đó, cái mà chúng ta gọi là pháp chỉ là ảnh hiện hay tướng sở tri của thức A-lại-da, nghĩa là cũng chỉ là thức biến.

Những gì khởi sinh Từ Mảnh Đất Tâm chỉ là suy tư, nhận thức và trải nghiệm của một người con Phật có được phước duyên đời này gặp Phật Pháp và thọ nhận ân đức giáo dưỡng của Cha Mẹ, Thầy, Tổ, thiện hữu tri thức và pháp giới chúng sinh.

Nếu có chút lợi lạc nào Từ Mảnh Đất Tâm này, xin hồi hướng cho tất cả mười phương chúng sinh đều trọn thành Phật Đạo.

California, Mạnh Xuân năm Đinh Dậu,
tháng 2 năm 2017

Huỳnh Kim Quang

KINH KIM CANG:
DIỆU LỰC CỦA TRÍ BÁT-NHÃ

Kinh Kim Cang thuộc hệ Bát-nhã, một trong ngũ thời giáo mà đức Phật đã thuyết, theo phán giáo của Thiên Thai Tông, và là quyển thứ 577 trong bộ Kinh Đại Bát-nhã gồm 600 quyển đã được ngài Huyền Trang dịch vào đời nhà Đường ở Trung Hoa. Kinh Kim Cang, về phần Hán dịch, có đến 6 bản, nhưng bản dịch của ngài Cưu Ma La Thập là được lưu bố sâu rộng nhất. Về phần Việt dịch thì gồm các bản của Hòa Thượng Thích Thiện Hoa, Thích Trí Tịnh, Thích Huệ Hưng và cư sĩ Đồ Nam.

Kinh Kim Cang nói đủ là Kinh Năng Đoạn Kim Cang Bát-nhã Ba-la-mật-đa (Vajracchedika Prajna Paramita Sutra). Có thể hiểu theo tiếng Việt là Kinh nói về Trí tuệ Cứu cánh với đức tính rắn chắc và hiếm quý như Kim cang có thể chặt đứt mọi vô minh phiền não. Chữ Bát-nhã mà dịch là Trí tuệ thì vẫn chưa diễn bày được hết ý nghĩa thâm áo của nó. Cho nên, các nhà dịch kinh thường ghép cả âm lẫn một phần nghĩa để gọi là Trí tuệ Bát-nhã. Trước khi nói về Trí tuệ Bát-nhã này, thì cũng nên biết qua tổng quan nội dung cốt lõi của kinh.

Kinh Kim Cang là kinh mà đức Phật dạy về pháp môn để *"hàng phục vọng tâm và an trụ chơn tâm"* cho những ai phát Bồ-đề tâm. Nhưng, phát Bồ-đề tâm là gì? Một cách đơn giản, phát Bồ-đề tâm là hưng phát, trưởng dưỡng và hướng đến việc thành thục viên mãn tâm Bồ-đề, tâm giác ngộ, tâm chơn như cho tất cả chúng sanh và mình. Vì khởi niệm phân biệt, phan duyên theo trần cảnh, vọng chấp ngã, nhân, chúng sanh, thọ giả và các pháp cho là thật có; từ đó, mang lục căn dong ruổi theo lục trần để khởi động lục thức, tạo nghiệp nhân, thọ nghiệp quả, luân chuyển trong lục đạo tứ sanh, quên mất cả đường đi lối về. Mê lộ do đây mà mịt mù không nẻo thoát, tử sinh vì vậy mà quanh quẩn khôn cùng.

Tuy nhiên, dù vọng tướng có sinh diệt đảo điên, song chân tánh vẫn bất tăng bất giảm. Vấn đề là ở chỗ: bằng cách nào để trừ vọng quy chơn. Vọng là gì? Chơn là gì? Có thể tạm đặt vai vế cho cả hai để dễ hiểu vấn đề. Trong chiều hướng ấy, chúng ta có thể gọi vọng là khách, chơn là chủ. Khách thì lúc đến lúc đi, lúc không lúc có, không giữ phần tự chủ, tự tại. Chủ thì hiện hữu thường trụ, tự chủ tự tại.

Vậy trong chúng sanh, cái gì là vọng, cái gì là chơn? Cái gì sanh diệt, vô thường là vọng, cái gì thường trụ bất biến là chơn. Nếu cứ theo nghĩa này mà luận thì tất cả mọi yếu tố trong chúng sanh từ tâm đến thân, từ trong ra ngoài thảy đều là vọng, vì mọi thứ đều sanh diệt, vô thường. Bởi thế cái ngũ uẩn giả hợp ấy mới được gọi là chúng sanh! Cho nên, chúng sanh là vọng. Vì lẽ ấy, hàng phục vọng tâm chính là hàng phục tâm chúng sanh. Mà muốn hàng phục vọng tâm thì như Phật dạy:

"Phật cáo Tu-bồ-đề, chư Bồ Tát Ma-ha-tát, ưng như thị hàng phục kỳ tâm: Sở hữu nhất thiết chúng sanh chi loại, nhược noãn sanh, nhược thai sanh, nhược thấp sanh, nhược hóa sanh, nhược hữu sắc, nhược vô sắc, nhược hữu tưởng, nhược vô tưởng, nhược phi hữu tưởng phi vô tưởng, ngã giai linh nhập Vô dư Niết-bàn nhi diệt độ chi."

"Phật dạy Tu-bồ-đề, các vị Đại Bồ Tát nên hàng phục tâm như thế này: Đối với tất cả các loại chúng sanh, nào loài sinh ra từ trứng, loài sinh ra từ bào thai, loài sinh ra từ ẩm thấp, loài sinh ra từ biến hóa, nào loài có hình sắc, loài không hình sắc, loài có tư tưởng, loài không có tư tưởng, loài chẳng

phải không cũng chẳng phải có tư tưởng, ta đều khiến cho được độ vào chỗ tịch diệt.”

Độ vào chỗ tịch diệt chính là khi niệm chúng sanh, niệm phân biệt, vọng niệm khởi lên thì lập tức hàng phục bằng cách, vừa trực nhận một cách tỉnh giác rằng đây là những vọng niệm sanh diệt không thực hữu, vừa buông xả không chấp thủ để chúng tự lắng xuống chỗ tịch diệt. Khi niệm chúng sanh đã lắng xuống, tâm thức trở lại trạng thái linh diệu rỗng suốt và bao la không giới hạn. Đó chính là chơn tâm. Nhưng vấn đề là làm cách nào để an trụ chơn tâm một cách thật sự? Đây chính là nội dung cốt lõi thứ hai của Kinh Kim Cang mà đức Phật đã khai thị. Đức Phật dạy:

“Chư Bồ Tát Ma-ha-tát ưng như thị sanh thanh tịnh tâm, bất ưng trụ sắc sanh tâm, bất ưng trụ thanh, hương, vị, xúc, pháp sanh tâm, ưng vô sở trụ nhi sanh kỳ tâm.”

“Chư vị Đại Bồ Tát nên thanh tịnh tâm thức như thế này: không nên sanh tâm trụ trước sắc, không nên sanh tâm trụ trước thanh, hương, vị, xúc và pháp, không nên trụ trước tâm ở bất cứ đâu.”

Sáu căn (mắt, tai, mũi, lưỡi, thân, và ý) giống như sáu cánh cửa của căn nhà ngũ uẩn giả hợp, để qua đó vọng thức săn đuổi, đắm trước theo lục trần: sắc, thanh, hương, vị, xúc và pháp. Vọng thức trụ ở đâu thì tâm chúng sanh bị trói buộc ở đó. Sự trói buộc của tâm là chất liệu kiên cố để kiến tạo tòa nhà “ngã chấp” và “pháp chấp” vững bền, rồi từ đó khuấy động ba nghiệp thân, khẩu, ý, tạo nhân, thọ quả tiếp nối sự luân chuyển trong tam giới, lục đạo. Chính vì vậy, hàng phục vọng tâm rồi, cần phải giải thoát sự trói buộc của tâm vào thế giới hệ lụy của căn, trần và thức để chơn tâm hiện bày trọn vẹn.

Không trụ tâm tức là cách nói khác của vô tâm. Vô tâm là gì? Ngay chính khi đưa ra tra vấn này thì vô tâm đã phải nhường chỗ cho hữu tâm, cho vọng niệm. Tất nhiên, vô tâm không thể được giải thích theo thể điệu là trạng thái tuyệt diệt không tri giác, không diệu giác, vì nếu quả thật vậy thì chẳng khác gì gỗ đá vô tri. Nếu có thể mạo muội mượn ngôn ngữ của thế giới ước lệ để biểu đạt thì chúng ta có thể nói rằng vô tâm là tâm ở trạng thái rỗng suốt không bị trói buộc bởi bất cứ pháp nào, là tâm không quái ngại vì không chấp trước, không thủ trước bất cứ vật gì, là tâm thênh thang không dừng trụ ở bất cứ thời và không gian nào.

Nhưng nói như vậy thì cũng còn chưa thật sự vén mở được hết những ẩn khuất bên trong. Chẳng hạn, trong cách biểu đạt trên, người nghe vẫn còn có thể có quan niệm về tâm như một thực hữu mà từ đó những buộc trói được mở ra, những thủ trước được buông xả, và cõi không cùng của thời và không gian. Thật ra, buộc trói hay mở ra, thủ trước hay buông xả, cõi giới hạn hay vô hạn của thời và không gian, tất cả đều thuộc về thế giới của vọng tâm, của tâm chúng sanh, không phải vô tâm, vì vô tâm chỉ là cách nói của hữu tâm để diễn bày về cảnh giới thực chứng mà ở đó tâm chúng sanh đã rũ sạch mọi triền phược. Tâm rũ sạch mọi trần cấu, mọi triền phược thì tâm ấy không còn là tâm chúng sanh nữa mà là chơn tâm. Xin hãy nghe lại bài kệ của Thiền sư Hương Hải nói về diệu dụng của "vô tâm" trong phương thức an trụ chơn tâm:

> *"Tầm ngưu tu phỏng tích*
> *Học đạo quý vô tâm*
> *Tích tại ngưu hoàn tại*
> *Vô tâm đạo dị tầm."*
> *Đi tìm trâu thì phải dò theo dấu tích,*
> *Người học đạo quý ở vô tâm.*
> *Hễ dấu tích còn thì trâu còn,*
> *Sống với vô tâm thì đạo sẽ dễ tìm.*

Từ pháp môn hàng phục tâm chúng sanh bằng cách độ tận vọng niệm vào cõi tịch diệt đến pháp môn an trụ chơn tâm bằng cách ứng xử vô tâm để viễn ly hệ lụy của căn, trần và thức, cả hai đều phải nhờ đến một diệu lực nhiệm mầu mà nếu không có diệu lực ấy thì không thể đạt thành cứu cánh. Diệu lực ấy chính là Trí tuệ Bát-nhã.

Tại sao phải cần đến trí tuệ Bát-nhã để hàng phục tâm chúng sanh và an trụ chơn tâm? Trong cả hai phương thức để hàng phục vọng tâm và an trụ chơn tâm, hành giả đều phải buông xả tất cả vọng chấp về ngã, nhân, chúng sanh, thọ giả và các pháp như là những thực thể hiện hữu. Khi nào còn một mảy may ý niệm cố chấp về sự thực hữu của ngã và pháp thì vọng tâm điên đảo vẫn còn khởi động, do đó, không thể ngộ chứng và an trú được chơn tâm. Muốn buông xả các vọng chấp ngã và pháp thì hành giả nhất định phải vận dụng đến trí tuệ Bát-nhã để quán nghiệm và hàng phục.

Nhưng trí tuệ Bát-nhã là gì? Là tri kiến liễu đạt rằng tất cả các pháp hữu vi vốn không có tự tánh, là giả, là không. Do đó, không còn chấp thủ vào bất cứ điều gì và nghiệm chứng được thực tại tuyệt đối, là chân thân của vạn hữu. Tuy nhiên, bằng cách nào chúng sanh có thể khai phát được trí tuệ Bát-nhã? Đức Phật dạy trong kinh Kim Cang:

> *"Nhất thiết hữu vi pháp*
> *Như mộng, huyễn, bào, ảnh*
> *Như lộ, diệc như điển*
> *Ưng tác như thị quán."*

> *Tất cả các pháp có tạo tác*
> *Như giấc mộng, giả tạo, bọt nước, cái bóng*
> *Như sương và như điện chớp*
> *Nên thực nghiệm sự quán chiếu như vậy.*

Thế nào gọi là quán? Khi nhìn và nghe một pháp nào đó với con mắt hoặc lỗ tai trong mối tương quan giữa chủ và khách, giữa căn và trần, và qua động lực chủ đạo của vọng thức trên bình diện tỷ lượng thì đó không phải là lịch nghiệm sự quán chiếu. Quán thì không phải chỉ nhìn bằng mắt, nghe bằng tai, mà còn nhìn và nghe bằng sự tịnh tâm sâu thẳm. Trang trải nguồn tâm không vướng mắc, chiêm nghiệm và buông xả mọi sự hữu đến và đi, sinh và diệt qua tâm bao la như mây bay qua bầu trời, như bóng nhạn thoáng lướt giữa hư không.

Khi nhìn, nghe và nhận thức một điều gì bằng tư thái của một chủ thể với đầy dẫy những hậu cảnh kiến thức, kinh nghiệm thì thật ra chúng ta không phải đang nhìn, nghe và nhận thức trung thực về điều đang xảy ra, chúng ta chỉ đang nhìn, nghe và nhận thức lại chính hậu cảnh kiến thức, hay kinh nghiệm của chúng ta mà thôi. Cho nên, trong quán nghiệm, không có sự hiện hữu của chủ thể, khách thể, hậu cảnh kiến thức, kinh nghiệm, vọng tưởng. Nếu như thế thì làm sao, lấy cái gì để tri nhận rằng các pháp hữu vi là mộng, là giả tạo, là bọt nước, là bóng dáng, là sương, là điện chớp?

Trong phương thức quán nghiệm đúng chánh pháp, hành giả đang thật sự bước vào tiến trình chuẩn bị đầy đủ để thể nhập cội nguồn tâm linh, để thực chứng bản thể chơn tâm. Ở đó, tất cả mọi vọng tướng sinh diệt đều vắng bóng chỉ còn lại sự linh minh đổng triệt của bản tâm. Như người vừa tỉnh mộng triệt ngộ một cách minh mẫn và khẳng quyết rằng tất cả các pháp hữu vi, các vọng tướng thuộc thế giới phàm phu tương đối đều là mộng, là huyễn, là bọt nước, là bóng dáng, là sương, là làn điện. Đây chính là trí tuệ Bát-nhã.

Giải thích về sự giả hữu, không tự tánh, là không của vạn pháp theo ý nghĩa của thế giới tất đàn và đối trị tất đàn đức Phật đã dạy trong các kinh mà đại lược là các pháp đều do duyên giả hợp mà thành, không có pháp nào hiện hữu mà không phải do duyên giả hợp. Từ cái tổng thể của các duyên là pháp đến bản thân riêng biệt của mỗi duyên trong cái tổng thể ấy cũng đều được tựu thành do sự tụ họp của các duyên. Khi một duyên đi đến để cùng với các duyên khác hình thành một pháp thì nó phải tự đánh mất tự tướng của nó. Như vậy, cái duyên đó nhất định không có tự tướng, không có tự thể cố định hay bất biến. Nó không là pháp tự tồn độc lập. Nó là giả. Giả tức là không. Nhưng, do không, do không tự tướng, do không tự thể mà pháp hay duyên mới có thể đi đến với nhau để hình thành ra một pháp, ra tất cả pháp.

Khi thực hiện quán nghiệm và liễu ngộ được rằng vạn hữu là giả, là không thì hành giả có thể buông xả tất cả mọi chấp trước đối với vạn pháp. Đó là bước chân cuối cùng buông bỏ mặt đất vô minh triền phược để lao mình vào khoảng hư không vô tận và thênh thang cùng pháp giới bao la. Đây chính là con đường trung đạo, thể nhập đệ nhất nghĩa tuyệt đối. Cho nên, trí tuệ Bát-nhã không thể dừng lại ở chỗ quán nghiệm thực tướng của pháp để chỉ thấy rằng các pháp là giả là không. Trí tuệ Bát-nhã là diệu lực đẩy hành giả vào tận cùng tuyệt lộ của vọng thức để lao thẳng vào linh địa của chơn tâm.

Nhưng, tâm là gì? Vọng tâm là gì? Chơn tâm là gì? Tất cả chánh báo và y báo mà chúng sanh đang thọ nhận là gì?

Từ thân ngũ uẩn giả hợp của hữu tình chúng sanh đến các pháp nhỏ như vi trần hạt bụi hoặc lớn như sơn hà đại địa và vũ trụ bao la, thảy đều là những pháp do duyên giả hợp mà thành. Y cứ vào mối tương quan, tương sinh, tương tức, tương diệt của đạo lý duyên khởi ấy, thì pháp giới tuy rộng lớn mênh mông song lại chỉ là một mạng lưới tương hệ chặt chẽ không tách phân ly biệt được. Trong ý nghĩa này, khi một ý niệm sinh rồi diệt, rồi một ý niệm khác sinh và diệt, hay khi một pháp sinh và diệt rồi lại sinh và diệt trong một dạng thức khác, thì nhất định phải có một năng lực nhiệm mầu nào đó để bảo trì như là đại dương để nâng đỡ những đợt sóng chuyển hiện không ngừng. Những đợt sóng sinh diệt nhấp nhô trên mặt đại dương thì vô thường biến đổi, song đại dương vẫn thường tại bất biến. Đại dương ấy có thể ví như là bản tâm, là chơn tâm, là Như Lai tạng tâm. Các pháp hữu vi sinh diệt biến hiện không ngừng, nhưng không bao giờ ra khỏi sự hàm tàng thường tịch của Như Lai tạng tâm.

Như thế, sự hiện hữu sinh diệt của vọng tâm, vọng tưởng chẳng khác gì hoa đốm giữa hư không, là mộng, huyễn. Nó vốn là không, chỉ vì mê tâm mới vọng chấp là thật có. Lại nữa, đã là mê tâm thì cũng là mộng, là giả, là không rốt. Phải ở ngay nơi giác tâm này mà tỉnh ngộ, không có bước thứ hai, không có niệm kế tiếp, như người chợt tỉnh giấc mộng, vừa tỉnh là hết mộng. Cho nên, trong kinh Kim Cang đức Phật dạy: *"Quá khứ tâm bất khả đắc, hiện tại tâm bất khả đắc, vị lai tâm bất khả đắc."* Tâm quá khứ đã diệt nên không thật có, tâm hiện tại không dừng trụ nên không thật hữu, tâm vị lai chưa đến nên cũng không hiện thực. Vậy, còn tâm nào để hàng phục, còn tâm nào để an trụ, còn tâm nào để chứng đắc? Tâm mà rỗng không tịch lặng như nhiên thì ngôn ngữ nương vào đâu để hiện khởi, để biểu đạt? Đó chính là lý do Thiền Đông độ sau thời Ngũ Tổ, Lục Tổ xem kinh Kim Cang như là bộ kinh tông chỉ của Thiền.

Bước vào cửa Thiền, việc cần làm trước nhất là dọn dẹp tâm thức, cho sạch tất cả những cặn bã của vọng tưởng, những chấp thủ của sở tri kiến để tâm trở lại trạng thái trong sạch, bình lặng, tỉnh giác. Muốn được như vậy thì nhất định phải nhờ đến thanh kiếm bén chắc của trí tuệ Bát-nhã. Cho nên, một trong những diệu dụng của trí Bát-nhã là phá chấp đến triệt để.

Nhưng diệu dụng phá chấp của trí Bát-nhã không nhằm đạp đổ tất cả mọi hình thức, mọi phương tiện thiện xảo để chỉ dẫn đến lãnh địa của chủ nghĩa hư vô, hoặc thái độ chấp không một chiều. Mục tiêu phá chấp của trí Bát-nhã là để dọn sạch vô minh và những thuộc tính của nó hầu trả tâm trở về bản vị uyên nguyên thanh lương siêu thoát. Muốn thành tựu việc phá chấp ngã và pháp không thể chỉ nói suông ở đầu môi chót lưỡi, hoặc động tâm tác ý đến hai chữ giả-không là được, mà phải tinh tấn hành trì việc quán nghiệm cho đến khi khai mở được nguồn mạch của trí Bát-nhã mới có thể giải trừ một cách kiến hiệu tập khí ngã và pháp chấp từ vô thỉ đến nay.

Hành giả cũng cần phải biết rằng đối với hàng thượng căn thượng trí thì có thể ngay nơi lý mà hốt nhiên đại ngộ và tức thì siêu việt lên trên có không, song đối với người chưa đủ thắng duyên để hoàn thành đại sự thì nhất định phải tự lượng sức mình mà gánh vác qua sông, dù chậm nhưng cuối cùng sẽ đến.

DẪN VÀO THẾ GIỚI THIỀN HỌC CỦA TỔ SƯ LIỄU QUÁN

Thiền có thể nào là một hệ thống giáo nghĩa? Hay một cách trực diện hơn, Thiền có thể nào bị đóng khung trong một hệ thống học lý? Cái gì bị đóng khung hay bị hệ thống hóa đều không còn giữ được bản sắc sinh phong và hoạt dụng của chân thân. Thiền từ tôn chỉ đến phương tiện hành đạo đều cốt ở chỗ "dĩ tâm truyền tâm", đối vật chỉ vật, ứng biến vô ngần, chuyển hóa diệu dụng, không trụ trước, chẳng nệ không. Hễ dừng lại dù chỉ một ý niệm mảy may đều bị nghiền nát ra thành cát bụi vùi dập dưới gót chân điên đảo của vô minh. Hễ khởi niệm thao tác dù trong sát-na vi tế đều là nhân duyên khiến cho sơn hà đại địa biến tướng muôn trùng. Như thế, "thế giới Thiền học" chỉ là cách nói mượn danh ngôn ước lệ để dẫn dắt kẻ sơ cơ, như mượn ngón tay mà trỏ mặt trăng vậy.

Trong ý nghĩa đó, bài viết này chỉ xin được xem như là một gắng gượng vụng về của tâm thức phàm phu, mạo muội xưng tán công đức sâu dày của một bậc Đại Thiền sư của Phật giáo Việt Nam.

Từ giữa thế kỷ 18 trở lại đây, tại miền Trung Việt Nam, một phái Thiền do vị Thiền sư Việt Nam khai sáng đã phổ cập sâu rộng trong nhân gian. Vị Thiền sư ấy là Tổ sư Liễu Quán, người ở làng Bạc Má, huyện Đồng Xuân, tỉnh Phú Yên (tức xã An Thạch, huyện Tuy An, tỉnh Phú Yên ngày nay). Tại các tỉnh miền Trung Việt Nam, phái Thiền Liễu Quán chiếm một vị thế quan yếu và sâu đậm trong sinh hoạt của các chốn Thiền môn. Điểm đặc biệt cần nhấn mạnh ở đây chính là bản sắc thuần túy Việt Nam của phái Thiền Liễu Quán đã được người Việt Nam tiếp dụng một cách tích cực. Chính điều này là chứng liệu cụ thể về khả tính khế lý, khế cơ ưu việt của phái Thiền Liễu Quán suốt hai thế kỷ qua.

Sử liệu ghi rằng vào năm 1702 ngài Liễu Quán, lúc đó còn là một tỳ-kheo trẻ tuổi, lặn lội đường xá xa xôi từ Phú Yên ra núi Long Sơn ở Thuận Hóa để tham học với Tổ Minh Hoằng Tử Dung. Ở đây ngài đã được Tổ Minh Hoằng Tử Dung trao cho công án "Vạn pháp quy nhất, nhất quy hà xứ?" (Muôn pháp trở về một, một trở về chỗ nào?). Từ đó ngài vào núi Thiên Thai chuyên tâm tham cứu công án trên suốt 8, 9 năm ròng, nhưng vẫn chưa đạt ngộ. Một hôm nhân đọc Truyền Đăng Lục đến câu "Chỉ vật truyền tâm, nhân bất hội xứ" (Chỉ thẳng đối tượng, lấy tâm truyền tâm, người ngoài không thể liễu đạt được chỗ này), ngài hốt nhiên đại ngộ.

Công án là một pháp môn của Thiền để kiến tánh. Công án đã được ứng dụng phổ biến trong quá trình lịch sử Thiền Trung Hoa. Khi một hành giả đến cầu đạo với một vị Thiền sư, vị thầy tùy theo căn cơ của môn đệ mà trao cho một công án, có tất cả 1.700 công án trong Thiền Trung Hoa. Vị môn đệ khi được thầy trao cho công án rồi thì ngày đêm chú tâm vào việc tham cứu công án ấy, bất luận là đang làm việc gì, tâm cũng phải không rời khỏi công án, như bóng với hình. Một công án đúng nghĩa và có hiệu năng tuyệt đối khi nào nó là một bí mật ngàn đời mà người tham cứu không tài nào đoán nổi mặt trái giải đáp của nó. Nếu không như vậy, tác dụng kỳ diệu của công án đối với người tham cứu sẽ không còn. Ví dụ, đối với công án "Vô" của Thiền sư Triệu Châu, nếu người tham cứu biết được mặt thật của nó là gì (khi biết được mặt thật của nó thì là đại ngộ và lúc đó không cần công án nữa) thì người ấy không tài nào có thể vận dụng hết năng lực bình sanh để đẩy nghi tình của mình lên đến chỗ cùng tột. Việc đẩy nghi tình lên đến chỗ cùng tột rất quan trọng và khẩn thiết trong cách tham cứu công án, vì không có nghi tình thì không có nhất tâm, không có nhất tâm thì không có đại ngộ.

Việc trao công án cho một hành giả Thiền là một việc vô cùng trọng đại và việc này chỉ các bậc đạo sư đắc đạo mới có thể làm được. Vì muốn trao công án cho một người tham cứu, vị đạo sư ấy phải biết được căn cơ của môn đệ đến mức nào, có nghĩa là tùy theo căn tánh của mỗi người, tùy theo trạng thái tâm linh hiện tiền trong lúc tiếp xử mà vị đạo sư trao cho công án khác nhau. Chính vì thế, không có quy tắc nào nhất định, không có tiêu chuẩn nào được đặt ra trước phải tuân theo trong việc trao công án cho hành giả Thiền. Đó chính là chỗ diệu dụng bất khả tư nghì của Thiền học mà không một tâm thức vọng động nào, không một cấp bậc thế trí biện thông nào có thể giám định được.

Đối với sinh hoạt Thiền ở nước ta, việc trao truyền và tham cứu công án, nếu có thì chỉ diễn ra một cách âm thầm kín đáo, ít khi được ứng dụng trong cách dạy đạo hằng ngày giữa thầy và trò. Cho nên, tại các chốn Thiền môn Việt Nam không có cái không khí vừa lắng đọng tịch tĩnh, vừa nóng bỏng sôi trào của cách thức tu tập công án. Trường hợp thầy trò của ngài Liễu Quán là một biệt lệ đáng chú ý và nổi bật trong sinh hoạt Thiền ở xứ ta. Có thể nói rằng Thiền sư Liễu Quán đã làm sống dậy cái không khí tham cứu công án đầy hứng khởi của sinh hoạt Thiền bắt nguồn từ Trung Hoa.

Nhưng khi phá tung được cái công án "Vạn pháp quy nhất, nhất quy hà xứ?" Thiền sư Liễu Quán đã thấy được gì bên trong thế giới bí nhiệm ngàn đời ấy? Không biết! Không ai trong chúng ta có thể đoán được ngài đã thấy gì, mà nếu gắng gượng suy nghiệm theo quan kiến vọng động của phàm phu thì lại càng mơ hồ xa cách với chỗ nghiệm chứng của ngài. Những gì chúng ta có thể biết được chút ít là qua bài kệ từ biệt mà Tổ Liễu Quán đã để lại trước khi ngài viên tịch.

"Thất thập niên dư thế giới trung
Không không sắc sắc diệc dung thông
Kim triêu nguyện mãn hoàn gia lý
Hà tất bôn man vấn tổ tông."
Hơn bảy mươi năm có mặt trong thế giới
Không không sắc sắc tất cả đều dung thông
Ngày nay hạnh nguyện đã viên mãn nên trở về nhà cũ
Cần chi phải bận lòng hỏi đến gốc gác làm gì.

Ngộ chứng của Thiền chính là khai phát đến tận cùng biên tế sâu nhiệm của trí tuệ Bát-nhã để mở ra diệu dụng không thể nghĩ bàn của trí tuệ rốt ráo này trong việc quán chiếu tất cả các pháp. Qua đó, chiếu kiến được tất cả các pháp đều giả hợp, không tự tánh, là không. Không ngay trong lúc các pháp đang hiện tiền (đương thể tức không). Không là không có tự tánh chứ không phải là hư vô theo nghĩa đối chiếu với cái có thuộc vọng chấp đoạn thường của phàm phu. Không phải tiêu diệt cái có rồi mới được không. Không ở ngay trong chính cái có. Cũng chính nhờ các pháp là không, cho nên các pháp mới hiện hữu. Hiện hữu trong ý nghĩa này chính là sự hiển lộ sinh động của mối tương quan, tương duyên, tương tức, tương nhập giữa tất cả các pháp, từ tâm đến vật. Chính vì vậy, nói các pháp thật sinh hay thật diệt đều không đúng. Không nói các pháp sinh hay diệt cũng chẳng nhằm. Hễ còn bám víu vào bất cứ phạm trù nào, ý niệm nào, tư tưởng nào, hình danh nào đều là vọng chấp, là sai lầm, là hý luận.

Tổ Liễu Quán đã sử dụng cách dùng từ trùng lặp trong câu "Không không sắc sắc diệc dung thông" chính là một chủ ý để khai thị. "Không không sắc sắc" nói lên ý nghĩa trùng trùng duyên khởi của lý duyên sanh vô tánh và vô tánh duyên sanh. Mật nghĩa này là nội dung cốt lõi của diệu lý "Duyên khởi" của Hoa Nghiêm, diệu lý "Không" của Bát-nhã mà đại biểu là kinh Kim Cang, một bộ kinh được phổ biến và trân trọng trong Thiền tông. "Không sắc" trong quan kiến vọng chấp của chúng sanh là hai thái cực lưỡng lập của hai thực thể như sống và chết, ngày và đêm, có và không. "Không sắc" trong trí tuệ Bát-nhã không là hai thực thể vì chúng chẳng có tự tánh.

Khi đức Thế Tôn khai thị về diệu nghĩa của "Không sắc," ngài chỉ sử dụng nó như phương dược để trị lành căn bệnh biến kế chấp, sở tri chướng trong tâm thức chúng sanh. Đối với người chấp có, ngài dạy quán các pháp đều không tự tánh. Đối với người chấp không, ngài dạy quán các pháp do không tự tánh mà duyên hợp hiện hữu. Từ thế xả ly vọng chấp một chiều, ngài dẫn dắt vào con đường Trung đạo để chỉ cho thấy thực tướng của chư pháp là chơn không diệu hữu, ly tứ cú, tuyệt bách phi. Siêu việt lên trên thế lưỡng lập tương đãi của có và không chính là nhập thể vào chân thân của thực tại. Ở đó không có biên tế giữa năng sở, bỉ thử, có không, sinh diệt hay đoạn thường. Ở đó là một trạng thái dung hợp kỳ diệu, là cõi dung thông vô ngại mà Tổ gọi là "Không không sắc sắc diệc dung thông."

Thực tại từ bổn lai vẫn như vậy, không sinh không diệt, không đoạn không thường, không đến không đi, không một không hai. Cái có sinh diệt, có đoạn thường, có đến đi, có một hai chính là tâm thức vọng động của chúng sanh. Còn mang thức tâm vọng động này thì ở bất cứ chỗ nào cũng khởi sinh phiền não khổ lụy. Càng mang tâm vọng động đi tìm thực tại thì càng đi càng lạc lối. Nếu biết dừng lại thì bến bờ chính là đây. Cho nên cái diệu dụng Thiền là ở chỗ biết chận đứng lại sự dong ruổi của tâm thức vọng động và đập vỡ cái khối tri thức vọng chấp có không thường tình để chọc thủng vào biên tế sau cùng giữa mê và ngộ. Chỉ một cái chớp mắt, một sát-na là đủ để rũ sạch mọi trần cấu và lẫm liệt tận diện "bổn lai diện mục" của mình. Ở đó có gì lạ? Hãy nghe Tổ nói:

"Tảo tri đăng thị hỏa, phạn thục dĩ đa thì."
Sớm biết đèn là lửa, thì cơm đã chín tự lâu rồi.

Vì khi nhìn đèn chúng sanh chỉ thấy cây đèn mà không thấy lửa. Thậm chí còn xách đèn đi tìm lửa khắp nơi. Thật ra chẳng ai biết lửa là gì, chỉ nghe người ta nói lửa là thế này, là thế nọ. Rồi khởi niệm tác tưởng cho rằng lửa là như thế này hay như thế kia. Nhưng đến khi đụng đến lửa thật sự và có vị minh sư chỉ cho biết đèn là lửa thì mới biết rằng mình đã mộng tưởng tự bấy lâu nay. Thì ra đèn là lửa không hai không khác, chẳng có gì lạ khi thấy đèn và cũng chẳng có gì mới khi thấy lửa. Quán trọ cũng là quê nhà. Vậy tại sao còn phải hỏi đi về đâu?

"Kim triêu nguyện mãn hoàn gia lý
Hà tất bôn man vấn tổ tông."

Ngộ chứng của Thiền thì siêu thoát như thế, nhưng không phải vì thế mà buông lung phóng túng đối với lục căn, lục trần. Không phải vì thế mà phủ nhận pháp môn này, chê bai phương thức hành trì nọ. Cũng không phải vì thế mà phá bỏ mọi thể thức tu tập vốn là phương tiện thiện xảo để trưởng dưỡng đạo nghiệp thêm sâu dày. Do vậy, cho nên, trong bài kệ truyền pháp Tổ đã dạy:

"Giới định phước huệ, thể dụng viên thông."

Tu tập cả Giới, Định và Tuệ để thể nhập vào chỗ viên thông vô ngại của thể và dụng.

Đây là chỗ đặc thù của Thiền học của Tổ sư Liễu Quán. Nhiều hành giả Thiền thường quan niệm rằng Thiền vượt ra ngoài tất cả mọi ràng buộc có tính cách quy ước của giới định. Họ quên rằng Lục Tổ Huệ Năng đã thân hành thọ nhận và hành trì giới bổn của một Tỳ-kheo Tăng theo tinh thần Luật tạng của Tiểu thừa. Họ cũng quên rằng từ đức Thế Tôn đến các vị Thiền sư đều không bao giờ lơ là trong việc nghiêm trì cấm giới và thực hành thiền định mỗi ngày để thanh tịnh lục căn và siêu thoát lục trần. Hành giả Thiền lúc nào mà lại không ở trong trạng thái tỉnh tâm an định vượt lên trên sự vướng mắc của tâm và cảnh.

Đó không phải là nghiêm cẩn hành trì giới và định thì là gì? Nói rằng đạt đến trạng thái ngộ chứng của Thiền là siêu thoát tự tại, điều này có nghĩa là không bị triền phược bởi bất cứ tâm cảnh nào chứ không có nghĩa là mặc ý buông lung chạy theo trần cảnh. Siêu thoát tự tại cũng chính là thể tính tối hậu của giới và định. Thể dụng của Giới là siêu thoát tự tại, của Định là thanh tịnh tịch lặng, của Tuệ là linh minh chiếu kiến. Chính vì vậy, còn thấy giới luật và thiền định là những quy ước ràng buộc thì thật sự chưa thể nhập vào chỗ viên thông của chúng. Những hạng người này cần phải đi lại từ đầu thực hành nghiêm cẩn những bước tu tập căn bản của giới, định và tuệ.

Thiền tự nó là một pháp môn đoạn trừ hý luận. Cho nên, việc lý giải suông theo tính cách ước lệ của ngôn thuyết và vọng niệm đều không có chỗ đứng trong Thiền. Liễu giải của Thiền không là chức năng của lý trí nhận thức nhị nguyên. Liễu giải của Thiền là diệu dụng của giác ngộ, là sự chiếu kiến tận cùng vào thực thể của con người và vạn hữu. Trong ý nghĩa này, kiến giải của Thiền không thể tách rời sự chứng nghiệm hay công hạnh tu tập. Giải chính là Hạnh. Cho nên Tổ Liễu Quán nói trong bài kệ truyền pháp rằng: "Hạnh Giải tương ưng, đạt ngộ Chơn Không." Hạnh và giải xứng hợp nhau, tương tức nhau, từ đó đạt ngộ đến Chơn Không. Chơn Không cũng chính là Chơn Như, thật tại, Niết-bàn, chơn tâm.

Tổ sư Liễu Quán ra đời và trưởng thành trong bối cảnh lịch sử bất an và phân hóa của đất nước ta vào thời kỳ Trịnh Nguyễn phân tranh. Cả hai miền Nam Bắc, đều nằm dưới quyền thống ngự của hai chúa Trịnh và Nguyễn. Mặc dầu không xưng Vương và đều nói là phù trợ nhà Hậu Lê, cả hai họ đều nắm hết quyền chính trong tay. Các chúa Trịnh và Nguyễn đều nỗ lực phát huy thanh thế, gầy dựng cơ đồ cho riêng mình. Cho nên đã không ngần ngại tranh bá đồ vương với nhau qua nhiều cuộc chinh chiến, khiến cho dân chúng lầm than, sơn hà điêu đứng. Đó chính là cái cớ cho nhà Mãn Thanh đưa quân xâm lược nước ta một lần nữa vào hậu bán thế kỷ thứ 18.

Trong bối cảnh xã hội như vậy, làm sao tránh được chuyện nhân tâm ly tán, đạo đức suy vi, tiền đồ dân tộc đen tối. Trước vận nước điêu linh và tâm thức con người thời đại đảo điên, Tổ sư Liễu Quán đã chọn cho ngài một đạo lộ để vừa tự giải thoát mình, vừa giải thoát quần sanh. Đạo lộ ấy chính là pháp môn Thiền thuần túy Việt Nam có công năng chuyển hóa tận gốc vô minh, phiền não, bất an và tăm tối cho con người và xã hội. Cùng kỳ lý, Ngài thật sự đã chọn đúng phương thuốc để trị căn bệnh trầm kha cho vạn dân.

Chẳng phải thế sao? Mầm móng của mọi bất an và khủng hoảng của cá nhân và xã hội không phải từ bên ngoài mà ở ngay trong chính tâm thức đảo điên vì vô minh và phiền não của mỗi người và của xã hội. Vô minh và phiền não ấy không thể dùng bạo lực hay quyền uy thế tục có thể dẹp trừ được, vì bạo lực và uy quyền thế tục lại là sản phẩm của vô minh và phiền não. Chỉ có phương pháp kiến tánh giác ngộ bằng con đường tu tập Thiền quán hay tham cứu công án là có thể soi chiếu và phá tung được vô minh. Một người giác ngộ là một thành trì nhỏ của vô minh bị phá hủy, một nước giác ngộ là thành trì lớn của vô minh bị tiêu diệt. Vô minh bị tiêu diệt đến đâu thì ánh sáng chân lý, niềm tin, an lạc, hạnh phúc, bình đẳng, công chính có mặt ở đó.

Đây chính là lý do tại sao các chúa Nguyễn đã nhiều lần triệu thỉnh Tổ vào cung để đàm đạo nhưng ngài nhất quyết không vào. Không vào không phải vì sợ uy quyền thế tục, vì uy quyền thế tục chỉ là thứ giả tạo mong manh như sương mai, như giấc mộng, mà vì không muốn làm mất thì giờ cho những việc làm hữu ích khác đối với hàng vạn dân lành đang khốn khó, khổ đau. Suốt mấy mươi năm còn lại của đời người, Tổ đã vân du khắp nơi từ Phú Yên ra Thuận Hóa để hoằng hóa độ sanh. Ngài đã kiên trì và tận tụy khơi dậy từng ánh lửa trong tâm thức con người thời đại với niềm tin sắt đá rằng chính những ánh lửa này sẽ góp lại thành mặt trời soi sáng nhân gian.

Niềm tin của Tổ đã hiện thực, vì sau khi Ngài viên tịch, dòng Thiền Liễu Quán của Ngài đã phổ cập khắp nơi, rồi cùng đi theo với bước chân của dòng Thiền ấy là vô số những ánh lửa bùng lên thắp sáng cả một miền Nam đất Việt suốt trên hai thế kỷ nay. Trong đó có biết bao người nhờ ánh sáng này mà tái dựng lại cuộc đời hướng mục tiêu của đời người đến cứu cánh giác ngộ!

VAI TRÒ CỦA TÁNH KHÔNG TRONG PHƯƠNG THỨC TRỊ LIỆU HÝ LUẬN

Trong cuộc sống thường nhật của con người, ngôn ngữ đóng vai trò vô cùng trọng yếu. Không có ngôn ngữ con người không thể diễn đạt được bất cứ điều gì, từ những cảm quan thường nghiệm đến những tư duy siêu việt.

Nhưng cũng chính từ ngôn ngữ, con người biết sử dụng trò chơi duy lý dẫn đến những biện giải có tích cách thuần lý hoặc chỉ đưa đẩy con người vào mê lộ của tư tưởng đảo điên. Tự buổi ban sơ, ngôn ngữ là phương tiện truyền thông thực tại trung thực nhất. Rồi lần hồi, con người biến ngôn ngữ thành công cụ đáp ứng những thao tác buông lung của ý thức vọng niệm quay cuồng. Bấy giờ, ngôn ngữ không đơn thuần là biểu thị của thực tại mà trở thành đầu mối cho mọi hành tác vọng động của thức tâm.

Từ đó, vọng niệm và ngôn ngữ như một cặp nhân duyên tương ứng, tương hệ. Từ vọng niệm lưu lộ qua ngôn ngữ. Từ ngôn ngữ mở lối cho vọng niệm phát sinh. Cái thế tương quan, tương duyên này giữa vọng niệm và ngôn ngữ đã đặt thân phận chúng sanh vào trận đồ vô minh và triền phược không biết khởi thủy từ lúc nào.

Vì vọng niệm và ngôn ngữ quyện vào nhau biến thành đám mây mờ che khuất chân tâm, cho nên con người đã rơi vào thế trận nhị nguyên, đa nguyên, nhất nguyên của tư tưởng và ngôn ngữ mà không có lối thoát. Trong mê lộ này, con người dựng lập các triết thuyết theo quan kiến chủ quan và cục bộ rồi bám chặt vào đó, xem như là những chân lý tối hậu. Nào là chủ trương các pháp tự nhiên sinh không do bất cứ tác nhân và trợ duyên nào. Nào là lập thuyết vạn hữu do một đấng thần linh hay thượng đế toàn năng toàn quyền tác tạo, mà đấng siêu nhiên này thì vượt ra ngoài tất cả mọi tương quan tương đối, là vĩnh hằng bất diệt. Nào là quan điểm cho rằng vạn pháp thường hằng bất biến không lệ thuộc vào bất cứ quy luật biến thiên nào cả. Nào là chủ trương vạn vật sau khi chết rồi thì đoạn diệt vĩnh viễn không còn tái sanh. Có chỗ thì cho rằng tổng thể của ngũ uẩn là giả danh nhưng cá biệt từng uẩn là thật thể thường trụ. Có nơi thì quan niệm rằng các pháp là biểu tượng hiện hành của thức tâm và ngoài thức tâm ra không có gì khác.

Dựa vào vô số những luận thuyết, những quan kiến đó, con người suy diễn ra chân thân của thực tại theo vị thế nhận thức mà mình đang đứng. Thực tại, vì vậy, là cái này mà không là cái kia. Chân lý, vì thế, chỉ là chân lý của người này, nhóm này, chủ thuyết này mà không là chân lý của người kia, nhóm kia, chủ thuyết kia. Ngôn ngữ bấy giờ không đứng ở vị thế là chức năng thông truyền chân lý mà là hiện thân bất động tỉnh chết của thực tại, vì chân thân sinh động của thực tại đã bị khái niệm hóa, phạm trù hóa trong ngôn ngữ. Chính vì lý do này, con người chỉ cần nghe nói đến hai chữ "thực tại" hay "chân lý" là có thể hình dung ra cái thực tại hay chân lý như thế nào đó theo ý thức vọng niệm của riêng mình. Nhưng thực ra đó không là thực tại, không là chân lý, mà là sản phẩm của thức tâm điên đảo, là con đẻ của đôi phối ngẫu vọng niệm và ngôn ngữ. Làm sao những khái niệm ấy có thể là thực tại hay chân lý trong khi chính khái niệm và ngôn ngữ tự nó biến thiên sinh diệt không ngừng, tự nó chỉ là giả danh? Khái niệm nào là chân lý? Là khái niệm của sát-na trước hay của sát-na sau? Khái niệm của sát-na trước đã diệt rồi và khái niệm của sát-na sau thì chưa đến. Là khái niệm của sát-na hiện tiền? Khái niệm của sát-na hiện tiền thực ra không là khái niệm vì nó trôi chảy liên tục không ngừng, lấy đâu mà bám víu để hình tượng khái niệm?

Tất cả chỉ là hý luận, là trò đùa của luận thuyết tư tưởng. Bám víu vào đó chỉ dẫn dắt con người đến mê lộ của vô minh và triền phược mà không là giác ngộ giải thoát chân thật. Tai hại này thật khôn lường! Tất cả những danh ngôn ước lệ đã trở thành thực tại tuyệt đối. Con người không bận tâm khai phát chân lý bị vùi dập sâu dưới bản thể của vạn hữu mà chỉ nỗ lực săn đuổi theo quán lệ của vọng niệm và ngôn ngữ ứ đọng ở lớp vỏ bề ngoài. Nhưng càng đi càng không thấy bến bờ, vì ý thức vọng niệm là dòng thác lũ không bao giờ dừng lại. Ý niệm sau xô đẩy ý niệm trước, tạo thành những chuỗi xích ý niệm chập chùng. Bằng vào ý thức phân biệt vọng chấp, con người nỗ lực đào bới trong ngôn ngữ nội dung của thực tại, có khi thậm chí còn biện biệt ngôn từ đến mức như sợi tóc chẻ làm tư. Trận đồ của ngôn ngữ như vậy đã đạt đến tình trạng như tơ tằm rối rắm, càng vùng vẫy càng bị buộc trói nhiều hơn.

Hý luận giờ đây đã là chướng ngại lớn lao nhất đối với người tìm cầu giác ngộ. Làm thế nào con người có thể đoạn diệt hý luận để chứng ngộ thực tại? Tánh Không và toàn bộ tư tưởng Bát nhã đều tập chú vào việc giải quyết vấn nạn thiên nan vạn nan này.

Hãy bình tâm mà liễu giải lại tất cả nguồn cội của vấn đề, may ra có thể nhìn thấy được đâu là đầu mối cần phải tháo gỡ. Vấn đề không là ngôn ngữ, vì ngôn ngữ chỉ là hoạt dụng tự nhiên của nguồn tâm. Vấn đề cũng không nằm ở nguồn tâm, vì nguồn tâm vốn không động không tịnh. Vấn đề là ở chỗ vọng niệm, vì từ vọng niệm đẩy ngôn ngữ thành trò chơi hý luận, từ hý luận trở lại làm nhân duyên cho vọng niệm tồn tục. Vậy phương thức trị liệu là gì? Phải chăng con người chấm dứt mọi hoạt dụng của ngôn ngữ, ngày đêm câm lặng không mở lời nào thì có thể tận diệt được hý luận và ngộ chứng thực tại tức khắc? Không, tuyệt đối không! Bởi lẽ sự câm lặng của lời nói không bảo chứng được sự vắng mặt thật sự của ngôn ngữ, hơn nữa nó cũng không có nghĩa là sự câm lặng thật sự của vọng tâm thác loạn không ngừng. Vậy phải chăng con người cần chặt đứt dòng thác lũ vọng niệm để trả bản tâm về lại thể viên minh? Phải! Nhưng bằng cách nào? Bằng cách ngồi im như gỗ đá để cố gắng diệt trừ từng ý niệm khởi sanh? Không, vì làm như vậy thì có khác gì là gỗ đá?

Như trước đã nói, ngôn ngữ hiện đang là phương tiện kiến hiệu của trò chơi hý luận, ngôn ngữ tự chân thân cũng là biểu thị của thực tại. Vậy hãy bắt tay vào chính ngôn ngữ để thực hiện phương thức trị liệu hý luận này. Tại sao phải là ngôn ngữ? Bởi vì, hý luận đã dựa vào ngôn ngữ như là phương tiện trọng yếu thì phương thức trị liệu hý luận không thể không nhắm vào ngôn ngữ. Hý luận thực hiện trò chơi của nó y cứ trên nền tảng nhận thức rằng ngôn ngữ, và rộng hơn là tất cả các pháp, đều là thật hữu hay là thật không xét như là một thực thể. Nếu không thừa nhận nguyên tắc này, trò chơi hý luận không thể thực hiện được. Tại sao? Vì con người trước hết phải tin chắc rằng ngôn ngữ hay các pháp hoàn toàn là thực thể, rồi họ mới có thể đặt niềm tin vào những gì mà ngôn ngữ diễn bày.

Vấn đề là ở đây. Con người bị lừa gạt một cách tinh vi bởi trò chơi hý luận, chấp giả làm thật, lấy không làm có. Trong trò chơi hý luận, con người bị đánh lừa để ngộ nhận rằng thực tại là cái này hay là cái kia, là sinh hay diệt, là thường hay đoạn, là đồng nhất hay dị biệt, là đến hay đi. Nhưng thực ra, khi con người chưa thể nhập thực tại, chưa giác ngộ chân tâm thì làm sao biết được nó là cái gì? Cho nên, mọi ước định về thực tại khi chưa giác ngộ đều là ảo tưởng, là hý luận. Muốn tháo gỡ cái gút mắc này thì cần phải mở nó ra từ chính trong ngôn ngữ. Nhưng hãy coi chừng, vì ngôn ngữ đang là công cụ của hý luận, nếu không khéo con người chỉ chuốc lấy tai họa vào thân giống như người chơi lửa có thể sẽ bị lửa đốt thân. Cái khó khăn tột bực của phương thức trị liệu hý luận là ở chỗ này. Dùng ngôn ngữ mà không để nó trở thành công cụ của hý luận. Đây là chức năng ưu việt bậc nhất của Tánh Không Bát-nhã.

Chính trong ý nghĩa đó, Tánh Không thận trọng tối đa và đã không để một kẽ hở nào cho hý luận có cơ may đột nhập. Hễ đi qua thì tức khắc bôi xóa dấu vết, như chim nhạn không lưu bóng giữa hư không, như lằn dao rạch xuống nước lấy lên là không còn vết tích nào. Sử dụng ngôn ngữ, nhưng là thứ ngôn ngữ có công năng tẩy trừ mọi vướng mắc của tâm thức vọng niệm có thể bám víu. Dưới lần kiếm của Tánh Không thì không một ý niệm thiên chấp nào, không một mầm móng khởi sinh hý luận nào mà không bị chặt đứt tận gốc. Xin hãy nghe Bồ Tát Long Thọ dạy trong Trung Quán Luận, phẩm Quán Nhân Duyên thứ nhất của Ngài:

"Bất sanh diệc bất diệt
Bất thường diệc bất đoạn
Bất nhất diệc bất dị
Bất lai diệc bất khứ
Năng thuyết thị nhân duyên
Thiện diệt chư hý luận."

(Không sanh khởi cũng không diệt mất
Không thường hằng cũng không đoạn tuyệt
Không đồng nhất cũng không dị biệt
Không tụ đến cũng không ra đi
Có thể diễn nói pháp nhân duyên như vậy
Để diệt trừ một cách rốt ráo các hý luận.)

Khi thấy các pháp có sanh diệt, thường đoạn, nhất dị, lai khứ là vì khẳng quyết rằng các pháp có thực thể, rằng các pháp thực hữu. Nhưng các pháp từ một ý niệm vi tế đến sơn hà đại địa đều không có thực thể, không thực hữu. Vì sao? Vì các pháp do duyên khởi. Do duyên hay điều kiện tụ họp mà một pháp được hình thành, như cái bàn nhờ các duyên là gỗ, đinh, thợ mộc, bào, đục. v.v... tụ họp lại mà có. Nếu trả tất cả các duyên ấy về lại bản vị của chúng thì cái bàn không còn hiện hữu. Như thế, cái bàn ngay trong lúc đang hiện hữu ở đó đã là một tập hợp giả tạm của các duyên rồi và tất nhiên không thực có tự thể như là thực thể. Rồi từng duyên của cái bàn đó như cái đinh chẳng hạn, cũng là một tập hợp giả tạm của nhiều duyên khác như nhân công, kim loại, nhà máy. v.v... mà hiện hữu, tự nó không có thực thể, nó là giả hợp, là không. Quán chiếu như vậy cho đến khắp cùng vũ trụ pháp giới không có gì ra ngoài ý nghĩa của duyên khởi, và do đó, không có gì không là giả danh, là không tự thể, là không. Không có tự thể tức là không thực thể, không thực thể tức là không hiện hữu như một pháp, như vậy làm sao còn nói đến việc sinh hay không sinh. Đã không sinh làm sao có diệt? Không sinh thì không tồn tại, như thế làm sao có thể nói là thường hằng. Không diệt thì làm sao có thể nói là đoạn tuyệt. Pháp không sinh diệt hay thường đoạn, như thế làm sao nói là đồng nhất hay dị biệt. Các pháp đã không sinh tức là không đến và không diệt tức là không đi.

Bốn cặp song quan luận này chính là "Bát bất" (bất sanh - bất diệt, bất thường - bất đoạn, bất nhất - bất dị, bất lai - bất khứ) là phương thức tinh diệu tối thắng của Tánh Không để trị liệu hý luận. Tâm thức hý luận không còn chỗ khởi phát vì Bát bất như thanh kiếm sắc bén chặt phăng tất cả những đầu mối của vọng niệm. Khởi ý niệm sanh đã không được mà ý niệm diệt cũng không xong. Quay đầu về lối ngõ thường đoạn thì cũng bị đốn tận gốc rễ. Trở lui lại nẻo đồng nhất và dị biệt thì đã bị đốt sạch sành sanh. Dự tính vượt qua sông lai-khứ thì chiếc cầu duy nhất cũng bị phá sập tự bao giờ.

Vạn pháp mặc dù không có thực thể, nhưng chính do ở chỗ chúng không thực thể cho nên chúng có thể tự họp với nhau để làm khởi sinh ra pháp. Giống như một hóa chất khi muốn hòa hợp với hóa chất khác thì tự nó phải hủy thể để cùng với hóa chất kia hình thành nên hóa chất mới. Nếu các hóa chất cứ giữ nguyên bản chất của mình thì chúng không thể hòa tan vào nhau để sinh khởi một hợp chất mới. Một hóa chất có thể hủy đi bản chất của mình để hòa nhập vào với hóa chất khác là vì tự hóa chất ấy vốn không có tự thể. Đấy chính là ý nghĩa do không có tự tánh nên các pháp mới có thể duyên sanh. Và cũng do chúng duyên sanh nên cho thấy rằng chúng không có tự tánh, chúng là không. Vì vậy trong Trung Quán Luận , phẩm Quán Tứ Đế thứ 24, Bồ Tát Long Thọ đã dạy:

"Dĩ hữu không nghĩa cố
Nhất thiết pháp đắc thành
Nhược vô không nghĩa giả
Nhất thiết pháp bất thành."

(Do có diệu nghĩa Không cho nên
Tất cả các pháp được sinh thành
Nếu không có diệu nghĩa Không thì
Tất cả các pháp không thể sinh thành được.)

Đến đây con người không thể nói các pháp là có bởi vì chúng vốn không có tự tánh. Con người cũng không thể nói các pháp là không vì chúng do các duyên tụ họp mà sinh thành. Con người lại càng không thể nói các pháp là vừa không có vừa không không, bởi vì không có tức là không, không không tức là có; có và không đã không thể thành lập thì phi hữu phi không làm sao thành lập được? Con người cũng không thể nói các pháp là không phải phi hữu, không phải phi không, bởi vì không phải phi hữu tức là cách nói khác của hữu và không phải phi không tức là cách nói khác của không; nhưng phủ định trong ý nghĩa xác lập một thực thể nào đó đều là cách thế vướng kẹt trong ý niệm giữa có và không; như thế đã rơi vào chiều hướng khẳng quyết các pháp có hoặc không, điều này đã không thể thành lập.

Nói có cũng không được, nói không cũng chẳng nhằm. Khởi niệm, mở miệng đều sai. Tánh Không quả thật đã đẩy ý thức vọng niệm và trò chơi hý luận vào tuyệt lộ! Nhưng có lẽ ngay chính trong tình cảnh không bám víu được vào đâu ấy, thức tâm mới có thể rũ sạch tất cả mọi hệ phược, mọi u khuất, mọi vô minh từ vạn kiếp để một lần rồi vĩnh viễn soi chiếu vào tận cùng bản thể viên minh.

NUÔI DƯỠNG HẠT GIỐNG PHẬT

Tưởng niệm ngày đản sinh của đức Phật là xưng tụng sự xuất hiện hy hữu và quý giá vô ngần của ngài trên thế giới này, đồng thời cũng là dịp để người Phật tử tưởng niệm đến công ơn giáo hóa sâu dày mà ngài đã dành cho chúng sinh.

Một trong những cách tưởng niệm và báo đáp thâm ân của đức Phật thiết thực nhất mà người Phật tử có thể làm là tiếp tục phát huy và truyền bá giáo pháp giá trị của ngài. Trong đó, thắp sáng bản nguyện lớn lao của ngài khi thị hiện ở nhân gian là việc làm có ý nghĩa nhất.

Bản nguyện lớn nhất mà đức Phật thị hiện ra đời là gì?

Chính là muốn tất cả chúng sinh đều làm Phật, như đức Phật đã nói rõ trong pháp hội Pháp Hoa trên núi Linh Thứu.

Có lẽ vì vậy, lần đầu tiên đến núi Hoàng Mai để cầu pháp với Ngũ Tổ Hoằng Nhẫn, được Tổ hỏi đến để cầu gì, ngài Huệ Năng đáp ngay tức khắc: Chỉ cầu làm Phật.

Câu trả lời quả thật thẳng thắn, trực diện và quyết liệt. Nếu không có quyết chí, không có tín tâm vững mạnh, không có thệ nguyện kiên cố, không biết chắc mình có thể thành Phật thì khó có câu trả lời khẳng quyết như vậy.

Nhưng trước ngài Huệ Năng, thời Phật còn tại thế, trong hội Pháp Hoa trên đỉnh núi Linh Thứu, đức Phật đã kể chuyện về Bồ Tát Thường Bất Khinh khi gặp ai cũng cung kính chắp tay vái chào mà thưa rằng "Tôi không dám khinh ngài, vì ngài sẽ làm Phật." Lời lẽ đó không phải là kiểu nói ba hoa, chế giễu, làm dáng tôn kính người bề ngoài. Lời lẽ đó được xuất phát từ tâm chân thật, từ nhận thức và thái độ nghiêm túc. Lời lẽ đó được nói ra duy chỉ từ một người biết chắc như đinh đóng cột rằng người mà mình kính trọng lễ bái trước mặt rồi đây sẽ làm Phật.

Đơn giản hơn, bình dân hơn, cũng trong hội Pháp Hoa, đức Phật còn dạy rằng, dù với tâm tán loạn vào trong chùa tháp, niệm một câu "Nam Mô Phật," thì cũng sẽ thành Phật. Hơn thế nữa, ngay cả đứa bé lấy cát giỡn chơi, vẽ đắp thành hình tượng Phật, rồi cũng sẽ thành Phật.

Làm Phật dễ vậy sao?

Tất nhiên là không dễ.

Nhưng, cần phân biệt nhân địa tu hành và quả vị chứng đắc. Trên lãnh vực nhân địa tu hành thì một niệm nghĩ tới Phật ắt hạt giống Phật nảy sinh. Ngay trong lúc hạt giống Phật nảy sinh thì đã hàm chứa quả vị Phật viên mãn, vì trong nhân ắt có quả. Trên lãnh vực quả vị tu chứng thì để hạt giống Phật trưởng thành, đơm hoa kết trái, cũng cần phải có duyên phò trợ, mà quá trình làm sạch thân tâm với bao nhiêu nghiệp chướng phiền não từ vô lượng kiếp là một trong những duyên lành không thể thiếu, vì từ nhân đến quả không thể thiếu duyên. Cho nên, trong Kinh Pháp Hoa, đức Phật dạy rằng:

> *"Chư Phật lưỡng túc tôn*
> *Tri pháp thường vô tánh*
> *Phật chủng tùng duyên khởi*
> *Thị cố thuyết nhất thừa."*

Các đức Phật đầy đủ phước trí mà nhân thiên kính ngưỡng biết các pháp vốn không có tự tánh, giống Phật do duyên mà khởi sinh, vì vậy, nói pháp nhất thừa, khai mở con đường thành tựu Phật đạo cho chúng sinh.

Trong Luận Thành Duy Thức đề cập đến 6 đặc tính của chủng tử, tức hạt giống, để giải thích rõ về nguyên lý phát sinh và tồn tại của chủng tử. Sáu đặc tính đó là: Sát-na diệt, quả câu hữu, quyết định tánh, hằng tùy chuyển, đãi chúng duyên và dẫn tự quả. Ở đây cho thấy pháp, bao gồm sắc và tâm pháp, có mặt và tồn tại như hạt giống là pháp sinh diệt liên tục không ngừng nghỉ trong từng sát-na. Một ý niệm khởi lên ắt phải diệt ngay trong sát-na đầu, nhưng không diệt hẳn mà tiếp tục tồn tại trong dạng thức sinh diệt liên tục nếu nó là ý niệm xác định tánh thiện hay ác, nếu nó có đủ duyên để dẫn đến kết quả. Như vậy, khi một chúng sinh khởi ý niệm về Phật thì ngay trong sát-na đầu tiên đó hạt giống Phật tức thì phát sinh, và vì Phật là pháp có đặc tính tối thiện cho nên hạt giống này sẽ tiếp tục tồn tại dưới dạng thức năng lực qua quá trình sinh diệt liên tục cho đến khi viên mãn quả vị Phật. Trong quá trình tồn tại đó, tất nhiên, không phải lúc nào ý niệm Phật cũng được nhớ tới, cũng được trưởng dưỡng qua sức tu tập, mà có khi bị lãng quên trong thời gian dài, nhưng nó được hỗ trợ bằng các thiện duyên khác mà một chúng sinh cưu mang theo.

Điều đó cũng có nghĩa là quá trình thành tựu quả vị viên mãn của hạt giống Phật sẽ được rút ngắn nếu một chúng sinh tiếp tục không ngừng nghỉ việc trưởng dưỡng nó từ đời này sang đời khác, và đặc biệt trưởng dưỡng bằng những chất liệu thích đáng.

Chất liệu thích đáng nói ở trên không gì khác hơn là giáo pháp Đại thừa mà đức Phật Bổn Sư Thích Ca Mâu Ni đã dạy. Đại thừa giáo hàm ngụ hai yếu tính cốt lõi là: phát tâm Bồ-đề cùng với thi thiết từ bi và trí tuệ. Phát tâm Bồ-đề là bước đầu để vận dụng năng lực tâm linh cho đúng hướng. Thi thiết từ bi và trí tuệ là triển khai diệu lực vô hạn của tâm Bồ-đề đó qua hai bình diện từ bi và trí tuệ bằng việc thực nghiệm sáu ba la mật là bố thí, trì giới, nhẫn nhục, tinh tấn, thiền định và trí tuệ.

Phát tâm như thế nào? Là cầu làm Phật và làm cho chúng sinh cũng thành Phật như mình.

Cầu làm Phật thì phải có trí tuệ siêu việt để phá sạch vô minh và diệt trừ phiền não. Độ cho chúng sinh làm Phật thì phải có tâm lượng đại từ bi thương xót và cứu khổ.

Cái khổ của chúng sinh có hai mặt: một là khổ về vật chất, hai là khổ về tinh thần. Khổ về vật chất thì phải lấy vật chất mà bố thí, tức thực hành tài thí. Khổ về tinh thần thì phải đem tinh thần mà bố thí, tức thực hành pháp thí và vô úy thí. Nhưng đem vật chất cho người cũng cần phải biết cách cho chứ không phải ném vào mặt họ là xong chuyện. Cách cho đúng phát xuất từ tấm lòng. Bố thí vì danh, vì lợi, vì che mắt thiên hạ, vì làm cho lấy có là thực hiện việc trao đổi, buôn bán chứ không phải đúng nghĩa bố thí. Cho nên, người có lòng từ bi thấy kẻ nghèo khó, khổ đau liền cảm thông thương xót mà giúp đỡ, không vì bất cứ danh lợi gì. Tuy nhiên, như người xưa nói "giúp ngặt không thể giúp nghèo", muốn cho chúng sinh dứt sạch khổ não thì chỉ có cách duy nhất là giúp họ thành Phật. Thành Phật rồi sẽ vĩnh viễn không còn khổ vật chất và tinh thần nữa. Đó là cách bố thí rốt ráo nhất.

Làm Phật là khai mở toàn diện bản thể chân như, là hiển bày trọn vẹn pháp thân mầu nhiệm, là giác ngộ triệt để bản lai diện mục của chính mình đã bị che khuất trong mây mù vô minh vọng niệm. Xua tan mây vô minh thì chỉ có trí tuệ Bát-nhã mới làm được, ngoài ra không còn cách nào khác. Chìa khóa mở kho báu trí tuệ Bát-nhã là thiền định, bởi lẽ vọng niệm thì tâm động, tâm động là hành tác của vô minh. Hết vọng niệm thì tâm tịnh. Tâm tịnh thì trí sáng. Trí sáng thì mây vô minh bị xóa tan. Mây vô minh sạch thì mặt trời chân như hiển bày, bản lai diện mục tự hiện.

Nói thiền định là nói chung chung. Nếu nói cho rõ thì phải nói thiền và định. Thiền là vận dụng sức nội quán, tức năng lực chiếu kiến của trí tuệ, để nhận diện bản tâm. Phương thức này không cần phải thiền tọa mà có thể thực hiện ngay trong mọi sinh hoạt của đời sống thường nhật lúc đi đứng nằm ngồi. Định bao gồm chỉ và quán, là đình chỉ tạp niệm để thắp sáng năng lực quán chiếu hành tác của tâm. Định cần phải thực hiện trong phương thức thiền tọa, đòi hỏi đình chỉ mọi sinh hoạt lao tác trong một thời gian nào đó.

Dù là thực hành từ bi qua việc bố thí để cứu khổ chúng sinh hay vận dụng trí tuệ để phá vô minh, trực ngộ chân tánh để tự cứu mình, thì cũng đều cần đến nguyên tắc hay khuôn phép nghiêm túc hẳn hoi, tức trì giới; sự nhẫn nại để vượt qua trước bao nhiêu nghịch duyên, nghịch cảnh tức nhẫn nhục; và sự kiên trì bền bỉ không thối lui để đạt cứu cánh, tức tinh tấn. Sáu ba la mật vì vậy không thể thiếu đối với người cầu làm Phật cho mình và cho người.

Nuôi dưỡng hạt giống Phật còn là việc làm cần thiết để vừa nâng cao giá trị tôn quý của đời sống một chúng sinh, vừa góp phần xây dựng và phát triển cộng đồng xã hội dù ở thời đại nào, quốc độ nào.

Nuôi dưỡng hạt giống Phật là nêu ra mục đích cao cả nhất là làm Phật. Trong quá trình làm Phật đó, một chúng sinh tự thể hiện phẩm giá cao quý của mình như là dòng dõi của chư Phật, là một thành phần của chủng tánh Như Lai. Phẩm giá đó ở tầm mức căn bản và phổ quát là bình đẳng tuyệt đối giữa mọi cá nhân, mọi chủng loại. Với phẩm giá bình đẳng như vậy, cho nên không một chúng sinh nào, không một người nào có thể nhân danh bất cứ ai, bất cứ thế lực nào để chà đạp lên phẩm giá và cuộc sống của kẻ khác. Một cộng đồng xã hội biết tôn trọng phẩm giá cao quý của từng người như vậy sẽ là điều kiện ắt có và đủ để có thể vừa duy trì các truyền thống đạo đức nhân bản thuần hậu, vừa tạo dựng vững chắc nền tảng nhân tâm để góp phần kiến tạo hòa bình, ổn định và phát triển xã hội lâu dài.

Nuôi dưỡng hạt giống Phật là triển khai khả tính và năng lực trong mỗi chúng sinh lên tới tầng mức cao nhất hay tối thượng. Đó là quá trình xây dựng và phát triển cuộc sống cá nhân và cộng đồng xã hội từ đáy sâu tăm tối, tội lỗi, nghiệp chướng, và khổ đau lần hồi lên cuộc sống tươi sáng, cải thiện, tiến bộ, lành mạnh, giải thoát, và an lạc. Một cá nhân thực hành tài thí, pháp thí thì cộng đồng xã hội bớt đi phần nào cảnh lầm than khổ cực về vật chất và tinh thần. Nhiều cá nhân thực hành tài thí, pháp thí thì cộng đồng xã hội sẽ có nhiều người bớt khổ hơn về vật chất và tinh thần. Và nếu cả cộng đồng xã hội đều thực hành tài thí, pháp thí thì toàn thể xã hội sẽ hết khổ đau về vật chất và tinh thần. Tương tự như vậy, nhiều người thực hành hạnh trì giới với năm giới: không sát hại sinh vật, không trộm cắp, không tà dâm, không nói dối, không uống rượu, thì cộng đồng xã hội sẽ giảm bớt đi rất nhiều những tệ nạn xấu ác như giết người, trộm cắp, cướp bóc, phá vỡ hạnh phúc gia đình, thị phi tranh chấp, lái xe uống rượu, v.v... Đặc biệt, khi mọi người chú trọng vào việc phát huy trí tuệ thì trình độ dân trí sẽ được nâng cao, các lãnh vực giáo dục, văn hóa, tư tưởng, triết lý, học thuật, khoa học kỹ thuật sẽ được phát triển mạnh mẽ trong cộng đồng xã hội.

Thế mới biết lý tưởng "tịnh Phật quốc độ" của Đại thừa dựa trên nền tảng thành tựu Phật đạo cho chúng sinh là lý tưởng không những có giá trị tôn quý mà còn khả thi. Vì vậy, trong Kinh Duy Ma Cật, Bồ Tát Duy Ma Cật đặc biệt nhấn mạnh đến lý tưởng tịnh Phật quốc độ lấy ba tâm làm nền tảng: Trực tâm, thâm tâm và Bồ-đề tâm. Trực tâm là nhiếp luật nghi giới. Thâm tâm là nhiếp thiện pháp giới. Bồ-đề tâm là nhiêu ích hữu tình giới.

Dùng nhiếp luật nghi để làm pháp luật kỷ cương, điều trị loạn động của cá nhân và xã hội. Lấy nhiếp thiện pháp giới để phục vụ lợi ích cho mọi người. Đem nhiêu ích hữu tình giới để làm viên mãn hai điều trên trong mục tiêu làm cho tất cả chúng sinh đều thành Phật.

Nói tóm lại, nỗ lực giáo hóa một đời của đức Phật không gì khác hơn là làm cho chúng sinh được thành Phật như ngài. Tưởng niệm ngày đản sinh của đức Phật còn gì thiết thực hơn là thực hiện theo bản nguyện của Ngài: nuôi dưỡng hạt giống Phật trong chúng ta.

PHẬT SỰ

Hầu hết mọi người Phật tử Việt Nam đều không những có nghe biết mà còn thường xuyên sử dụng từ ngữ "Phật sự". Nhưng chính vì được nghe biết và sử dụng quá thông thường, cho nên, đôi khi chúng ta lại không có cơ hội để suy nghiệm về ý nghĩa thâm diệu của nó để ứng xử một cách kiến hiệu trong đời sống thường nhật. Vì thế đã dẫn đến việc đánh mất tinh thần cốt tủy trong các Phật sự mà chúng ta đã, đang và sẽ thực hiện.

Vậy Phật sự là gì? Có lẽ không ít người trong chúng ta cho rằng đây là câu hỏi dư thừa. Vấn đề sơ đẳng như vậy mà còn phải hỏi hay sao? Đúng vậy, hiểu biết từ ngữ "Phật sự" một cách từ chương thì quả thật không khó. Nhưng làm được điều sau đây mới là khó: Bằng trạng thái tâm thức bình lặng, nghiêm túc suy nghiệm ý nghĩa uyên áo của việc làm "Phật sự" để hướng mọi hành tác của đời mình đến mục tiêu tối thượng.

Phật sự tức là "việc Phật". Trên bình diện tự giác, việc Phật tức là việc giác ngộ vô minh và giải thoát phiền não. Như vậy, làm Phật sự tức là thực hiện sự giác ngộ và giải thoát cho tự thân. Trên bình diện giác tha, việc Phật tức là việc mà đức Phật làm, đó là việc giáo hóa chúng sinh bỏ ác, làm lành, trong sạch tâm ý. Như thế, làm Phật sự tức là giáo hóa quần sinh để cho họ bỏ ác, làm lành, trong sạch tâm ý và đạt đến giác ngộ giải thoát. Trên bình diện giác ngộ viên mãn, việc Phật tức là công việc ấy tự nó là công việc viên mãn, là công việc khế hợp với lý tánh trung đạo không thiên chấp, là công việc mang bản chất của trí tuệ giác ngộ đốn phá vô minh và tâm đại từ bi cứu khổ độ sinh không phân biệt chủng loại, thân sơ, giai cấp. Do ý nghĩa này, làm Phật sự tức là học và thực hiện việc chuyển hóa mọi hành tác của thân, miệng và ý, mọi công việc của mình và người, để làm sao cho mọi công việc ấy đều viên mãn, đều xa lìa những cố chấp, thiên chấp sai lầm, cục bộ, đều được thắp sáng lên bởi trí tuệ giác ngộ và lòng đại bi không biên giới.

Trong Kinh Diệu Pháp Liên Hoa, phẩm Phương Tiện, đức Phật dạy rằng:

"Chư pháp tùng bản lai,
Thường tự tịch diệt tướng.
Phật tử hành đạo dĩ,
Lai thế đắc tác Phật."

"Các pháp từ xưa nay,
Tướng thường tự vắng lặng.
Phật tử thực nghiệm đạo này rồi,
Tương lai sẽ được làm Phật."

Tướng vắng lặng của các pháp chính là không tánh. Khi dạy điều này, đức Phật muốn khai thị cho chúng hội rằng, bản thể hay nguồn cội của chúng sinh vốn là vắng lặng, không phải ngập tràn vô minh và các phiền não như hôm nay. Chỉ vì chúng sinh chưa thể vén màn vô minh, rửa sạch phiền não trần cấu, cho nên vẫn không nhận diện được bản chất thật của chính mình. Nếu nỗ lực tu tập các thiện pháp, thường xuyên quán chiếu các pháp bằng trí tuệ thâm sâu thì chúng sinh sẽ có ngày tỏ ngộ.

Nhưng chứng ngộ thật sự được đạo lý này để sống trọn vẹn trong đó thì hàng phàm phu với dẫy đầy vô minh và phiền não rất khó thực hiện. Phàm phu từ bản chất tâm thức đến cấu trúc thể xác đều là sản phẩm của vô minh và phiền não. Khởi tâm, phát ngôn, hành động đều là động thái bắt nguồn hoặc bị chi phối từ vô minh và phiền não. Bởi vậy, ngay trong chính những việc thiện mà phàm phu làm cũng không thoát khỏi sự trói buộc của vô minh: làm với cái tâm phân biệt chủ khách nhân ngã, phân biệt thân sơ, phân biệt phước báo quả vị, được khen thì vui mừng hớn hở, bị phê bình chê trách thì phiền não sân si, thấy người làm việc thiện tốt hơn, thành tựu hơn, được người đời tán dương hơn thì đố ky rồi sanh tâm phá hoại, thấy người làm việc thiện gặp nhiều chướng duyên thất bại thì hoặc là mừng thầm, hoặc là không phát khởi một chút thiện tâm thương xót, nhìn người thì chỉ thấy toàn là khía cạnh xấu của họ mà không bao giờ biết rằng chính mình cũng không khá hơn. v.v...

Trong tất cả những thuộc tính của vô minh và phiền não thì "chấp ngã" đứng đầu. Nhìn các pháp mà không quán thấy được rằng đó chỉ là một tập hợp giả tạm của các duyên, không có tự tính, vốn là không, là vắng lặng, thì đó chính là trạng thái chấp ngã, là sự thừa nhận các pháp thật hữu. Bằng vào cái tâm hữu ngã ấy mà tư duy, nói và hành động thì chỉ dẫn đến chỗ tạo nghiệp để lẩn quẩn trong ba cõi sáu đường.

Chính vì vậy mà trong Kinh Hoa Nghiêm đức Phật đã ân cần chỉ giáo:

"Vong thất Bồ-đề tâm, tu chư thiện pháp, thị danh ma nghiệp."

(Thực hiện các điều lành mà quên mất tâm Bồ-đề, đó gọi là hành tác của ma.)

Ma nghiệp chính là hành tác bị chi phối bởi vô minh. Tâm Bồ-đề là tâm Phật, tâm giác ngộ, là trí tuệ giác ngộ quán chiếu các pháp vốn vắng lặng, không có tự tính, không có thật ngã, là tâm trên cầu làm Phật, dưới cứu khổ quần sinh. Thật ra, từ tâm chúng sinh đến tâm Phật vốn không có biên tế. Vì bản thể vắng lặng của các pháp thì không có tên gọi, không Phật cũng không chúng sinh. Mê vô minh, chấp ngã, chấp pháp thì là chúng sinh. Giác ngộ chân tánh, siêu việt có không thì là Phật.

Cho nên, làm Phật sự thì đừng bao giờ quên mất tâm Bồ-đề, dù là trong bất cứ hoàn cảnh nào, bởi vì quên mất tâm Bồ-đề thì đó không còn là Phật sự nữa.

Nếu đem tâm chúng sinh làm Phật sự thì chỉ là xây dựng thêm thành trì kiên cố của vô minh phiền não, chỉ là tạo thêm nghiệp chướng để tự trói buộc mình, rồi sẽ không tránh khỏi phải thọ nhận quả khổ. Ngay trong chính sự phát tâm Bồ-đề cũng còn nhiều sắc thái sai biệt khác nhau, nếu không có trí tuệ tuyển trạch thì không tránh khỏi bị sai lạc. Vì vậy, trong bài văn Khuyến Phát Bồ-đề Tâm, ngài Thật Hiền đã nhắc nhở:

"Biết tám sắc thái khác nhau trên đây là biết cứu xét, biết cứu xét thì biết lấy bỏ, biết lấy bỏ là có thể phát tâm. Cứu xét như thế nào? Là coi cái tâm của ta phát ra, trong tám sắc thái trên đây, nó là tà hay chánh, chân hay ngụy, đại hay tiểu, thiên hay viên. Lấy bỏ như thế nào? Là bỏ tà, ngụy, tiểu, thiên, lấy chánh, chân, đại, viên. Phát tâm như vậy mới được gọi là chân chánh phát Bồ-đề tâm." (Phát Bồ-đề Tâm, Thích Trí Quang dịch)

Người làm Phật sự là hưng phát một thệ nguyện vĩ đại quyết tâm thành tựu quả vị giác ngộ tối thượng như đức Phật. Cho nên, lấy Phật sự để chuyển hóa mình và người, để thắp sáng hạnh nguyện siêu việt của chư Phật, để làm biểu tượng đặc thù cho nền đạo lý giải thoát và giác ngộ giữa nhân gian tăm tối. Trong cuốn Người Xuất Gia, Hòa Thượng Thích Trí Quang đã viết:

"Người Xuất gia hướng dẫn tín đồ, không phải đem con người của mình ra hướng dẫn mà là hướng dẫn bằng tư cách xuất gia của mình. Sự sinh hoạt chính là một trong tư cách đó. Tư cách đó có hợp chánh pháp mới hoàn thành nhiệm vụ 'hóa tha' được."

Cụm từ "con người của mình" mà Hòa Thượng Thích Trí Quang dùng là nói đến bản chất phàm phu vô minh phiền não chưa tu tập để tẩy trừ, là cái chấp ngã tồn tại. Còn cụm từ "tư cách xuất gia" là chỉ cho phẩm chất đạo đức giác ngộ và giải thoát mà người xuất gia thực hành để có được. Trong ý nghĩa đó, đem bản chất phàm phu vô minh phiền não để làm Phật sự thì không hợp với chánh pháp. Ngay trong sinh hoạt thường nghiệm cũng vậy, người con Phật phải thể hiện ý thức tự giác và giác tha trong mỗi giây phút, trong mỗi sự việc. Nếu không như vậy thì dù cho có làm bao nhiêu điều mà mình tự gọi là "Phật sự" cũng không đem lại lợi lạc gì cho sự nghiệp giải thoát khổ đau của mình và người.

Đạo Phật có mặt, các tổ chức Phật Giáo ra đời là để vận dụng phương tiện trong mục đích mang lại sự giác ngộ và giải thoát cho mình và tha nhân. Chính vì vậy mà những việc làm giá trị ưu việt ấy mới được mệnh danh là "Phật sự". Là người con Phật, nếu muốn đền đáp công ơn giáo hóa sâu dày của Ngài thì xin hãy làm cho ý nghĩa của "Phật sự" thêm bừng sáng, thêm hiệu năng, thêm cao quý, thêm mầu nhiệm. Xin đừng biến "Phật sự" thành "thế gian sự", thành "chúng sinh sự."

CON TRÂU NHÀ PHẬT

Tại các nước nông nghiệp Châu Á như Ấn Độ, Trung Quốc, Việt Nam, v.v..., trải qua hàng ngàn năm, con trâu là hình ảnh quen thuộc, gần gũi và giúp ích như một phần quan trọng trong sinh hoạt thường nhật của người nông dân.

Đạo Phật khởi đi từ Ấn Độ và truyền bá sang các nước lân bang trong khu vực Châu Á, cho nên trong truyền thống kinh điển cũng như trong cách dạy đạo từ thời Phật cho đến sau này đều có hình ảnh con trâu hiển hiện.

Từ hình ảnh quen thuộc đối với con người đến tính biểu tượng của sự thuần hóa, chăn trâu thật sự là thí dụ điển hình để đưa vào trong phương thức giáo hóa của đạo Phật. Chính vì vậy, việc chăn trâu đã được đề cập đến nhiều lần trong những thời pháp của Đức Phật khi Ngài còn tại thế. Việc chăn trâu cũng đã tiếp tục có mặt trong các phương pháp dạy đạo của chư vị tổ sư, thiền sư qua nhiều thế hệ, tại nhiều quốc độ.

Trâu ví như vọng tâm điên đảo

Quá trình thuần hóa con trâu từ bản chất hung hăng, tàn bạo và dã man như loài thú hoang trở thành hiền hòa, nhẫn nại, siêng năng và chịu phục theo con người là một quá trình không chỉ mang đặc trưng về mặt giáo dục trong thế giới thực dụng thường nghiệm của thế gian mà còn mang tính biểu tượng về mặt giáo hóa và chuyển hóa tâm linh trong thế giới nhà Phật. Trong ý nghĩa đó, tâm vô minh của chúng sinh, của con người với sự si mê của con trâu vốn khởi đi từ một gốc gác vô minh như nhau. Cả hai đều không giác ngộ được tâm như thật của mình. Cả hai đều sống theo vọng tâm điên đảo từ hằng hà sa số kiếp. Cả hai đều bị ông chủ vô minh sai khiến mà không biết. Nhưng cả hai đều vốn sẵn có tánh Phật hay tánh giác siêu việt. Cả hai đều có thể thành tựu giác ngộ và giải thoát. Cả hai đều là Phật sẽ thành.

Chính vì vậy, trong Luận Đại Thừa Khởi Tín, Bồ Tát Mã Minh đã chỉ rõ tâm chúng sinh chứa đựng hai diệu nghĩa: một là chân tâm tức tâm chân như bất sinh diệt; hai là vọng tâm tức tâm sinh diệt điên đảo. Trâu ví như vọng tâm điên đảo. Người tu tập chuyển hóa tâm giống như kẻ mục đồng chăn trâu, điều ngự vọng tâm sinh diệt để thuần phục nó. Bởi lẽ đó, quá trình tu chứng chính là quá trình chuyển hóa tâm, từ vọng sang chân, từ sinh diệt sang vô sinh diệt, từ mê sang ngộ, từ chúng sinh sang quả vị Phật. Nhưng quá trình chuyển hóa tâm đó, tùy theo căn cơ của người tu mà có đốn tiệm, có cao thấp, có sâu cạn.

Tùy theo căn cơ và đối tượng, có khi đức Phật dạy lấy sự nhiếp phục thân khẩu ý qua phương thức giới định làm chuẩn. Có khi đức Phật dạy phép chỉ thẳng lấy sự chiếu kiến tự tánh qua trí tuệ là chính. Đa phần trong các Kinh thuộc Thanh Văn Thừa, đức Phật chỉ pháp điều phục thân tâm qua con đường giới định. Giống như câu chuyện sau đây từ trong Kinh Phóng Ngưu của Bộ Tăng Nhất A Hàm, mà sau này trong Luận Đại Trí Độ, Bồ Tát Long Thọ cũng đã thuật lại trong cuốn 2, chương 3, phần giải thích Bà Già Bà.[1]

Đức Phật Giảng Pháp: Từ 11 Cách Chăn Trâu

Chuyện kể rằng, năm đó, vua Tần Bà Sa La (Bimbisàra) của nước Ma Kiệt Đà (Magadha), một nước ở miền Trung Ấn

---

[1] Bà Già Bà: Tiếng Phạn là Bhagavat. Dịch âm theo Hán ngữ là Bạc Già Phạm, Bà Già Phạm, Bà Già Bà. Dịch nghĩa theo Hán ngữ là Hữu Đức, Hữu Thanh Danh, Năng Phá, Thế Tôn. Đây là một trong 10 hiệu của đức Phật gồm: Như Lai, Ứng Cúng, Chánh Biến Tri, Minh Hạnh Túc, Thiện Thệ, Thế Gian Giải, Vô Thượng Sĩ, Điều Ngự Trượng Phu, Thiên Nhân Sư, Phật Thế Tôn.

Độ thời Phật, đã phát tâm hộ trì tứ sự cúng dường cho Phật và 500 vị Tỳ-kheo trọn 3 tháng an cư kiết hạ. Do vậy, nhà vua đã cần đến sự cung cấp sữa trâu của nhiều nhà nuôi trâu trong nước. Vào cuối mùa an cư, vì muốn tạo phước duyên cho những người chăn nuôi trâu, nên vua Tần Bà Sa La đã cho gọi tất cả bọn họ đến để gặp Phật. Khi được thông báo của nhà vua, nhiều người chăn trâu nói với nhau rằng, nhân dịp đến gặp Phật họ sẽ thử xem lời đồn đức Phật là bậc Nhất Thiết Trí, cái gì cũng biết, có đúng thật hay không. Rồi họ cùng nhau bàn bạc. Nhiều người trong số họ nói rằng, Sa Môn Cồ Đàm sinh ra trong dòng Sát Đế Lợi, lớn lên được học hỏi và tinh thông mọi chuyện, từ tứ thư Vệ Đà đến thiên văn toán số, từ triết học đến tôn giáo, từ giáo dục đến xã hội, từ luận lý đến vấn nạn... cái gì ngài cũng đã biết. Chúng ta không thể đem những vấn đề ấy để trắc nghiệm ngài. Duy chỉ có việc chăn trâu, việc mà từ nhỏ đến lớn ngài chưa từng biết qua, là vấn đề có thể làm khó được ngài. Quyết định như vậy, những người chăn trâu cùng nhau đi đến Tịnh Xá Trúc Lâm, nơi Phật và 500 vị Tỳ-kheo đang an cư.

Đến nơi, những người chăn trâu nhìn thấy hội chúng đang có mặt đông đảo chư vị Tỳ-kheo, các hàng cư sĩ, Bà La Môn, Sát Đế Lợi, v.v... ngồi ngay ngắn chỉnh tề trong im lặng. Trước mặt hội chúng đông đảo ấy, trên Tòa Kim Cang, đức Phật đang tĩnh tọa. Nhìn tướng hảo quang minh, oai đức sáng rỡ, dáng vẻ từ bi, phong cách tự tại như ngọn núi Tu Di sừng sững trang nghiêm của đức Phật, những người chăn trâu liền khởi tâm kính ngưỡng. Họ đến gần, đi ba vòng quanh đức Phật, theo nghi cách cung kính của Ấn Độ thời bấy giờ, rồi cùng nhau ngồi xuống một bên. Khi ấy, đại diện của những người chăn trâu hỏi Phật:

- Thưa Sa Môn Cồ Đàm, người chăn trâu có mấy điều thành tựu để cho bầy trâu nhiều thêm và an ổn?

Đức Phật bình thản trả lời:

- Này chư vị, có mười một điều để người chăn trâu làm cho bầy trâu nhiều thêm và an ổn. Những gì là mười một? Đó là biết sắc, biết tướng, biết mổ xẻ, biết che vết thương, biết hun khói, biết đường đi tốt, biết chỗ trâu thích hợp, biết khéo đưa qua sông, biết chỗ an ổn, biết giữ sữa, biết nuôi trâu chúa. Nếu người chăn trâu biết mười một điều này thì có thể làm cho bầy trâu thêm nhiều và an ổn.

Sao lại gọi là biết sắc? Là biết sắc đen, sắc trắng, tạp sắc.

Sao lại gọi là biết tướng? Là biết trâu có tướng tốt hay không có tướng tốt, khi hợp với bầy trâu khác nhân tướng mà biết.

Sao lại gọi là biết mổ xẻ? Là trâu bị các loại trùng hút máu thì vết thương lở ra, mổ xẻ thời trừ hại, thời vui tươi.

Sao lại gọi là biết che vết thương? Là biết lấy vải, cỏ, lá để ngăn ngừa chỗ muỗi mòng chích đốt.

Sao lại gọi là biết hun khói? Hun khói là để trừ muỗi mòng, trâu ở xa thấy khói thì nhắm theo mà về nhà.

Sao lại gọi là biết đường đi? Là biết con đường trâu đi về tốt hay xấu.

Sao lại gọi là biết chỗ trâu thích hợp? Là biết làm cho trâu sinh sôi, an ổn, ít bệnh.

Sao lại gọi là biết khéo đưa qua sông? Là biết chỗ dễ vào, dễ qua, không sóng dữ, trùng độc.

Sao lại gọi là biết chỗ an ổn? Là biết chỗ ở không có cọp beo, sư tử, ác trùng, độc thú.

Sao lại gọi là biết giữ sữa? Trâu mẹ ái niệm trâu con nên cho sữa. Vì sữa giữ lại một phần nên trâu mẹ vui mừng, thời tiếp nối không khô kiệt, chủ trâu và người chăn trâu ngày ngày có ích.

Sao lại gọi là biết nuôi trâu chúa? Bảo hộ trâu đực lớn, vì nó giữ gìn đàn trâu, nên phải nuôi nấng không để ốm gầy, cho uống dầu mè, trang sức bằng anh lạc, ra dấu hiệu với cái tù-và sắt, biết cọ xát, khen ngợi v.v...[1]

Khi những người chăn trâu nghe đức Phật dạy về mười một cách chăn trâu thông thạo như vậy thì rất kính phục. Họ tự nghĩ, cho dù là người chuyên môn chăn trâu với kinh nghiệm dày dạn thì cũng chỉ có thể biết được ba bốn việc là cùng, làm sao có thể biết đến mười một cách chăn trâu như thế. Việc chăn trâu mà ngài còn biết rành như vậy thì các việc khác làm sao ngài không biết. Cho nên, họ tin rằng đức Phật là bậc Nhất Thiết Trí.

Tới 11 cách tiến tu đạo nghiệp

Nhân những người chăn trâu hỏi về cách chăn trâu, đức Phật đã dạy cho chư vị Tỳ-kheo mười một cách thúc liễm thân tâm, tiến tu đạo nghiệp. Kinh Phóng Ngưu trong Tăng Nhất A Hàm thuật lại lời Phật dạy chư vị Tỳ-kheo như sau:

"Cũng vậy, cũng như người chăn trâu, Tỳ-kheo thành tựu mười một pháp mà không mất thời tiết, trọn không bị trở ngăn. Tỳ-kheo thành tựu mười một pháp như vậy, ngay trong hiện pháp, được nhiều điều lợi ích. Những gì là mười một? Ở đây, Tỳ-kheo biết sắc, biết tướng, biết vuốt chải, biết che đậy vết thương, biết xông khói, biết ruộng tốt chỗ có nhiều cỏ, biết điều đáng yêu, biết chọn đường đi, biết chỗ qua sông, biết kính Tỳ-kheo trưởng lão mà tùy thời lễ bái.

Thế nào là Tỳ-kheo biết sắc? Ở đây, Tỳ-kheo biết sắc bốn đại, và cũng biết sắc do bốn đại tạo. Đó gọi là Tỳ-kheo biết sắc.

Thế nào là Tỳ-kheo biết tướng? Ở đây, Tỳ-kheo biết

---

[1] Trích Luận Đại Trí Độ, Bồ Tát Long Thọ viết, Cưu Ma La Thập dịch Hán, Thích Thiện Siêu dịch Việt.

tướng ngu, biết tướng trí; biết như thật. Như vậy, Tỳ-kheo biết tướng.

Thế nào là Tỳ-kheo biết vuốt chải? Ở đây, Tỳ-kheo khi khởi tâm niệm dục tưởng, liền biết xả ly, không thân cận, vĩnh viễn không có dục tưởng. Khi sân tưởng, hại tưởng, các tưởng ác bất thiện khởi lên, liền biết xả ly, không thân cận, vĩnh viễn không có sân tưởng các thứ. Như vậy, Tỳ-kheo biết vuốt chải.

"Thế nào là Tỳ-kheo biết che đậy vết thương? Ở đây, Tỳ-kheo khi mắt thấy sắc mà không khởi sắc tưởng, cũng không nhiễm trước, mà làm thanh tịnh nhãn căn; trừ khử các pháp ác bất thiện, sầu ưu, tâm không tham đắm, ở trong đó mà thủ hộ nhãn căn. Cũng vậy, Tỳ-kheo khi tai nghe tiếng, mũi ngửi hương, lưỡi nếm vị, thân biết trơn láng, ý biết pháp mà không khởi thức tưởng, cũng không nhiễm trước, mà thanh tịnh ý căn. Như vậy, Tỳ-kheo biết che đậy vết thương.

Thế nào là Tỳ-kheo biết xông khói? Ở đây, Tỳ-kheo nói lại cho người khác pháp mà mình đã từng nghe. Như vậy, Tỳ-kheo biết xông khói.

Thế nào là Tỳ-kheo biết ruộng tốt chỗ có nhiều cỏ? Ở đây, Tỳ-kheo như thật biết tám phẩm đạo Hiền Thánh. Như vậy, Tỳ-kheo biết ruộng tốt chỗ có nhiều cỏ.

Thế nào là Tỳ-kheo biết điều đáng yêu quý? Ở đây, Tỳ-kheo nghe pháp bảo mà Như Lai đã nói, trong tâm liền yêu quý. Như vậy, Tỳ-kheo biết điều đáng yêu quý.

Thế nào, Tỳ-kheo biết chọn đường đi? Ở đây, Tỳ-kheo đối với 12 bộ kinh biết lựa chọn mà hành. Đó là, Khế kinh, Kỳ-dạ, Thọ quyết, Kệ, Nhân duyên, Bản mạt, Phương đẳng, Thí dụ, Sanh kinh, Thuyết, Quảng phổ, Vị tằng hữu pháp. Như vậy, Tỳ-kheo biết chọn đường đi.

Thế nào, Tỳ-kheo biết chỗ qua sông? Ở đây, Tỳ-kheo biết bốn niệm xứ. Đó là Tỳ-kheo biết chỗ qua sông.

Thế nào, Tỳ-kheo biết ăn vừa đủ no? Ở đây, Tỳ-kheo có bà-la-môn, ưu-bà-tắc, là những người có tín tâm, đến thỉnh. Tỳ-kheo không tham ăn uống, có thể biết đủ mà dừng lại. Tỳ-kheo như vậy là biết vừa đủ.

Thế nào là Tỳ-kheo tùy thời cung kính Tỳ-kheo trưởng lão? Ở đây, Tỳ-kheo thường với thiện hành bởi thân, miệng, ý đối với các Tỳ-kheo trưởng lão. Như vậy là Tỳ-kheo tùy thời cung phụng các Tỳ-kheo trưởng lão.

Tỳ-kheo thành tựu mười một pháp như vậy, ở ngay trong hiện pháp, được nhiều điều lợi ích."[1]

Xe dê, xe hươu và xe trâu

Trong Kinh Đại Thừa Diệu Pháp Liên Hoa (Mahayana Saddharma Pundarika Sutra), Phẩm Thí Dụ thứ 3, để nêu rõ chủ đích "hội tam quy nhất", tức là đem Ba Thừa về Nhất Thừa, đức Phật đã kể câu chuyện về người cha tìm cách cứu các đứa con đang mê chơi trong nhà lửa bằng việc đưa ra ba cỗ xe đẹp và lộng lẫy hầu kích thích lòng ham thích của các con để chúng chạy ra khỏi nhà lửa. Nhà lửa chỉ cho ba cõi (tam giới): dục giới, sắc giới và vô sắc giới. Ba cỗ xe đó là: xe dê, xe hươu và xe trâu. Xe dê tượng trưng cho Thanh Văn Thừa. Xe hươu biểu thị cho Duyên Giác Thừa. Xe trâu chỉ cho Đại Thừa hay Nhất Phật Thừa.

Bản nguyện của đức Phật đã được nói rõ trong Phẩm Phương Tiện thứ hai của Kinh Pháp Hoa rằng: "Các đức Phật ra đời vì một nhân duyên lớn là muốn khiến cho chúng sinh được khai mở, chỉ bày, hiểu rõ và thâm nhập vào tri kiến của Phật."

---

[1] Trích Kinh Tăng Nhất A Hàm, Phẩm 49, Phóng Ngưu, Thích Đức Thắng dịch, Thích Tuệ Sỹ hiệu đính và chú thích.

Tri kiến Phật tức trí tuệ giác ngộ vô minh và giải thoát phiền não khổ đau. Phật Thừa chính là mục tiêu duy nhất và tối thượng đó. Hay nói một cách khác, đức Phật ra đời là để giúp cho chúng sinh thành Phật. Trừ thành Phật ra không có cách nào khác có thể dứt sạch gốc rễ vô minh và giải thoát triệt để khổ đau. Mục tiêu trọng đại và lợi lạc này cần phải được phổ truyền cho tất cả chúng sinh cùng được thừa hưởng. Với lý tưởng đó, việc tự tu tự độ không thể hoàn thành được sứ mệnh cao cả của đức Phật mà phải cần đến con đường mở rộng hơn để tế độ hết thảy chúng sinh. Con đường ấy chính là Đại Thừa. Đại thừa là cỗ xe trâu, cỗ xe lớn, cỗ xe có thể chở được nhiều người.

Việc dùng xe trâu để biểu tượng cỗ xe Đại Thừa mang nhiều ý nghĩa thâm diệu. Thứ nhất, con trâu là con vật được nuôi trong nhà. Hình ảnh con trâu gắn liền với đời sống của người dân. Nó đi vào trong sinh hoạt thường nhật của từng con người, từng gia đình. Lấy con trâu làm con vật kéo xe Đại Thừa nói lên được tính đại chúng, tính phổ quát, tính bình dân của lý tưởng thành Phật. Thứ hai, con trâu là con vật có sức mạnh đảm đang việc kéo xe để chuyên chở nhiều đồ đạc, nhiều người, không biết mệt mỏi. Cỗ xe trâu Đại Thừa vì vậy mới có thể chở được nhiều chúng sinh để đi trên đoạn đường dài từ phàm phu đến thành Phật. Thứ ba, con trâu, như đã nói ở trên, tượng trưng cho tâm vô minh của chúng sinh. Con đường thành Phật khởi đi từ tâm chúng sinh đến tâm Phật, từ giai đoạn một chúng sinh bắt đầu sơ phát Bồ-đề tâm cho đến khi hoàn thành việc giác ngộ và giải thoát. Chính vì vậy, cỗ xe chở chúng sinh đi từ bờ bên này (thử ngạn) vô minh khổ não đến bờ bên kia (bỉ ngạn) giác ngộ an lạc phải là cỗ xe tâm chúng sinh, tức cỗ xe trâu, rồi lần hồi chuyển hóa thành tâm giác ngộ, tức cỗ xe Phật Thừa trọn vẹn.

Con trâu trong lời dạy cuối của Đức Phật

Ngay trong đêm nhập Niết-bàn tại rừng cây Sa La (Salavana) ở thành Câu Thi Na (Kushinagar), đức Phật, trong lời dặn dò cuối cùng đối với chư vị Tỳ-kheo, cũng đã có dạy:

"Các thầy Tỷ kheo, đã ở trong tịnh giới thì phải chế ngự năm thứ giác quan, không cho phóng túng vào trong năm thứ dục lạc. Như kẻ chăn trâu, cầm gậy mà coi giữ, không cho phóng túng, phạm vào lúa má của người." (Kinh Lời Dạy Cuối Cùng Của Đức Phật, tức Kinh Di Giáo, Thích Trí Quang dịch.)

Đem hành động cầm gậy trông chừng trâu để nó khỏi ăn lúa mạ của người so sánh để minh họa cho hành động tự chế không buông thả năm căn chạy theo năm dục vọng là một lối thí dụ vừa cụ thể, linh hoạt, vừa tế nhị, sâu sắc. Điều này cũng nói lên cách dạy đạo, cách giáo dục rất thực tế, rất sống động và hữu hiệu của đức Phật. Ngài đưa ra một hình ảnh mà trong thính chúng không một vị nào không biết, không hiểu. Đối với năm dục trong tâm chúng sinh lúc nào cũng sẵn sàng khởi lên để thao tác, người tu cẩn thận trọng trong từng giây phút như mục đồng trông coi trâu không để nó ăn lúa mạ của người. Mục đồng nếu sơ hở trong giây lát thì trâu sẽ ăn lúa mạ ngay. Người tu không tự chế trong mỗi ý tưởng, lời nói và hành động thì năm dục sẽ có cơ hội thao tác. Giống như trong Kinh Tứ Thập Nhị Chương, đức Phật cũng ân cần nhắc nhở:

"Người hành Đạo giống như con trâu chở nặng đi trong bùn sâu, mệt lắm mà không dám nhìn hai bên, ra khỏi bùn lầy rồi mới có thể nghỉ ngơi. Người Sa môn phải luôn quán chiếu tình dục còn hơn bùn lầy, một lòng nhớ Đạo mới có thể khỏi bị khổ vậy." (Kinh Tứ Thập Nhị Chương, Chương 41, Thích Viên Giác dịch và giải.)

Huyền ký về trâu của nhà thiền Trung Hoa

Khi Bồ-đề Đạt Ma đem Thiền từ Ấn Độ truyền vào đất Trung Hoa vào đầu thế kỷ thứ 6 Tây lịch như cây được trồng đúng vùng đất và khí hậu tốt, cho nên đã hưng phát rực rỡ. Ngài đã để lại một huyền ký cho tương lai Thiền của Trung Hoa qua bài kệ:

> *Ngô bổn lai tư thổ,*
> *Truyền pháp độ mê tình.*
> *Nhứt hoa khai ngũ diệp,*
> *Kết quả tự nhiên thành.*
>
> *(Ta đến đất nước này,*
> *Truyền pháp cứu kẻ mê.*
> *Một hoa nở năm cánh,*
> *Kết quả tự nhiên thành.)*

Huyền ký đó đã ứng nghiệm chính xác vào lịch sử khởi nguyên của Thiền Đông Độ với khai tổ Bồ-đề Đạt Ma và năm vị tổ kế thừa. Rồi hai thế kỷ sau, tức thời nhà Đường, một hoa Thiền Tào Khê của Lục Tổ Huệ Năng nở ra năm cánh chỉ cho năm trường phái Thiền lớn nhất khởi đi từ Lục Tổ: Lâm Tế, Tào Động, Quy Ngưỡng, Vân Môn, và Pháp Nhãn. Hai trong 5 trường phái Thiền trên là Lâm Tế và Tào Động sau đó đã được truyền qua Việt Nam và phát triển rất mạnh, nhất là Tông Lâm Tế cho đến nay vẫn còn.

Trung Hoa là đất nước nông nghiệp. Các Thiền sư đều có liên hệ trực tiếp hay gián tiếp với nếp sống và sinh hoạt nhà nông. Cho nên, Thiền sư Bách Trượng đã chủ trương các thiền viện tự túc canh tác để sống, tu và hành đạo. Ngài nói "nhất nhựt bất tác, nhất nhựt bất thực," một ngày không làm, một ngày không ăn. Trong bối cảnh đất nước và xã hội đó, hình ảnh con trâu rất gần gũi trong nhà Thiền. Cho nên, từ rất sớm, Phật Giáo Trung Hoa đã minh họa quá trình chuyển mê khai ngộ trong mười bức tranh chăn trâu của Đại

Thừa lẫn Thiền Tông. Các Thiền sư, trong những cách dạy Thiền, thường đề cập đến con trâu và việc chăn trâu.

Chuyện kể, một hôm thiền sư Mã Tổ hỏi thiền sư Thạch Củng:

- Ông làm gì đây?

- Chăn trâu.

- Chăn như thế nào?

- Mỗi khi nó chạy vào đồng cỏ thì xỏ mũi kéo lại, thế là người chăn giỏi.

Hoặc như câu chuyện thiền sư Đại An tham vấn với thiền sư Bách Trượng:

- Tôi khát khao muốn biết Phật pháp, việc đó thế nào?

- Hệt như cưỡi trâu tìm trâu.

- Hiểu rồi làm sao?

- Như người cưỡi trâu về nhà.

- Rồi làm sao giữ trước sau khế hợp?

- Như người chăn trâu cầm roi giữ trâu, đừng cho phạm vào lúa mạ của người.

Hoặc, có hôm, ngài Đại An thăng đường dạy chúng:

"Đại An ba mươi năm ở Qui sơn, ăn cơm Qui sơn, đại tiểu tiện Qui sơn, mà chẳng học Thiền Qui sơn. Ngày đêm chỉ xem chừng một con trâu nước đen. Nếu nó đi lạc vào trong cỏ mạ, liền nắm mũi kéo lại. Vừa mới xâm phạm đến ruộng lúa người ta, liền đưa roi ra quất. Thật đáng thương! Trâu bị điều phục lâu ngày trở nên thuần thục, vâng lời người dạy mắng. Giờ đây trâu đen đã hóa thành trâu trắng, sờ sờ rõ ràng trước mặt, trọn ngày đuổi cũng không đi."

Trong câu chuyện trên, thiền sư Đại An có nói đến trâu đen và trâu trắng. Trâu đen chỉ tâm vô minh. Trâu trắng chỉ tâm giác ngộ. Trọn ngày đuổi không đi là tâm đã được điều phục, không còn dong ruổi theo trần cảnh. Đó là trạng thái tâm lúc nào cũng hiện tiền trong minh giác, là trạng thái hiện pháp lạc trú.

Con trâu trong nhà thiền Việt Nam: Tuệ Trung Thượng Sĩ "Phóng Ngưu"

Những chuyện Thiền liên quan đến trâu như vậy còn nhiều, nhưng đó là chuyện nhà Thiền của Trung Hoa. Việt Nam cũng là đất nước nông nghiệp. Phật Giáo truyền vào Việt Nam còn sớm hơn vào Trung Hoa, vì qua ngả các thương buôn đi bằng đường hàng hải trực tiếp từ Ấn Độ sang Giao Chỉ, Giao Châu. Vào thời Tam Quốc, Thiền sư Khương Tăng Hội từ Giao Chỉ đã sang Kinh Châu của Đông Ngô để truyền bá đạo Phật. Ngày xưa, các ngôi Chùa ở Việt Nam đa phần đều có ruộng đất canh tác, hoặc là ruộng do chư Tăng tự khai phá tạo nên, hoặc là do triều đình cấp, hoặc là ruộng do quần chúng Phật tử hiến cúng. Đặc biệt các ngôi Chùa tại mỗi làng đều có ruộng đất để tự canh tác. Có chùa còn nuôi cả trâu, bò để cày ruộng hay lấy phân bón hoa màu. Hình ảnh con trâu, vì vậy lại càng gần gũi và thân thiết hơn với Thiền môn.

Vào thời nhà Trần, trong Thiền môn Việt Nam xuất hiện một nhân vật kiệt xuất. Đó là Tuệ Trung Thượng Sĩ Trần Tung, một thiền sư đắc đạo có hành trạng diệu dụng mà mắt phàm khó thấy rõ. Chuyện kể về vị thiền sư này khá nhiều và li kỳ, song ở đây chỉ xin nhắc đến vài bài thơ ông làm có đề cập đến con trâu. Bài Phóng Ngưu như sau:

Ngẫu hứng Quy sơn đắc đệ lân,
Hoang vu cam tác mục ngưu nhân.
Quốc vương đức trạch khoan như hải,
Tùy phận ta ta thủy thản xuân.

Trúc Thiên đã dịch như sau:

Chợt hướng non Quy được thảnh thơi,
Đồng hoang đành vậy giữ trâu chơi.
Nhà vua đức rộng như sông biển,
Tùy phận xuân về nước cỏ tươi.

Trong một bài thơ khác, Tuệ Trung Thượng Sĩ cũng không tách rời con trâu đang chăn của ông.

Nhất thân độc thủ nhất nê ngưu,
Đằng ty khiên lai vi khẳng hưu.
Tương đáo Tào Khê đô phóng hạ,
Mang mang thủy cấp đả viên cầu.

Đại Lãn dịch như sau:

Một mình cố giữ con trâu đất,
Xỏ mũi dắt về chẳng nghỉ ngơi.
Vừa đến Tào Khê buông xuống hết,
Mênh mông nước chảy cuốn bọt trôi.

(Cả hai bài thơ của Tuệ Trung Thượng Sĩ ở trên được trích theo bài viết của Đại Lãn, Con Trâu Đất Một Biểu Tượng Độc Đáo của Tuệ Trung, nguồn www.daitangkinhvietnam.org).

Đến thời Trịnh Nguyễn phân tranh, trong một bài thơ tương truyền là của thiền sư Hương Hải cũng đã đề cập đến việc đi tìm chân tánh hay bản lai diện mục như đi tìm trâu. Bài thơ như sau:

Tầm ngưu tu phỏng tích,
Học đạo quý vô tâm.
Tích tại ngưu hoàn tại,
Vô tâm đạo dị tầm.

Tạm dịch nghĩa:

Tìm trâu cần theo dấu,
Học đạo quý vô tâm.

> *Dấu còn trâu còn đó,*
> *Vô tâm đạo dễ thành.*

Vô tâm không phải là vô tình, vô cảm, thờ ơ, chuyện gì cũng không cần biết tới. Vô tâm như vậy thì có khác gì gỗ đá? Vô tâm là thấy được tánh không sinh diệt của tâm, là thấy tánh. Cho nên trong Kinh Kim Cang Bát-nhã, đức Phật dạy: *"Nhược kiến chư tướng phi tướng, tức kiến Như Lai."* Thấy được tánh không của các pháp tức là kiến tánh, tức là thấy Phật. Tâm không sinh cho nên các pháp không sinh. Vì vậy không bị vướng mắc hay trói buộc vào trần cảnh. Đó là trạng thái vô tâm của nhà Phật.

Trong tâm mỗi người đều có vóc dáng con trâu. Con trâu đó thuần hậu hay hung hăng, trắng hay đen là tùy mỗi người. Để cho con trâu tâm thuần đen thì nó sẽ không ngừng gây phiền não và khổ đau cho mình và người. Biết cách chăn, điều phục và chuyển hóa thì nó sẽ được thuần hậu, trở đen thành trắng.

Nhìn theo khía cạnh này, đạo Phật quả là bình dân và thiết thực: không dạy gì khác ngoài việc chăn trâu. Nhưng để đạt đến cảnh giới như chàng mục đồng ngồi trên mình trâu, ngêu ngao hát khúc nghê thường, hay thong dong thổi điệu sáo thiên thai thì không dễ. Người ta phải sống gần gũi, lân mẫn, lăn lộn, vất vả, chăm sóc cho nó từng đám cỏ, từng bụm nước, chạy vòng quanh theo nó trong các nẻo đường ngõ hẻm hay bờ ruộng ao hồ, đôi khi phải dùng đến roi để thị uy, dùng đến ngàm để buộc miệng, dùng đến dây để trói buộc, rồi nó mới chịu phục mà nghe lời. Một khi trâu đã biết nghe lời thì chàng mục đồng mới thong dong tự tại trên đồng cỏ thênh thang.

Khi mê ngộ đã tan theo tiếng sáo của chàng mục đồng thì không còn trâu đen hay trâu trắng, trâu nhà Phật hay trâu thế gian, vì nhất thiết pháp vô sở đắc...

HUYỀN THOẠI RẮN

Hàng ngàn năm trước Tây lịch, khi thổ dân Dravidian còn ngự trị khắp lãnh thổ Ấn Độ cổ thời, vùng phía tây Hy Mã Lạp Sơn là lãnh địa của rắn.

Vốn là vùng rừng núi bạc ngàn nằm trên nóc nhà thế giới, Hy Mã Lạp Sơn là nơi thâm u bí hiểm với sơn lam chướng khí trùng trùng và vô số loài thú dữ cư ngụ sẵn sàng lấy mạng người để làm thức ăn. Thời đó, thổ dân Dravidian không có đủ vũ khí hùng mạnh để chống cự với các loài mãnh thú và tự bảo vệ mình. Từng người vào rừng săn tìm thức ăn đã không thấy trở về. Độc địa nhất không phải chỉ là những hổ, cọp, gấu, beo nằm lồ lộ chờ mồi bên bờ suối, dưới gốc cây hay trong khe đá, mà ngay bên dưới lớp lá khô mục của đường rừng là những loài rắn nguy hiểm chực chờ bước chân người.

Trong số rắn độc, lấy mạng nhiều thổ dân Dravidian nhất là loài mãng xà hung bạo. Chúng không những ở trên mặt đất mà còn ở dưới nước của sông, suối, khe, lạch, ao, mương. Người Dravidian còn cho rằng loài mãng xà có khả năng gọi mưa, thổi gió để trừng phạt con người. Thổ dân sợ loài rắn đó lắm. Họ không biết làm sao để đối phó hay trốn tránh chúng. Họ chỉ biết cầu nguyện. Và rồi họ nghĩ rằng cách hữu hiệu nhất là lập đền thờ rắn để cầu khẩn thần rắn tha mạng cho họ. Thần Nàga xuất hiện từ đó. Nàga không đơn giản là tên gọi một loài rắn bình thường mà còn biểu đạt sức mạnh siêu nhiên của thần linh có khả năng tàn hại hay cứu mạng con người. Huyền thoại Ấn Độ cổ thời cho rằng Thần Brahma rất sủng ái và tin tưởng hoàng tử rắn là Sesha nên giao nhiệm vụ cứu mang và bảo hộ thế giới cho hắn.

Không những thế, huyền sử cổ thời của các dân tộc khác cũng có tục thờ thần rắn, như tại vùng sông Nile của Ai Cập, vùng lưỡng hà của Ba Tư, hay tại lãnh địa của dân tộc Cam Bốt, v.v... Đặc biệt tại Trung Quốc, nàga đã hóa thân thành rồng với sắc thái đặc dị và linh thiêng mà các vị vua Trung Quốc đều lấy đó làm biểu tượng cho vương triều của họ. Rồng Trung Quốc về hình thức thì có khác với thần rắn Nàga của Ấn Độ nhưng về đặc tính siêu nhiên và thần thoại thì không khác mấy.

Sử thi Mahabharata (xuất hiện vào thế kỷ thứ 9 trước Tây lịch) của Ấn Độ kể chuyện làm sao rắn và diều hâu trở thành kẻ thù truyền kiếp để từ đó xảy ra các cuộc thiêu sống loài rắn. Chuyện kể rằng, ngày xưa vua diều hâu Garuda và rắn Nàga vốn là anh em họ. Nhưng đến đời thánh Kasyapa thì chuyện lục đục giữa hai nhà bắt đầu phát sinh. Lý do là vì ông thánh Kasyapa này có tới 13 bà vợ. Trong số 13 bà vợ đó có 2 bà tên là Kadru và Vinata. Kadru muốn có nhiều con, ngược lại Vinata thì chỉ muốn có ít con nhưng đứa nào cũng phải đầy quyền lực. Rồi thì cuối cùng cả hai bà đều được toại nguyện. Kadru đẻ ra một ngàn con rắn, và Vinata đẻ hai người con mà một người là Surya, thần mặt trời và người con kia là Garuda, con chim diều hâu mang nửa cốt người nửa cốt chim mà thần Vishnu thường cưỡi trên lưng bay đi. Trong một cuộc đánh cá mà cổ thi gọi là ngu xuẩn, Vinata bị bắt làm nô lệ cho chị mình là Kadru. Nhưng oái ăm thay, nợ mẹ mà con phải gánh. Do đó, Garuda là con của Vinata đã bị buộc làm theo mệnh lệnh của rắn. Garuda bực tức và đã thề rằng không bao giờ buông tha. Khi Garuda hỏi làm sao để cứu được mẹ, Vinata bảo Garuda phải mang linh đơn, thần dược bất tử tới. Garuda bèn ăn cắp thần dược từ vị thần và mang tới cho các con rắn để hoàn thành yêu cầu của chúng, nhưng những con rắn đã không thực hiện lời hứa. Từ đó về sau, Garuda xem những con rắn là kẻ thù và bắt để ăn.

Trong cuộc cá độ, để giành phần thắng, Kadru, thủy tổ của rắn, yêu cầu con cháu bà phải tìm mọi cách để cho bà thắng. Nhưng con cháu rắn của bà đã không chịu làm thế, cho nên Kadru nổi giận và thề bắt chúng phải bị chết thiêu trong lễ tế rắn của Vua Janamejaya. Vua Janamejaya sinh ra mang theo mối hận vua cha bị rắn giết nên thề không đội trời chung với loài rắn. Do vậy ông thực hiện lễ thiêu sống rắn gọi là Sarpa Satra. Các cuộc tế lễ thiêu sống rắn được thực hiện bên bờ sông Arind tại Bardan, ngày nay là Parham. Và ngôi đền do Vua Janamejaya xây lên để tế sống rắn ngày nay vẫn còn tại vùng Mainpuri, ở Ấn Độ. Sau đó vị vua rắn Vasuki tỉnh thức trước lời thề và biết rằng những anh em của ông phải cần đến một vị anh hùng để giải cứu. Vasuki bèn tìm đến vị đạo sĩ Jaratkaru với đề nghị ông này kết hôn với nữ thần rắn là Manasa, chính là em gái của Vasuki. Cặp vợ chồng đạo sĩ Jaratkaru và nữ thần rắn Manasa sinh ra người con trai Astika chính là cứu tinh của rắn. Astika đến khuyên can Vua Janamejaya để chấm dứt cuộc tàn sát loài rắn và Vua Janamejaya làm theo.

Khi văn hóa Ấn Độ lan truyền sang vùng Đông Nam Á vào thế kỷ thứ 3 trước Tây lịch, đi theo đó là làn sóng truyền bá của Bà La Môn Giáo hay Ấn Độ Giáo. Trong số những quốc gia vùng Đông Nam Á, hấp thụ nền văn hóa Bà La Môn của Ấn Độ sâu đậm và lâu dài nhất là Cam Bốt.

Rắn Nàga của Ấn Độ khi đến Cam Bốt đã hóa thân thành người. Huyền thoại này kể rằng, người con gái của Vua Rắn Nàga trong một lần tình cờ đã gặp được chàng thanh niên giòng dõi Bà La Môn của Ấn Độ có tên là Kaundinya. Hai người yêu nhau và lấy nhau, rồi sau đó sinh ra những người con để tạo thành dân tộc Cam Bốt tồn tại cho đến ngày nay. Trong nền văn hóa Cam Bốt, Rắn Nàga được tạc thành tượng 7 đầu để thờ trong các đền thờ như Đền Đế Thiên Đế Thích. Theo văn hóa Cam Bốt, 7 đầu tượng trưng cho 7 màu của cầu vồng. Người Cam Bốt còn giải thích, Rắn Nàga có số đầu lẻ tượng trưng cho phái nam với năng lực vô hạn, vô biên và bất tử. Rắn Nàga có số đầu chẵn tượng trưng cho nữ giới với thể lực hữu hạn, tạm bợ và trái đất.

Dân tộc Thái Lan và Lào cũng tôn thờ thần rắn nàga vì họ cho rằng thần rắn nàga là chúa tể cai quản dòng sông Mekong. Hằng năm người dân Thái Lan và Lào đều tổ chức lễ cúng tế thần rắn nàga. Người dân Thái và Lào sống dọc theo sông Mekong tin rằng cúng tế thần rắn nàga sẽ được thần rắn bảo hộ tai qua nạn khỏi lúc làm ăn trên sông, trên nước. Mỗi năm vào ngày 15 tháng 11 theo lịch Lào, một buổi lễ cúng tế thần rắn nàga được tổ chức trọng thể tại quận Phonephisai thuộc tỉnh Nong Khai của Thái Lan với pháo bông rực rỡ vào ban đêm.

Rắn nàga hóa thành người ở Cam Bốt và được tôn làm thần linh ở Ấn Độ, Thái Lan, Lào là huyền thoại đầy bí nhiệm, nhưng vẫn chưa bằng huyền thoại rắn nàga thành Phật trong kinh Phật. Tuy nhiên, trước khi kể chuyện rắn nàga thành Phật, xin kể về chuyện rắn nàga giữ kinh Phật ở thủy cung hay long cung.

Chuyện là thế này, lịch sử Phật Giáo Ấn Độ có một nhân vật mà sau này được tôn xưng là đệ nhị Thích Ca, tức là chỉ đứng sau đức Phật Thích Ca mà thôi. Nhân vật đó là Bồ Tát Nàgarjuna (xuất hiện vào thế kỷ 2 sau tây lịch tại miền nam Ấn Độ) mà các nhà Phật học Trung Quốc dịch là Long Thọ. Chuyện kể về ngài Long Thọ chứa đầy những huyền thoại ly kỳ mà cho đến nay các nhà sử học cũng không có cách lý giải. Ngài Long Thọ là người truyền bá tư tưởng Phật Giáo Đại Thừa mạnh mẽ và hữu hiệu nhất tại Ấn Độ, đặc biệt là hệ thống giáo nghĩa về Bát-nhã Tánh Không. Chuyện kể rằng khi chưa xuất gia đầu Phật, ngài Long Thọ là người bác học, tinh thông mọi thứ từ triết lý tư tưởng, tôn giáo đến y học, thuật số và phép tắc thần thông. Ngài đã từng chữa lành bệnh nan y cho nhiều người. Sau khi xuất gia ngài thông suốt khắp các kinh luận của những bộ phái Tiểu Thừa và biện tài vô ngại. Tiếng đồn thấu tới tận long cung của vua rắn Nàga. Vua rắn Nàga mới cho người thỉnh ngài Long Thọ xuống long cung để trao kinh Phật. Nguyên là khi đức Phật còn tại thế đã giao cho vua rắn cất giữ bộ Kinh Bát-nhã ở long cung chờ đến khi có đủ duyên và người xứng đáng để trao lại. Ngài Long Thọ xuống long cung và được vua rắn Nàga dẫn vào thư phòng chứa bộ Kinh Bát-nhã để giới thiệu. Ngài Long Thọ ở lại mấy tháng để đọc bộ Kinh Bát-nhã này và nằm lòng trong bụng. Sau khi trở về nhân gian, ngài Long Thọ chép lại Kinh bằng tiếng Phạn và viết nhiều bộ luận để xiển dương giáo lý Bát-nhã Tánh Không của Đại Thừa. Trong số các bộ luận do ngài Long Thọ sáng tác có nhiều bộ rất phổ biến và còn lưu truyền đến ngày nay như Trung Luận, Thập Nhị Môn Luận, Đại Trí Độ Luận, v.v...

Bây giờ xin kể chuyện con gái của vua rắn nàga thành Phật. Chuyện này được kể trong Kinh Đại Thừa Diệu Pháp Liên Hoa - Mahayana Saddharma Pundarika Sutra, phẩm Đề Bà Đạt Đa (Devadatta) thứ 12 theo bản dịch Hán ngữ của ngài Cưu Ma La Thập (Kumàrajìva) từ bản tiếng Phạn vào năm 406 tại Trung Quốc. Bộ Kinh này cũng đã được Hòa Thượng Thích Trí Quang và Hòa Thượng Thích Trí Tịnh dịch sang tiếng Việt. Bản dịch sau được phổ biến rộng rãi trong các Chùa Việt.

Kinh kể rằng trong Hội Pháp Hoa, Bồ Tát Trí Tích hỏi Bồ Tát Văn Thù (Manjusri) lâu nay ở trong thủy cung của vua rắn đã độ được bao nhiêu con rắn. Bồ Tát Văn Thù nói rằng ngài đã thuyết Kinh Pháp Hoa và độ vô số chúng sinh trong loài rắn. Khi ngài Văn Thù nói như vậy thì có vô số Bồ Tát từ dưới biển vọt lên và đến núi Linh Thứu nơi đức Phật đang nói Kinh Pháp Hoa. Bồ Tát Trí Tích hỏi lại Bồ Tát Văn Thù rằng Kinh Pháp Hoa là vua trong các Kinh, nội dung cao sâu vi diệu không phải ai cũng có căn cơ đủ để tu hành mà thành Phật mau được. Ngài Văn Thù liền kể rằng có người con gái của vua rắn ở long cung mới có 8 tuổi mà "căn tính lanh lẹ, có trí tuệ, khéo biết các căn tính hành nghiệp của chúng sinh, được pháp tổng trì, các tạng pháp kín rất sâu của các Phật nói đều có thể thụ trì, sâu vào thiền định, rõ thấu các pháp. Trong khoảnh sát-na phát tâm Bồ-đề được bậc bất thối chuyển, biện tài vô ngại, thương nhớ chúng sinh như con đỏ, công đức đầy đủ, lòng nghĩ miệng nói pháp nhiệm mầu rộng lớn, từ bi nhân đức khiêm nhường, ý chí hòa nhã, nàng ấy có thể đến Bồ-đề."

Khi ngài Văn Thù kể đến đó thì Bồ Tát Trí Tích không tin, nên ông phát biểu cảm nghĩ rằng đức Phật Thích Ca cũng đã trải qua vô lượng vô số kiếp tu hành khổ hạnh thì mới thành Phật được, lẽ nào một con rắn con mới có 8 tuổi lại có thể mau thành Phật như thế. Trong lúc Bồ Tát Trí Tích còn đang giải thích suy nghĩ của mình cho ngài Văn Thù nghe thì con gái của vua rắn hiện ra trước pháp hội đến đảnh lễ đức Phật và đứng qua một bên. Lúc bấy giờ ngài Xá Lợi Phất là đệ tử có trí tuệ đệ nhất của đức Phật Thích Ca còn nghi ngờ chuyện con gái vua rắn thành Phật nên hỏi người con gái của vua rắn rằng, việc đó có đúng như vậy chăng. Con gái vua rắn không nói gì mà đem hột minh châu đắt giá dâng lên đức Phật Thích Ca. Đức Phật tức thì hoan hỷ nhận hạt minh châu của cô bé con vua rắn. Cô bé rắn quay sang ngài Xá Lợi Phất và Trí Tích Bồ Tát hỏi rằng việc cô tặng hạt minh châu và Phật nhận có mau không? Cả hai vị đều nói là rất mau. Cô bé rắn giải thích với 2 vị này rằng việc cô thành Phật còn mau hơn nhiều. Và rồi cô bé con vua rắn tức thì biến thành thân con trai và bay qua cõi nước Vô Cấu ở phương nam, ngồi lên tòa sen và thành Phật với ba mươi hai tướng tốt không khác gì các đức Phật. Bồ Tát Trí Tích và ngài Xá Lợi Phất chỉ còn biết im lặng và tin là thật mà không nói được lời nào.

Truyền thuyết về con rồng cháu tiên của dân tộc Việt có phải cũng từ huyền thoại rắn nàga mà ra và người Việt Nam phải chăng cũng là con cháu của nhà rắn thần linh này? Dẫu sao thì dòng dõi Lạc Hồng cũng hơn các dân tộc khác ở chỗ có một nửa cốt cách là tiên.

XUÂN, THỜI TÍNH VÀ KHÔNG TÍNH

Sau những cơn mưa và giá rét của mùa đông đánh dấu sự chấm dứt trạng thái già cỗi của một chu kỳ tuần hoàn của vũ trụ và khai sinh một lộ trình mới, tươi, trẻ và đầy sức sống của mùa xuân. Ở đó, vạn vật thay đổi toàn diện từ trong ra ngoài. Những cành khô trụi lá được thay thế bằng lộc non xanh tươi. Màu u ám của bầu trời nhường chỗ cho ánh dương quang rực rỡ. Lòng người cũng vui theo với cuộc đời đổi thay sắc diện. Hy vọng và ước nguyện được gửi trao vào cõi thời không như dường mới mở ra một vận đỏ kỳ diệu, mà thời điểm thiêng liêng nhất là phút giây gặp gỡ mầu nhiệm của đất và trời, của thời và không, của tâm và cảnh ở thời khắc giao thừa.

Năm cũ đi qua. Năm mới vừa đến. Lòng người cũng biến dịch khôn cùng chỉ trong sát-na từ con người năm cũ thành con người năm mới, tuổi mới, thân tâm mới, đời sống mới và môi trường xung quanh cũng mới. Khi tâm người đổi thay thì chánh báo và y báo cũng thay đổi theo. Đúng là, như Thiền Sư Vô Ngôn Thông (759-826) đã từng nói: *"Tất cả các pháp đều từ tâm sinh, nếu tâm không sinh thì pháp cũng không nương đâu mà có."* [Nhứt thiết chư pháp giai tùng tâm sinh, tâm vô sở sinh pháp vô sở trú.]

Vậy thì cái khoảnh khắc ngắn ngủi của xuân trong chu kỳ biến dịch không ngừng của vũ trụ là gì? Cái thời khắc xuân ấy có phải do tâm sinh, hay tự nó có? Có thể nào xuân là mặt biến dịch của một thời tính nào đó? Hay xuân chỉ là một cái duyên nhỏ bé mong manh trong dòng duyên sinh bất tận của vũ trụ mà tận cùng chỉ là không tính rỗng lặng? Hay một cách trực diện hơn, thời gian là gì?

Nhà bác học Albert Einstein từng nói trong lá thư gửi cho gia đình sau cái chết của người bạn Michele Besso vào năm 1955, rằng: *"Những người như chúng ta tin vào vật lý biết rằng sự phân biệt giữa quá khứ, hiện tại và tương lai chỉ là một ảo tưởng dai dẳng."* [People like us who believe in physics know that the distinction between the past, the present and the future is only a stubbonrnly persistent illusion.] Như thế, đối với Albert Einstein thì thời gian là ảo tưởng, không thật.

Nhà vật lý học hàng đầu của thế giới hiện nay là Stephen Hawking thì cho rằng thời gian chỉ xuất hiện sau vụ nổ khai sinh ra vũ trụ gọi là "big bang," cách nay khoảng 14 tỉ năm. Theo Stephen Hawking, trước vụ nổ "big bang" thì không có thời gian, vì không có gì cả, nghĩa là thời gian là quá trình hiện hữu của vật chất, của vũ trụ. Nhưng có một vấn nạn mà có lẽ cho đến nay khoa học vẫn chưa có câu trả lời xác đáng đó là trước vụ nổ "big bang" thì thế gian này là gì? Từ đâu mà có vụ nổ "big bang"? Nếu vụ nổ "big bang" là sự kiện khai sinh ra vũ trụ vật chất, vậy thì trước đó nguồn cội của không gian và thời gian ở đâu? Vậy có thể nào vụ nổ "big bang" là sự kiện tự sinh? Trên cõi đời này có cái gì có thể tự sinh mà không cần tối thiểu một yếu tố, một điều kiện, một cái duyên khác? Chính tự thân của thời gian, theo Stephen Hawking, cũng từ vụ nổ "big bang" mà có, tức là thời gian cũng do duyên mà thành. Bản chất của thời gian chỉ là nhận thức của con người khi đối chiếu sự hiện hữu của một vật, một sự kiện từ điểm này kéo sang điểm khác, mà tự nó không thể tự có và cũng không là gì cả.

Giáo lý nhà Phật nói gì về thời gian? Đức Phật dạy tất cả các pháp, gồm cả thời gian và không gian, đều vô thường, nghĩa là không dừng lại bất cứ thời điểm nào, cũng đồng nghĩa là không có thời điểm nào tồn tại. Nhưng đến thời kỳ Bộ Phái sau đức Phật nhập Niết-bàn thì có nhiều chủ trương khác nhau về thời gian. Chẳng hạn, Hóa Địa Bộ (Mahisasaka) thì cho rằng quá khứ và vị lai đều không thật, chỉ có pháp vô vi trong hiện tại là thật có (Quá khứ vị lai vô, hiện tại vô vi hữu). Ngược lại, Nhất Thiết Hữu Bộ (Sarvastivada) thì chủ trương ba thời quá khứ, hiện tại và vị lai đều có thật, và bản thể các pháp tồn tại mãi mãi (Tam thế thật hữu, pháp thể hằng tồn).

Phật Giáo nói chung còn có hai quan điểm về thời gian được thừa nhận một cách rộng rãi bởi các trường phái, đó là quan điểm về sát-na (ksana) và kiếp (kalpa). Kiếp là khoảng thời gian dài vô tận, còn sát-na là thời gian cực kỳ ngắn, hay thời lượng ngắn nhất mà con người có thể nhận thức được. Tuy nhiên, xét cho cùng, thì thời gian của kiếp cũng chỉ là sự nối dài vô tận của sát-na. Nhưng chính sát-na lại gặp phải sự bế tắc khó vượt qua. Đó là, nếu sát-na là sinh diệt, mà tất yếu phải là sinh diệt thì mới có sự nối tiếp liên tục của thời gian, thì trong một sát-na ắt phải có sự kinh qua của sinh, trụ và diệt, tức là quá khứ, hiện tại và vị lai. Nhưng, nếu một sát-na gồm có 3 thời thì nó tuyệt đối không là điểm thời gian ngắn nhất. Cứ thế, hễ khi nào còn thời gian thì còn có sinh, trụ và diệt, và như vậy thì đến một lúc nào đó ta sẽ đối mặt với 2 giả thiết xảy ra: hoặc là trở thành vô cùng, hoặc là chấm dứt. Nhưng nếu vô cùng thì không là thời gian, và ngược lại nếu chấm dứt thì cũng không là thời gian nốt.

Chính vì vậy mà ngài Long Thọ đã phân tích đến chỗ kỳ

cùng ý nghĩa của thời gian trong Phẩm Quán Về Thời Gian Thứ 19 của Trung Luận, để cho thấy quá khứ, hiện tại và vị lai đều không thật có, đều không, và có là do tâm phân biệt vọng chấp của chúng sinh mà thành. Xin trích một đoạn trong Phẩm Quán Về Thời Gian của Trung Luận qua bản dịch Việt của Hòa Thượng Thích Thiện Siêu, như sau:

"Hỏi: Phải có thời gian, vì nhân đối đãi mà thành. Nhân có thời quá khứ, mà có thời vị lai, hiện tại; nhân thời hiện tại mà có thời quá khứ vị lai; nhân thời vị lai mà có thời quá khứ hiện tại. Các pháp trên, giữa, dưới, một và khác cũng nhân đối đãi với nhau nên có?

"Đáp:

"1. Nếu nhân thời quá khứ mà có thời vị lai và hiện tại. Vậy thời vị lai và hiện tại phải có ở trong thời quá khứ.

"Nếu nhân thời quá khứ mà có thời vị lai hiện tại, thời ở trong thời quá khứ phải có thời vị lai hiện tại, vì sao? Vì tùy theo chỗ sở nhân mà có pháp hiện thành. Chỗ ấy phải có pháp ấy, như nhân nơi đèn mà có ánh sáng, tùy chỗ có đèn phải có ánh sáng. Như vậy nhân nơi thời quá khứ mà có thời vị lai hiện tại, thì ngay trong thời quá khứ phải có thời vị lai hiện tại. Nếu trong thời quá khứ đã có thời vị lai hiện tại, thì cả ba thời đều gọi là thời quá khứ, vì sao? Vì thời vị lai hiện tại có ở trong thời quá khứ. Nếu tất cả thời đều quá khứ cả, thì không có thời vị lai hiện tại, vì đều là quá khứ. Nếu không có thời vị lai hiện tại, thì cũng không có thời quá khứ, vì sao? Vì thời quá khứ nhân nơi thời vị lai hiện tại mà có, nên gọi là thời quá khứ. Như nhân nơi thời quá khứ mà thành thời vị lai hiện tại, như vậy cũng có thể nhân nơi thời vị lai hiện tại mà thành thời quá khứ. Nay đây vì không có thời vị lai hiện tại, nên thời quá khứ cũng không có."

Ngài Long Thọ cũng đưa ra một thí dụ cụ thể để giải thích rõ hơn về bản chất không thật của thời gian qua hành động đi đến trong Phẩm Quán Sát Về Đi Đến Thứ 2 của Trung Luận. Xin trích một đoạn trong bản dịch Việt của Hòa Thượng Thích Thiện Siêu, như sau:

"Hỏi: Thế gian chính mắt thấy ba thời có động tác. Thời đã đi, thời chưa đi, thời đang đi. Vì có tác nghiệp nên biết thật có vật thể?

"Đáp:

"1. Lúc đã đi thì không có đi, lúc chưa đi thì cũng không có đi, lìa ngoài đã đi và chưa đi, lúc đang đi cũng không có đi.

"Đã đi không có đi, vì đã đi rồi. Nếu lìa ngoài đã đi có động tác đi, việc ấy cũng không đúng. Chưa đi cũng không có đi, vì chưa có động tác đi. Còn lúc đang đi là một nửa đi một nửa chưa đi, vì không lìa khỏi đã đi và chưa đi vậy."

Nhưng nếu thời gian và không gian, hay tất cả các pháp đều không thật thì cái gì tạo nghiệp, thọ khổ và ai giải thoát sanh tử để chứng đắc Niết-bàn?

Để giải thích về vấn đề trên, các nhà Duy Thức đưa ra quan điểm về chủng tử (bija) là năng lượng được phát sinh từ hành động chú ý của thân và khẩu để duy trì nhân quả, nghiệp lực, và thắng duyên thành tựu đạo quả giác ngộ giải thoát. Các nhà Duy Thức đưa ra 6 đặc tính của chủng tử, mà trong đó đặc tính đầu tiên là sát-na diệt, nghĩa là *"Thể của nó vừa sinh tức thì diệt ngay không gián cách, có công lực đặc thù mới có thể thành chủng tử. Đặc tính này loại ra những gì là pháp thường hằng. Cái gì thường hằng không biến chuyển thì không thể nói có khả năng phát sinh tác dụng."*[1]

Như thế, các pháp không có thực thể nhưng chẳng phải là hư vô tuyệt diệt. Con người cũng vậy, không có tự ngã thường hằng, nhưng chẳng phải không có năng lực duy trì việc tạo nghiệp và thọ quả. Đó chính là chỗ vi diệu của nhị đế - tục đế

---

[1] Thích Tuệ Sỹ dịch và chú, Luận Thành Duy Thức, Thư Quán Hương Tích, 2009, trang 181.

và chân đế, chân lý ước lệ và thực tại tuyệt đối, hay thế gian và Niết-bàn - mà ngài Long Thọ xưng tán. Theo ngài Long Thọ thì người nào chưa hiểu được nhị đế sẽ không nắm vững được giáo nghĩa thâm sâu của đức Phật.

Chính nương vào nhị đế mới có thể thi thiết phương tiện thiện xảo để độ mình, độ người và xiển dương Chánh Pháp.

Hiểu được bản chất chân lý ước lệ của thế gian, người con Phật sẽ cảm nhận ngày xuân diễm ảo và huy hoàng hơn trong tâm thức an lạc.

NĂM CŨ, NĂM MỚI

Tôi nhớ lúc còn bé ở miền quê Việt Nam hễ nghe nói đến Tết là lòng rộn ràng, nao nao mong cho mau tới. Cái đêm trừ tịch tôi không tài nào ngủ được, cứ chờ cho tới trời sáng để mặc áo mới và đi chơi. Trời tờ mờ sáng, người lớn lục đục thức dậy thì mình cũng thức theo, lăng xăng đủ thứ kiếm quần áo mới đóng vô. Trong xóm tôi ở, đám nhỏ đứa nào cũng mang cùng tâm trạng đó. Mà thiệt ra áo mới thì có gì đâu. Chỉ là một bộ pijamas mới mà mẹ may cho bằng vải thường, màu sọc hay ca rô, có 3 cái túi và một đôi dép nhựt. Vậy mà đã thấy bảnh, thấy sang trọng hết cỡ rồi. Sáng Mùng Một Tết mẹ cho mấy đồng bỏ túi rồi theo mẹ đi chùa, đi dạo trong xóm hay đi xe ngựa lên thị xã để xem người ta đánh bầu cua cá cọp, hay xem hô lô tô, hát bài chòi. Đi rong rong như vậy trong ba ngày Tết, cứ sáng đi tới chiều tối về, thì đã thấy vui và mãn nguyện.

Không biết con nít Việt Nam ở trong nước ngày nay còn có tâm trạng vui Tết như vậy không, chứ ở đây dường như con nít không có được không khí vui đùa và nao nức của con nít vào mấy ngày Tết âm lịch vào thuở bé thơ của tôi. Con nít Việt ở ngoại quốc chỉ vui mấy ngày lễ Nô En, hay Tết Tây, mà không khí và tâm trạng khác hẳn với cái vui ngày Tết Việt Nam ở quê nhà.

Hồi còn nhỏ tôi cứ thắc mắc mãi, tại sao Tết vui như thế mà lại nghe mấy người lớn nói chuyện với nhau thì than thở, rầu đủ thứ. Thì ra càng lớn lên càng hiểu được tâm trạng của ông bà cha mẹ mình. Tết đến phải lo trăm thứ mà thứ nào cũng đòi có tiền. Dù nghèo cỡ nào cũng phải chạy tiền để lo mâm cơm cúng ông bà, lo quần áo, giày dép cho mấy đứa nhỏ, lo bánh mứt trà lá để cúng kiếng và tiếp đãi bà con họ hàng tới nhà. "Dầu hèn cũng thể," mẹ tôi hay nói câu này mỗi khi Tết đến.

Mấy chục năm ở Mỹ, chưa một lần về ăn Tết ở quê nhà, nên không khí và hương vị ngày Tết truyền thống cũng đã dần dần nhạt đi. Chỉ là nhạt thôi, chứ không phải mất hết. Ở đây mỗi khi Tết đến thì lòng cũng cảm nhận được điều gì đó nôn nao. Và khi đi ngang qua mấy khu chợ Việt trên đường Bolsa, Brookhurst tại Little Saigon nhìn những quầy hàng hoa quả, bánh mứt và người mua sắm ra vô tấp nập thì cũng thấy vui vui, có chút rộn ràng xao xuyến với ngày xuân đang tới, dù ở đây hiện là mùa đông!

Có điều, đối với tôi, cũng vào dịp Tết như vậy mà tâm trạng mỗi năm mỗi khác. Dường như càng lớn lên những cảm nghĩ về Tết của mình càng nghiêng về thân phận làm người, về thực trạng cuộc sống và xã hội chung quanh nhiều hơn là về những thú vui của ngày hội đón xuân sang qua hình thức bề ngoài. Phải chăng càng lớn lên, càng chung đụng và trải nghiệm với thực tế cuộc đời mà vốn dĩ gian truân, mất mát và khổ lụy nhiều hơn hạnh phúc, may mắn, và thành đạt đã làm cho mình suy nghĩ nhiều hơn ý nghĩa đích thực của kiếp người! Phải chăng vì vậy mà càng lớn tuổi con người ta càng sống nặng về nội tâm, về tâm linh nhiều hơn, và như một hệ quả, càng cần đến niềm tin tôn giáo nhiều hơn!

Nói đến thực trạng khổ đau của cuộc đời thì ở đâu cũng có. Nhưng chỉ mới mấy ngày gần cuối năm nay thôi, tôi đã chứng kiến hai sự việc làm mình suy nghĩ nhiều về ý nghĩa của cuộc đời trong không khí sắp Tết.

Tối hôm nọ, cũng khoảng 8 giờ, một bà cụ bước vào tòa soạn Việt Báo hỏi mua mấy số báo của mấy ngày trước. Vì cô tiếp khách ở bàn ngoài đã về, nên tôi ra để tiếp bà. Bà cụ đi lom khom với lưng còng kéo nửa phần trên thân hình quặp xuống. Bà cố gắng bước tới và ngước cổ nhìn tôi trong dáng vẻ rất khó khăn và đau đớn. Mà lạ, thân hình bà cụ thì gầy gò, lom khom, nhỏ bé thế kia, nhưng giọng bà thì sang sảng, vừa trong, vừa ấm, vừa rõ mồn một. Tôi lục đủ 4 số báo và mang đưa cho bà. Bà để xách tay lên chiếc ghế nhỏ, rồi lấy ví tiền ra, trong đó có túi nhỏ, trong túi nhỏ đựng tiền cắc. Bà cầm túi tiền cắc nhìn quanh kiếm chỗ cao hơn để đổ tiền ra. Vừa đi bà vừa giải thích: "Cái lưng của tôi bị chúng nó đánh gãy nên phải kiếm chỗ cao để đổ tiền ra mà đếm đưa cho cậu. Chứ đứng khom như thế này thì đau lắm."

Tôi dẫn bà đến cái bàn bên trong văn phòng cao hơn. Vừa đổ tiền ra, bà vừa nói như phân bua: "Tôi lại quên mang theo tiền một đồng để trả cho cậu. Cảm phiền!" Tôi chỉ cười và phụ đếm tiền cắc với bà cho đủ một đồng. Rồi chợt nhớ đến cái lưng khom của bà nên tôi hỏi ai đánh bà ra nông nỗi này. Bà kể, vài năm trước, có mấy tên cướp xông vào nhà không những lấy hết đồ đạc và tiền bạc mà còn đánh đập bà tới gãy xương sống, rồi chúng bỏ đi. Tôi hỏi bà ở với ai, con cháu bà đâu. Bà bảo, "Chúng nó bỏ tôi một mình sống chết mặc kệ!" Tôi không dám hỏi thêm nữa vì sợ đụng đến nỗi đau gia cảnh bất hạnh của bà.

Mua báo xong, bà đi mà quên lấy xách tay. Tôi nhắc. Bà cười, "Thấy chưa, tôi lại quên bẵng nữa rồi. Cậu mà không nhắc thì tôi đi luôn thôi. Cái tật hay quên nên cứ mất đồ mãi." Lúc đưa bà ra ngoài tôi không thấy xe nên hỏi bà đi bằng gì. Bà chỉ chiếc xe đẩy cho người khuyết tật vừa có tay cầm cho vững, vừa có chỗ để đồ ở trước cửa tòa soạn. Bà cho biết ở cách đây xa lắm, phải đi xe buýt. Bà nói mỗi ngày phải đọc thật nhiều, đọc mấy tiếng đồng hồ, không đọc thì sống không nổi. Cho nên bà mới đi mua báo thường xuyên để đọc. Tôi đứng trông theo bà đi, lụm khụm, chậm chạp dưới bầu trời đêm đông lạnh thấu xương.

Mấy hôm nay, trên lề đường nhỏ gần tòa soạn, có một người vô gia cư ở đó cả ngày lẫn đêm. Người đó đẩy theo một chiếc xe đẩy hàng của siêu thị với đủ thứ đồ đạc được đựng trong nhiều cái bao vừa chất, vừa treo lủng lẳng đầy cả xe. Ở một bên đường còn có tấm nệm cũ mềm màu xanh dương bỏ lăn bỏ lóc ra đó đã mấy ngày. Người đó, có vóc dáng đàn ông, trạc chừng chưa tới năm mươi, tóc tai dài phủ vai và bù xù rối bời, mặc bộ đồ màu đen lếch thếch và dơ bẩn. Có hôm đi làm về khuya tám chín giờ tối tôi còn thấy ông đi tới đi lui thất tha thất thểu trên lề đường. Trời thì lạnh căm căm, cả đêm phải nằm ngoài sương gió như thế thì làm sao chịu đựng nổi?

Trong khi bên ngoài kia, cách đó không xa, trên đường Bolsa ở khu chợ Tết trước Phước Lộc Thọ, bao nhiêu người tấp nập đi mua sắm Tết tưng bừng, thì ở đây, một góc nhỏ của trần gian này cũng có những người thầm lặng gánh chịu nỗi đau khổ ngút ngàn của thân phận. Với bà cụ mua báo, với người vô gia cư, không biết họ có nghĩ đến cái Tết không, và nếu có thì cảm nghĩ của họ như thế nào! Nhưng theo lẽ thường thì nếu có nghĩ đến Tết chắc họ cũng không cảm thấy có gì vui, bởi như cụ Nguyễn Du viết trong Truyện Kiều:

"Cảnh nào cảnh chẳng đeo sầu,
Người buồn cảnh có vui đâu bao giờ."

Thật ra trong tâm của người đàn ông vô gia cư và bà cụ kia có đau khổ không, hay họ không hề nghĩ cuộc sống của họ như thế là buồn phiền!

Có lần ban đêm tôi ngừng xe lại đến gần người đàn ông vô gia cư để biếu ông ít tiền mua thức ăn. Lạ thật! Ông không lấy. Tôi hỏi sao ông không nhận tiền tôi biếu để mua thức ăn. Ông nói có đi chùa làm công quả và được cho ăn rồi. Tôi lại hỏi sao ông không đến những chỗ tạm trú của chính phủ dành cho người vô gia cư mà ở đây trời lạnh làm sao ngủ và dễ bệnh. Ông cười bảo là không sao và nói tôi đừng lo cho ông, đi về đi, lái xe cẩn thận. Lần đầu tiên trong đời tôi nhìn thấy nụ cười của một người vô gia cư! Nói ông không khổ thì chắc là không đúng, vì với cảm thức của một người bình thường thì hoàn cảnh sống như thế không thể là điều mong ước. Nhưng sống trong tình cảnh như vậy mà còn nở được nụ cười là điều rất lạ. Nghĩ đến nụ cười của người đàn ông vô gia cư này, bỗng nhiên tôi lại nhớ hai câu thơ của Thiền Sư Mãn Giác đời nhà Lý:

"Mạc vị xuân tàn hoa lạc tận,
Đình tiền tạc dạ nhất chi mai."

(Chớ bảo xuân tàn hoa rụng hết,
Đêm qua sân trước một cành mai.)

(Hòa Thượng Thích Thanh Từ dịch Việt)

Nhưng hai người đó không phải là những người Việt duy nhất chịu đựng nỗi khổ đau trong cuộc đời trước những ngày sắp hết năm cũ và bước qua năm mới. Rất nghiều người Việt trong và ngoài nước hiện đang đau khổ như thế hay nhiều hơn thế nữa. Chưa hết, còn hàng chục triệu người trên Trái Đất này hiện đang gánh chịu vô vàn đau thương và thống khổ vì thiên tai, nhân họa, chiến tranh, thù hận, đói nghèo, và số phận hẩm hiu.

Trong những người đang vui vẻ đón Tết, chắc cũng không ít người trong đó có tôi, xem việc vui xuân có lẽ là cách để quên đi năm cũ nhiều bất an, đau khổ và mong một năm mới bình an, vui vẻ hơn! Bởi vậy cho nên mới có tục lệ chúc nhau phát tài phát lộc, sống lâu trăm tuổi, hạnh phúc và vui vẻ cả năm. Mà chắc cũng vì vậy nên có nhiều cấm ky lạ đời, như ngày Tết không quét rác ra ngoài, không nói điều xui xẻo, ngay cả không dám tới nhà những người có thói quen kỹ lưỡng xông đất đầu năm.

Mong điều tốt đẹp đến trong năm mới là chuyện nên làm, vì ngay khi nghĩ tới điều tốt thì chính mình đã tự làm tốt mình, ít nhất bằng suy nghĩ trong tâm thức. Nhưng để điều tốt đẹp mà mình mong muốn thực sự xảy ra thì chắc chắn con người cũng phải biết làm, biết tạo điều kiện, tạo duyên cho những điều tốt đẹp ấy thành hiện thực. Điều đó đơn giản thôi, vì theo luật nhân quả, có tạo nhân thì mới có kết quả, không tạo nhân thì kết quả không đến. Muốn có quả tốt đẹp thì phải tạo nhân tốt đẹp. Như đức Phật dạy trong Kinh Pháp Cú (Dhammapada):

"Trong các pháp, tâm dẫn đầu, tâm làm chủ, tâm tạo tác. Nếu nói hoặc làm với tâm ô nhiễm, sự khổ sẽ theo nghiệp kéo đến như bánh xe lăn theo chân con vật kéo. Trong các pháp, tâm dẫn đầu, tâm làm chủ, tâm tạo tác. Nếu nói hoặc làm với tâm thanh tịnh, sự vui sẽ theo nghiệp kéo đến như bóng theo hình."[1]

Làm điều tốt đẹp không những cho mình mà còn cho tha nhân, cho xã hội nữa thì hoàn cảnh sống của mình mới thật sự tốt đẹp. Chẳng hạn, nếu chung quanh mình có nhiều người còn khổ đau, bất hạnh thì mình cũng không thể sống bình an và vui vẻ được. Vì vậy cá nhân cần góp phần vào việc xây dựng xã hội tốt đẹp, lành mạnh, phú cường để được sống an cư lạc nghiệp. Trong thế giới toàn cầu hóa ngày nay, nguyên tắc này đã được nhân loại cổ võ thực hiện để cùng nhau sống hòa bình, an ổn và phú cường. Các nước giàu không thể tiếp tục làm giàu nếu phần còn lại của thế giới nghèo khổ, vì khi có nhiều người nghèo khổ thì mức tiêu thụ sẽ thấp khiến cho mức cầu giảm và mức cung sẽ ảnh hưởng theo. Cũng vậy, khi nạn khủng bố lan tràn khắp nơi thì cả thế giới trở nên bất ổn nghiêm trọng.

Năm hết Tết đến, nhìn thấy còn những người đau khổ chung quanh thì lòng mình không thể dửng dưng mà không nghĩ tới những phận người bất hạnh và cả ngày mai của mình nữa! Năm mới mong rằng nhiều người bớt khổ hơn.

---

[1] Kinh Pháp Cú, Phẩm Song Yếu, bản dịch Việt của Cố Hòa Thượng Thích Thiện Siêu

NĂM MỚI, CHUYỂN ĐỔI NGHIỆP VẬN

Đón năm mới, ai cũng mong muốn mọi việc đều mới. Mới ở đây mang ý nghĩa may mắn, bình an, khá giả hơn những gì đã xảy ra trong năm cũ.

Đặc biệt, truyền thống văn hóa và phong tục Việt Nam rất xem trọng trong việc tiễn năm cũ và đón năm mới, cho nên có sự chuẩn bị kỹ lưỡng trong những ngày cuối năm và sự đón rước trọng thể trong những ngày đầu năm. Sự chuẩn bị được thực hiện đều khắp từ hình thức đến nội dung, từ vật chất đến tinh thần, từ ý tưởng đến lời nói và hành động; nào là dọn dẹp, sơn phết, lau chùi nhà cửa, bàn ghế, đồ đạc, đến mua sắm quần áo, thực phẩm, bánh trái, hoa quả; nào là sửa soạn những món ăn ngon, đẹp mắt, thiết lễ trang nghiêm bàn thờ, tâm thành cẩn cẩn cúng bái, đến cấm kỵ từng ý nghĩ, lời nói và cách đối xử với mọi người thân cũng như sơ.

Chính vì vậy, đối với hầu hết mọi người, từ giờ phút giao thừa đến các ngày đầu năm mới đều là thời gian quý giá nhất trong một năm để biến ước nguyện thành hiện thực. Việc đi chùa lễ Phật cầu nguyện, hái lộc, xin xăm, xem bói toán, bố thí, cúng dường, thiết lễ cúng quải long trọng tại nhà, nơi làm việc, v.v... đều không ngoài mục đích nêu trên. Đôi khi vì quá mong muốn được như ước nguyện, người ta đã vô tình có những hành động thái quá, chẳng hạn, bẻ trụi các cành hoa, thậm chí cây xanh trong chùa để lấy lộc mang về nhà trong giờ giao thừa hay mấy ngày đầu năm.

Cách suy nghĩ và hành động như vậy mang lại những hiệu quả gì?

Nhìn chung, trên bình diện thế tục, cách suy nghĩ và hành động để đón năm mới theo truyền thống văn hóa và phong tục Việt Nam như đã đề cập ở trên, trừ một vài việc như xin xăm, bói toán, không phải là không có ích lợi. Xin nêu ra một vài lợi ích cụ thể như sau.

Thứ nhất, về mặt tâm lý, khi suy nghĩ muốn có một năm mới tốt đẹp hơn tức là từ nơi tâm thức đã hướng về một đời sống tốt đẹp hơn. Cụ thể là khởi đi từ suy nghĩ đó người ta bắt đầu thay đổi tư duy, lời nói và hành động tốt hơn mà biểu hiện là không nói điều xấu, điều xui xẻo, và làm điều tốt đẹp như mặc áo quần mới, tu sửa nhà cửa mới, nấu nướng thức ăn ngon, cử hành lễ nghi trang trọng, v.v... trong mấy ngày Tết.

Thứ hai, về mặt kinh tế, từ suy nghĩ thay đổi đời sống khá hơn trong năm mới, người ta chịu khó chịu cực, nỗ lực làm việc để kiếm tiền và không ngần ngại mở túi tiền để chi tiêu như mua sắm quần áo, đồ đạc, sơn sửa nhà cửa, sửa soạn bánh trái, thức ăn thịnh soạn nhất. Nhờ vậy, nền kinh tế bản thân, gia đình và xã hội cũng được khá giả hơn.

Thứ ba, về mặt nếp sống đạo đức và tâm linh, từ suy nghĩ muốn có một năm mới an lạc, hạnh phúc, giàu sang hơn, người ta liền nghĩ đến đức Phật, nghĩ đến Tam Bảo, nghĩ đến nhân quả tội phước, rồi đi chùa, làm việc thiện, thực hiện lễ nghi tại nhà với niềm tin và tâm thành khẩn thiết. Đó là một khởi đầu khả quan cho đời sống đạo đức và tâm linh của con người.

Thứ tư, đặc biệt, trong đời sống tất bật quanh năm suốt tháng với công việc làm ăn của người Việt tại hải ngoại, không còn gì quý giá và cao đẹp bằng không khí sum họp ấm cúng với hoa quả bánh trái và thức ăn truyền thống dân tộc trong gia đình, trong cộng đồng, trong chùa chiền của mấy ngày Tết. Nơi đó, trong khung cảnh đó, trong hương vị đó, trong tình cảm đó, người ta mới cảm nhận một cách sâu sắc và đích thực giá trị văn hóa truyền thống của người Việt Nam.

Qua những điều lợi ích kể trên, nếp sống văn hóa và phong tục truyền thống trong những ngày Tết của dân tộc cần được tiếp tục duy trì và lưu truyền cho các thế hệ con cháu, nhất là trong bối cảnh sống tha hương của người Việt tại hải ngoại.

Tuy nhiên, tất cả những lợi ích đó chỉ nằm trên bề mặt của sinh hoạt cá nhân, gia đình và xã hội mà chưa thật sự chuyển hóa từ nền tảng gốc rễ sâu xa để mang lại ý nghĩa đổi mới đích thực như con người mong muốn, tức là thay đổi tận gốc vận mệnh để đời sống tốt đẹp hơn, hạnh phúc hơn, thăng tiến hơn.

Tại sao? Có thể giải thích bằng mấy lý do như sau.

Một là, người ta chỉ ước muốn có được điều tốt đẹp cho đời sống mà không thực sự có hành động cụ thể, vì chỉ làm theo tập quán, theo truyền thống gia đình ông bà cha mẹ, hoặc không nghĩ đến hay chưa biết cách làm thế nào cho đúng, để thay đổi vận mệnh của mình hữu hiệu. Chẳng hạn, người ta chỉ suy nghĩ và mong có được điều may mắn trong năm mới, nhưng đó chỉ là ước ao nhất thời trong dịp đầu năm rồi sau đó những suy nghĩ này bị lãng quên, bị cuốn trôi trong dòng thác bận rộn của cuộc sống thường ngày và đâu cũng vào đó.

Hai là, một số người có nỗ lực hành động để mong thay đổi vận mệnh, nhưng không hành động đúng cách. Chẳng hạn, những việc làm tuy có vẻ như là cụ thể như trang hoàng nhà cửa, cúng quải, giữ lễ nghi từ lời nói đến hành động cẩn trọng, hái lộc, xin xăm, bói toán trong mấy ngày đầu năm, nhưng vẫn chưa phải là cách đúng pháp, theo đạo Phật, để thay đổi vận mệnh của cuộc đời. Khi làm những điều trên, người ta chỉ nghĩ đến sự cầu cạnh một thế lực bên ngoài để mong giúp họ thay đổi vận mệnh, mà không biết rằng chính họ là tác nhân có thể thay đổi được vận mệnh của mình. Đây chính là bước đầu căn bản và nền tảng để con người tự ý thức và đứng lên gánh lấy trách nhiệm đời mình. Không có bước khởi đầu này, mọi suy nghĩ và hành động đều là thụ động, đều bị trói buộc bởi chính tập khí nghiệp lực lâu đời của mình, mà đó chính là điều con người gọi nôm na là vận mệnh. Như vậy làm sao chúng ta có thể thoát khỏi vòng xích của vận mệnh, chứ đừng nói đến chuyện thay đổi?

Nhưng, vận mệnh là gì và con người có thể thay đổi được không?

Vận mệnh hay số mệnh là quan điểm của Nho giáo. Số mệnh của Nho gia là thiên mệnh (mệnh trời) đã được đặt sẵn cho con người nên còn gọi là định mệnh. Nhưng cần lưu ý rằng, quan niệm của Nho gia về thiên mệnh khác với các quan điểm của các tôn giáo thần quyền. Thiên mệnh của Nho gia là thiên đạo, tức là đạo trời, là luật tắc tự nhiên, không phải là thượng đế được thần cách hóa. Theo quan điểm số mệnh, khi mệnh trời đã định thì con người không thể tránh, không thể bỏ, không thể đổi, nghĩa là mệnh trời vượt ra ngoài khả năng điều động của con người. Có điều, đừng quên rằng, Dịch lý của Trung Quốc cũng cho biết là "đức năng thắng số," có nghĩa là sự ăn ở hiền đức, nhân từ, phúc hậu có thể vượt thắng hay chuyển đổi được số mệnh của con người.

Đối với nhà Phật, tất cả các pháp đều vô thường, biến hoại không ngừng, đều không thật, hay nói cách khác là không có tự tánh cố định. Hơn nữa, đạo Phật cho rằng con người có thể thay đổi tất cả đời sống của mình từ chánh báo, tức thân và tâm, đến y báo, tức hoàn cảnh sống và thế giới chung quanh.

Đức Phật dạy rằng, "Chúng sinh là kẻ thừa tự những gì mà họ đã làm." Điều này có nghĩa là những gì mà một chúng sinh có, từ bản thân đến hoàn cảnh sống chung quanh, đều do chính con người tạo ra qua hành nghiệp tạo tác của họ trong quá khứ, hiện tại và tương lai. Theo Luận Câu Xá, hành nghiệp gồm có 2 phần: tư nghiệp và tư dĩ nghiệp. Tư nghiệp là nghiệp của ý. Tư dĩ nghiệp là ý tưởng đã được phát động qua thân và khẩu. Trong 3 nghiệp này thì tư nghiệp là động lực tiên khởi, hay là nguồn gốc phát sinh mọi hành động của thân và khẩu. Bởi vì mọi động thái của thân và miệng đều bắt nguồn từ ý tưởng, suy nghĩ, ý muốn. Trước khi nói điều gì hay làm điều gì đó, con người phải có ý nghĩ về điều đó, và có ý muốn nói hay làm điều đó. Từ ý nghĩ và ý muốn đó mới bộc phát qua lời nói tức khẩu nghiệp và qua hành động tức thân nghiệp.

Nhưng thực sự bản chất, tướng trạng và công dụng của nghiệp là gì?

Nếu nghiệp có thể tồn tại trải qua một khoảng thời gian, có khi lâu đến nhiều đời nhiều kiếp, vậy thì nó là pháp vô thường hay thường hằng? Nếu vô thường thì làm sao kéo dài sự tồn tại qua một khoảng thời gian hàng nhiều đời nhiều kiếp? Nếu thường hằng thì trái với điều Phật dạy là tất cả các pháp hữu vi đều vô thường biến diệt? Hơn nữa, nếu nghiệp là thường hằng thì, một là, nó không chịu sự tác động của các duyên để sinh, trụ và diệt; hai là, nó không thể nào có thể được chuyển hóa, tức là con người không thể chuyển nghiệp, không thể chuyển nghiệp thì tu làm gì?

Để giải quyết nan đề này, cả trường phái Câu Xá của Hữu Bộ và Duy Thức của Đại Thừa đều đưa ra những giải thích cặn kẽ và minh bạch.

Trường phái Câu Xá cho rằng nghiệp được hình thành và biểu hiện qua 2 dạng thức: biểu nghiệp và vô biểu nghiệp. Biểu nghiệp là động thái dựa trên biểu sắc có thể nhìn thấy như miệng và tay chân. Vô biểu nghiệp là động thái dựa trên vô biểu sắc tức chức năng của sự vận động qua ý tưởng, qua động thái của thân và khẩu. Nói cho rõ hơn, phái Câu Xá diễn tả rằng, khi một hành động của thân, khẩu được tạo ra chúng sẽ không bị biến mất hoàn toàn mà tồn tại ở dạng thức năng lực vận động. Năng lực này, không phải là sắc pháp, mà cũng không phải là phi sắc pháp, sẽ tiếp tục tồn tại qua dạng thức sinh diệt liên tục không ngừng nghỉ trong từng sát-na cho đến khi đủ điều kiện, đủ duyên để có kết quả. Tất nhiên, không phải mọi hành động của thân và khẩu đều đủ sức để tạo ra năng lực vận động để duy trì từ lúc tác nhân đến khi thọ quả, nhiều khi chúng bị diệt mất hoàn toàn ngay sau khi hành động bộc phát, hoặc chỉ đủ sức tồn tại để trở thành những hành vi không mang nặng sắc thái thiện hay ác rõ ràng có thể đưa đến nghiệp quả, thường được gọi là vô ký nghiệp. Nhưng, các nhà Hữu Bộ không vượt qua khỏi ý niệm về sự tồn tại của ngã hoặc pháp xét như là những thực thể hình thành ngũ uẩn. Cho nên, quan điểm về nghiệp vẫn chưa giải quyết triệt để đến mức hoàn bị.

Năng lực vận động của vô biểu nghiệp được các nhà Duy Thức gọi là công năng, hay chủng tử, chúng là hạt giống của tất cả mọi pháp từ căn thân đến thế giới, từ tâm đến cảnh. Chúng tồn tại dựa trên A-lại-da thức. A-lại-da thức thường được gọi là kho chứa của chủng tử, tàng thức, nhưng đó chỉ là một hình dung từ cho dễ hiểu. Đích thực A-lại-da thức chính là tất cả công năng thiện hoặc ác, ô nhiễm hoặc thanh tịnh, hữu lậu hoặc vô lậu, tụ lại ở dạng thức năng lực. Những chủng tử này sinh diệt liên tục trong từng sát-na. Năng lực chủng tử của sát-na trước làm nhân làm duyên cho năng lực chủng tử của sát-na sau. Nói là chúng thường hằng thì không đúng, nhưng cho rằng chúng không tồn tại cũng chẳng nhằm. Nếu chúng không tồn tại thì làm sao có căn thân của hữu tình và khí thế giới chung quanh? Nếu chúng tồn tại thường hằng thì làm sao có thể hình thành căn thân và thế giới từ tác nhân đến hệ quả? Bởi vì khi một pháp xuất hiện và đứng yên bất động ngay trong một sát-na thì pháp đó là pháp đã chết, không phải pháp tồn tục. Theo luật tắc duyên sinh, sự tồn tại của tất cả pháp đều phải là tiến trình vận động không ngừng nghỉ. Do đó, trong vận hành của công năng hay chủng tử không hề có một chủ thể ngã nào có mặt.

Chính sự vi diệu này mà trong Kinh Thập Thiện Nghiệp Đạo, đức Phật dạy rằng chỉ có trí tuệ rốt ráo của chư Phật mới có thể hiểu biết thấu đáo được bản chất của nghiệp lực.

Qua cơ cấu vận hành của nghiệp như đã trình bày ở trên, con người chịu trách nhiệm về tất cả những gì mà họ lãnh thọ, khổ đau hay hạnh phúc. Vì thế, muốn thay đổi nghiệp vận, con người phải bắt đầu từ những hành động của thân, miệng và ý của chính họ.

Bắt đầu như thế nào?

Năm mới là cơ hội tốt nhất để bắt đầu, vì đây là thời điểm ai nấy đều mong muốn thay đổi nghiệp vận để có được cuộc sống tốt lành hơn.

Người Mỹ có một phong tục rất hay trong ngày đầu năm, đó là lập một hay nhiều điều cam kết để quyết tâm làm cho được việc gì đó trong năm, thường được gọi là "new year's resolution(s)".

Trong những ngày đầu năm, chúng ta có thể hạ quyết tâm thực hiện công cuộc thay đổi vận mệnh của mình bằng phương thức chuyển nghiệp qua nhiều bước từ cạn tới sâu, từ ngoài vào trong. Nói đầu năm là nói thời điểm thuận tiện nhất trong năm theo nếp sống văn hóa và phong tục của người Việt. Chứ thật ra đối với người Phật tử thì phải khởi sự chuyển nghiệp ngay khi hiểu được lời Phật dạy ở bất cứ thời điểm nào, và thực hiện điều đó thường xuyên trong đời sống hằng ngày.

Khởi sự, chúng ta có thể nương theo các giới luật mà Phật đã dạy để tự điều phục ba nghiệp của mình. Đối với người Phật tử tại gia, các giới luật mà mình đã thọ gồm năm giới (ngũ giới), mười điều thiện (thập thiện nghiệp), Bồ Tát giới tại gia. Lấy đó làm kim chỉ nam cho tất cả những hành động của thân, miệng và ý trong đời sống hằng ngày. Khi suy nghĩ, nói hay làm việc gì, người Phật tử cũng phải xét xem mình có vượt khỏi giới hạn của những giới luật này không.

Năm giới gồm: không giết hại sinh vật, không lấy cắp tài sản của người, không xâm phạm đến hạnh phúc gia đình người khác, không nói dối, và không uống rượu làm loạn trí. Mười điều thiện gồm: không tham lam, không giận dữ, không si mê, không giết hại sinh vật, không trộm cắp, không xâm phạm hạnh phúc nhà người, không nói dối, không nói lời thêu dệt, không nói lưỡi hai chiều, và không nói lời hung ác.

Khi người Phật tử thực hành một phần hay toàn phần các giới luật kể trên thì hiệu quả thay đổi của đời sống thấy rõ. Trước hết, đối với tự thân người giữ gìn giới luật sẽ có được đời sống an lạc, không lo phiền hay bị dính líu đến những phiền phức về tình cảm, pháp lý, v.v... Bởi vì, chẳng hạn, người Phật tử không trộm cắp thì không sợ bị thưa kiện về ăn cắp tài sản của người, hoặc người Phật tử không xâm phạm hạnh phúc của người khác thì giữ được hạnh phúc gia đình mình, v.v... Kế đến, đối với gia đình và xã hội, người Phật tử giữ gìn giới luật đầy đủ, sống theo đạo đức Phật giáo sẽ làm gương cho con cái noi theo, sẽ được mọi người tin tưởng, quý mến. Chẳng hạn, người Phật tử không nói dối thì lời nói của mình sẽ được mọi người tin tưởng mà không nghi ngờ, và tư cách cũng được tôn trọng, v.v... Đó chính là từ sự thay đổi ý nghĩ, lời nói và hành động mà chuyển hóa được chánh báo và y báo.

Nhưng nguồn gốc của mọi hành vi tạo tác và các việc bất thiện đều xuất phát từ tâm mà ra. Cho nên, bước thêm một bước nữa, người Phật tử cần quán sát và kiểm soát tâm mình trong tất cả mọi lúc, đừng để những ý nghĩ xấu ác, có hại cho người và mình, thao túng rồi dẫn đến các hành vi bất thiện của thân và khẩu. Muốn quán sát và kiểm soát tâm có hiệu lực, người Phật tử có thể thực hành nhiều cách, nhiều pháp môn mà trong đó thiền định là phương thức hữu hiệu nhất.

Thực hành thiền định gồm 2 cách: một là, tọa thiền theo thời khóa mỗi ngày để lắng đọng loạn tâm và gạn lọc tạp niệm; hai là, bằng trí tuệ quán chiếu vận hành của tâm ở tất cả mọi thời, chứ không phải chỉ trong thời khóa nhất định, để vừa điều phục vọng tâm, mà cũng vừa liễu ngộ bản chất của tâm, hay nói theo nhà thiền là kiến tánh.

Tâm là dòng chảy liên tục của những ý niệm thiện, ác và không thiện không ác. Dòng chảy của tâm nương trên năng lực tập khí được huân tập nhiều đời nhiều kiếp trở thành hoạt động tự nhiên trong đời sống. Giống như dòng chảy của thác nước, nhìn bên ngoài có vẻ như là liên tục không gián đoạn, nhưng thực ra đó là sự kết hợp tương sinh, tương diệt của từng khối nước, từng giọt nước, từng vi thể nước. Cũng vậy, dòng chảy của tâm thức là sự kết hợp tương sinh, tương diệt của vô lượng vô biên ý niệm không ngừng nghỉ. Vì vậy, trong tận cùng bản chất của dòng chảy tâm thức, không hề và cũng không thể có bất cứ chủ thể ngã nào tồn tại. Chúng vốn rỗng không.

Từ cuộc sống bao lâu nay, con người chạy theo sự rong ruổi của sáu căn với sáu trần để khởi động sáu thức không ngừng nghỉ, bây giờ có thể dừng lại để xoay cái nhìn vào nội tâm trống rỗng, là một thay đổi tận gốc rễ và lớn lao đối với đời sống. Qua đó, con người có thể tự mình thay đổi cách nhìn đối với cuộc sống, đối với thế giới chung quanh. Ngày xưa, với cuộc sống chạy theo vọng tâm điên đảo, con người nhìn cuộc đời như kẻ cưỡi ngựa xem hoa, chẳng thấy được điều gì rõ ràng, chẳng nhìn được vật gì tinh tường. Giờ đây, bằng năng lực nội quán, con người sẽ quán chiếu sự vật và thế giới một cách tỉnh táo, trầm tĩnh, minh mẫn và an lạc hơn. Cũng là cành hoa nơi sau vườn nhà, mà ngày nào chúng ta chỉ thoáng thấy bóng dáng mập mờ, nhưng bây giờ nó lại hiện ra rõ ràng như cảnh vật chiếu thẳng vào tấm gương sáng để lộ nguyên chân tướng diễm lệ tuyệt vời! Cũng là câu nói đó mà ngày xưa chúng ta nghe như dao cắt, như chanh chua, vậy mà bằng sự an trú trong sức nội quán tự tâm, hôm nay chúng ta nghe nó một cách bình thản, tự tại như gió thổi qua đồng trống.

Với tâm bình lặng chúng ta sẽ không bị tham lam và sân si trói buộc. Do đó, chúng ta sẽ không nghĩ đến chuyện chiếm lấy tài vật của người hay nuôi lòng thù hận ai. Ngay cả một lời hung ác, người Phật tử còn không thể thốt ra vì sợ làm ô nhiễm tâm mình và thương tổn người khác. Người Phật tử đem hành nghiệp trong sáng để hành xử trong công việc làm ăn sinh sống, trong lối cư xử với mọi người chung quanh, trong chức phận mà mình đang gánh vác ở xã hội. Bằng hành nghiệp trong sáng, người Phật tử đem hết khả năng để thực hiện lý tưởng xây dựng xã hội, đất nước và cuộc đời. Qua cách sống như vậy, người Phật tử sẽ giảm thiểu dần những hành tác bất thiện của thân, khẩu và ý để đạt đến cuộc sống yên ổn, an lạc và hạnh phúc hơn. Đó là lối sống mà ông bà tổ tiên người Việt chúng ta hay nói là "phúc đức." Có phúc đức thì chắc chắn sẽ thắng được số mệnh. Thật ra chính nhờ chuyển hóa nghiệp lực của thân, miệng và ý mới đưa tới lối sống "phúc đức" như vậy. Và người có phúc đức ắt sẽ được giàu sang phú quý từ tinh thần tới vật chất.

Một người làm được, cả nhà làm được, cả làng làm được, cả nước làm được. Như vậy mới chứng tỏ lời Phật dạy hữu ích như thế nào. Và như thế sẽ không còn ai nghĩ tới chuyện bỏ đạo Phật truyền thống để chạy theo các tôn giáo khác tìm lợi lạc nhất thời. Muốn giữ đạo, năm mới, mỗi người Phật tử hãy phát nguyện phải làm được như vậy.

Năm mới, xin chúc mọi người tinh tấn thực hành lời Phật dạy, rửa sạch thân tâm để chuyển đổi nghiệp vận. Làm được như vậy thì ngày nào cũng là ngày an lạc và hạnh phúc.

ĐỨC PHẬT VÀ CUỘC CHUYỂN HÓA NHÂN SINH TẬN GỐC RỄ

Khi Thái tử Siddhàrtha vượt thành Kapilavatthu trong đêm trường thanh vắng để vào núi Himalayas tìm đường tu tập, Ngài đã xác định hướng đi cho cuộc chuyển hóa nhân sinh toàn diện nhất trong lịch sử nhân loại. Nhưng có lẽ đó chỉ là thời điểm chín muồi của một quá trình tư duy và chiêm nghiệm lâu dài từ trước về bản chất và ý nghĩa đích thực của đời sống.

Thật vậy, ở ngôi vị của một Thái tử quyền quý cao sang như Ngài thì quyết định từ bỏ gia đình để xuất gia tầm đạo không thể xảy ra mà không có những nguyên nhân và động lực sâu xa. Sử truyện ghi rằng, khi Thái tử đi dạo chơi trong nhân gian, Ngài đã chứng kiến những thực trạng của cuộc đời như già yếu, bệnh hoạn và chết chóc. Từ đó Ngài bắt đầu tư duy về bản chất vô thường, giả tạm và khổ đau của cuộc đời để rồi quyết tâm tìm đường chuyển hóa. Tuy nhiên, trên thực tế có lẽ với trí tuệ nhận thức bén nhạy và lòng thương yêu rộng lớn, Thái tử đã thường trực cảm nhận được bản chất biến dịch không ngừng của cuộc đời ngay trong chính những sinh hoạt và giao tiếp hằng ngày của Ngài, rồi cũng qua đó Ngài đã trầm tư sâu thẳm về con đường diệt khổ cho bản thân và đồng loại.

Sau khi thành đạo, đức Phật cùng chư vị Tỷ Kheo về thăm vua Tịnh Phạn và thân bằng quyến thuộc ở thành Kapilavatthu. Trong dịp này, hình ảnh của một vị xuất gia đầu tròn áo vuông, tay ôm bình bát an nhiên đi khất thực từng nhà làm cho vua Tịnh Phạn vì chưa hiểu được công hạnh xuất thế của Phật đã cảm thấy đau lòng. Nhưng cũng từ đó, chúng ta thấy được hai biểu tượng: Một nhà vua với tâm nguyện an bang tế thế bằng quyền lực chính trị, quân sự và kinh tế trong tay. Một vị đạo sư với thệ nguyện cứu khổ độ sinh bằng con đường cách mệnh tâm linh tận gốc rễ. Đức Phật trong lần về thăm cố hương này đã lại một lần nữa khẳng quyết con đường chuyển hóa nhân sinh toàn diện của Ngài.

Tại sao đức Phật đã không chọn con đường chuyển hóa nhân sinh bằng quyền lực chính trị, quân sự và kinh tế như phụ thân Ngài đã làm?

Con đường cách mệnh nhân sinh thế tục cưu mang trong nó chủ trương đấu tranh không loại trừ yếu tố bạo lực. Giải pháp nhân sinh như vậy tự nó không thoát khỏi phạm trù ý thức nhị nguyên. Ý thức nhị nguyên dẫn đến thái độ phân biệt bỉ thử, nhân ngã, bạn thù, do đó chỉ chấp nhận cái gì của mình là đúng, là chân lý, còn những cái khác đều sai, đều tà vạy. Thay vì chuyển hóa mọi tranh chấp, bất an trong xã hội, cách mệnh nhân sinh thế tục mang sắc thái nhị nguyên và đấu tranh chỉ tạo ra thêm những đối lực thù nghịch, những chính sách bất công, thiên vị. Hơn nữa, bạo lực không phải là giải pháp nhân sinh kiến hiệu để mang lại ổn định xã hội và hạnh phúc cá nhân. Dùng bạo lực chỉ có thể thống trị xã hội nhất thời, nhưng không thể chuyển hóa được tận gốc mầm mống của phân hóa, thù hận, bất công, lại càng không thể tập trung được sức mạnh của quần chúng để xây dựng xã hội, nâng cao mức sống vật chất và tinh thần của con người.

Con đường cách mệnh nhân sinh thế tục chỉ nhắm đến đối tượng là cái tổng thể xã hội, hoặc là cơ chế lãnh đạo xã hội xét như là một tập hợp quyền lực của tổng thể xã hội, mà không nhắm đến đối tượng cá nhân xét như là thực thể của xã hội. Thực chất, tổng thể xã hội hay một tập hợp quyền lực của tổng thể xã hội chỉ là cái tên gọi suông, không phải là thực thể xã hội. Thực thể xã hội, nếu có, chính là từng cá nhân, vì xã hội là một tập hợp của nhiều cá nhân. Nếu cá nhân mà không hiện hữu như một thực thể tồn tại thì xã hội cũng không thể hình thành. Tất nhiên, khi quan niệm về cá nhân như là một thực thể đó chỉ là nói theo nghĩa thông tục tương đối, bởi vì đức Phật qua sự quán chiếu của trí tuệ Bát-nhã thâm sâu đã thấu suốt được bản chất vô thường, giả tạm, không có tự tánh của xác thân tập hợp ngũ uẩn được mệnh danh là cá nhân.

Cách mệnh nhân sinh do vậy phải nhắm đến đối tượng là những cá nhân, thực thể của xã hội. Chính vì thế, mọi cuộc cách mệnh nhân sinh chỉ nhắm đến đối tượng là cái tổng thể xã hội hoặc là tập hợp quyền lực của tổng thể xã hội, xưa nay đều không thể hoàn thành được mục đích chuyển hóa xã hội tận gốc rễ.

Con đường cách mệnh nhân sinh thế tục chỉ nhắm đến việc chuyển đổi và cải tạo xã hội ở giới hạn bề ngoài mà không đi sâu vào việc chuyển hóa bản chất bên trong. Thế nào là chuyển đổi và cải tạo xã hội ở giới hạn bề ngoài? Ở đây con người chỉ nhắm đến việc thay đổi, sửa đổi hay cải thiện những mô thức, định chế, cơ cấu, nguyên tắc trong sinh hoạt xã hội từ văn hóa, giáo dục đến kinh tế, chính trị, v.v... Tất nhiên, không ai chối cãi rằng công cuộc chuyển đổi và cải tạo xã hội ở giới hạn bề ngoài ấy đã có những tác động, những thay đổi, những cải thiện trong chiều hướng tích cực và lợi ích. Nhưng vấn đề mà chúng ta nói đến ở đây chính là sự chuyển hóa tận gốc rễ, mà điều này thì con đường cách mệnh nhân sinh ở giới hạn bề ngoài vẫn chưa thể đạt được.

Tại sao? Bởi vì những mầm mống và thảm trạng của bất an, khủng hoảng, khổ đau, và những tệ nạn xã hội khác vẫn còn đó. Một điển hình dễ thấy là luật pháp của các nhà nước đã được công bố và thi hành, nhưng luật pháp ấy chỉ nhắm đến việc ngăn chận và trừng phạt những hệ quả mà không có giải pháp để chuyển hóa tận gốc từ nguyên nhân. Vậy, muốn giảm thiểu tối đa hay loại trừ các tội trộm cướp, tham nhũng, v.v... việc chế tài và trừng phạt theo hệ quả của luật pháp nhà nước đối với tội phạm vẫn chưa đủ, cần phải có phương thức để con người bỏ bớt hay diệt trừ lòng tham lam thì tệ nạn đó mới có thể chấm dứt. Lòng tham chính là căn nguyên của tội trộm cướp, tham nhũng, v.v... Ngày nào mà con người còn lòng tham thì ngày ấy xã hội vẫn còn tội trộm cướp, tham nhũng, v.v... Công cuộc chuyển hóa bản chất bên trong chính là ý nghĩa này. Do đó, các cuộc cách mệnh nhân sinh thế tục không nhắm đến việc chuyển hóa bản chất con người mà cụ thể là chuyển hóa tâm thức, cho nên đã không thể đem lại thành công tận gốc rễ.

Như vậy, công cuộc chuyển hóa nhân sinh của đức Phật là gì?

Trước hết, đức Phật đã nêu cao giá trị làm người. Mặc dù nhận thức được bản chất vô thường, giả tạm và không thật của tập hợp ngũ uẩn, đức Phật đã không có thái độ phủ nhận giá trị hiện hữu của con người, vì ít ra con người còn có thể vận dụng được xác thân ngũ uẩn ấy cho công cuộc chuyển hóa vô minh và giải thoát phiền não khổ đau đối với tự thân và tha nhân. Trong mối tương quan tương duyên của cộng đồng xã hội, mỗi người đều có giá trị hiện hữu bình đẳng như nhau. Không ai có quyền nhân danh bất cứ thế lực gì để chà đạp lên quyền sống và quyền làm người của kẻ khác. Làm người ai cũng muốn bảo vệ sự sống và sợ cái chết, ai cũng tránh khổ đau và mưu cầu hạnh phúc, ai cũng có sự tôn nghiêm trong tư cách làm người, cho nên phẩm giá của con người là giá trị phổ quát, không một ai có thể chối bỏ hay chà đạp.

Sau khi dựng lại giá trị làm người, đức Phật đã mở ra

khung trời quang đãng hơn trước mặt sự hiện hữu quý giá ấy. Khung trời đó chính là khả năng mà con người vốn có trong việc tác tạo khổ đau hoặc xây dựng hạnh phúc. Theo định luật hiển nhiên của nhân quả và lý thuyết tất yếu của nghiệp, khổ đau hay hạnh phúc là do chính con người tạo ra. Tu tập các thiện pháp, gieo trồng những nhân lành thì con người chắc chắn sẽ có được sự an lạc trong đời này và đời sau. Ngược lại, buông thả ba nghiệp thân-miệng-ý theo sự thao túng của vô minh và các phiền não tham sân si để rồi tạo ra nhiều điều bất thiện thì trong đời này và đời sau không thoát khỏi khổ não. Từ đây, con người có đủ niềm tin và khả lực để đứng lên gánh lấy trách nhiệm trước vận mệnh cuộc đời mình mà không phải cầu cạnh nơi bất cứ thế lực nào khác. Đây chính là mở đầu của thời đại nhân chủ.

Tuy nhiên, với khả tính vi diệu tiềm tàng bên trong bản thể sâu nhiệm, con người có thể đạt thành mục tiêu tối hậu của đời sống, đó là thực nghiệm sự chuyển hóa toàn diện và tận gốc rễ nơi tự thân để giác ngộ vô minh và giải thoát phiền não khổ đau rốt ráo. Chỉ có con đường này, cảnh giới này mới thật sự kết thúc chuỗi xích trói buộc của sanh tử luân hồi từ vô thỉ kiếp.

Nhưng làm sao để thực nghiệm sự chuyển hóa con người tận gốc rễ?

Một con người có hai bình diện cấu trúc và sinh hoạt chính yếu: Thể xác vật chất với các cơ năng vận hành để duy trì và phát triển sự sống, hoạt động tinh thần bao gồm nhận thức và tình cảm hay nói cách khác là lãnh vực tâm thức trách nhiệm chi phối và chỉ đạo mọi động thái của tư duy, ngôn ngữ và hành động. Lẽ tất nhiên, cả hai cấu trúc này đều đóng vai trò tương tác như nhau. Trong hoạt động của con người không thể thiếu cái nào cả. Một thân xác không có tâm thức thì đó chỉ là một xác chết. Ngược lại, một tâm thức không có thân xác thì không có căn thân sở y để thực hiện mọi động thái của tư duy, ngôn ngữ và hành động thể xác, như vậy cũng chẳng khác gì là một bóng ma. Cho nên, yếu tố đầu tiên và cơ bản để thực nghiệm sự chuyển hóa con người tận gốc rễ một cách thành công chính là cần có một chánh báo tương đối hoàn bị, nghĩa là một thân xác với các cơ năng đầy đủ và hoạt động tốt, một tâm thức bình thường.

Vấn đề còn lại là công cuộc chuyển hóa. Đến đây chúng ta cần phải ngược dòng lịch sử để dõi theo dấu chân tầm đạo của Thái tử Tất Đạt Đa. Thoạt đầu Ngài khởi sự công cuộc chuyển hóa nơi thể xác vật chất theo như một số quan niệm về tu tập của các giáo phái đương thời. Chính vì vậy Ngài đã liên tục thực hiện việc tu khổ hạnh suốt mấy năm trường với ý tưởng rằng làm như thế sẽ đoạn diệt được tất cả nghiệp chướng của tham-sân-si và đạt thành giải thoát. Nhưng thân xác vật chất chỉ là cơ năng thừa hành của tâm thức chủ đạo. Tạo tác nghiệp thiện hay ác, thọ nhận an lạc hay khổ đau đều do tâm thức dẫn đầu. Không có tâm thức tác ý, không có tâm thức điều động thì thân khẩu không làm sao tạo nghiệp.

"Trong các pháp, tâm dẫn đầu, tâm là chủ, tâm tạo tác tất cả. Nếu đem tâm ô nhiễm tạo nghiệp nói năng hoặc hành động, sự khổ sẽ theo nghiệp kéo đến như bánh xe lăn theo chân con vật kéo xe." (Kinh Pháp Cú, Phẩm Song Yếu, kệ số 1, Thích Trí Đức dịch.)

Tu khổ hạnh áp chế thân xác vật chất không những không đạt được giải thoát mà còn làm suy nhược thể chất và tinh thần khiến cho con người mất sức khỏe, mất nghị lực để tiếp tục cuộc chuyển hóa. Do vậy, Thái tử Tất Đạt Đa đã quyết định chấm dứt việc tu tập theo phương thức này.

Ngài bắt đầu suy nghiệm lại để tìm một đạo lộ khác. Khi trải cỏ ngồi dưới gốc cây Tất Bát La, thệ nguyện không rời bỏ chỗ ngồi này cho đến lúc thành tựu được mục tiêu tối thượng, dường như Thái tử đã khẳng quyết về một phương cách chuyển hóa tận gốc rễ: Chuyển hóa tâm thức. Sau bốn mươi chín ngày đêm tĩnh tọa thiền định, đức Phật đã thành tựu được tuệ giác cứu cánh. Qua bao nhiêu năm đem thân lịch nghiệm con đường giác ngộ vô minh và giải thoát phiền não với muôn vàn gian lao khó nhọc, cuối cùng Ngài đã đến đích, đó là điểm tận cùng siêu việt mà một chúng sinh có thể vươn tới, vì không còn cảnh giới nào cao hơn, rộng lớn hơn, siêu thoát hơn. Đó là cảnh giới Thánh trí tự chứng, cảnh giới của Phật.

Đức Phật đã làm gì khi ngồi dưới cội Bồ-đề suốt bốn mươi chín ngày đêm mà chúng ta gọi đó là cuộc chuyển hóa tâm thức tận gốc rễ?

Điều hiển nhiên là không một ai khác ngoài chính đức Phật có thể hiểu và cảm nhận được những trạng thái tâm thức mà Ngài đã trải qua để chuyển từ tâm vô minh của chúng sinh đến tâm giác ngộ của Phật. Nhưng qua những điều đức Phật đã dạy trong những năm Ngài hóa độ sau này, còn ghi lại trong tam tạng kinh điển, chúng ta có thể hình dung ra những dấu ấn chính trong cuộc chuyển hóa tâm thức tận gốc rễ ấy.

Cuộc chuyển hóa tận gốc rễ mà đức Phật đã thành tựu đó chỉ nhắm đến có mỗi một tiêu đích duy nhất là cái tâm, bởi vì làm chúng sinh hay làm Phật cũng đều do một tâm mà nên. Tâm ấy mà động loạn thì sanh diệt khởi lên, ngã pháp có mặt, kết nghiệp thọ khổ, gọi là chúng sinh. Tâm ấy mà tịch tịnh thì vô sanh hiện bày, ngã pháp trống vắng, không ai tạo nghiệp nhân, không ai thọ quả báo, gọi là giác ngộ giải thoát, là Phật. Tiến trình chuyển hóa tâm ấy xảy ra trên hai bình diện: Lý kiến tánh thì đốn ngộ, nhưng sự tướng diệt trừ phiền não thì tiệm tu. Điều này có nghĩa là về mặt chứng ngộ lý tánh vô sanh thì xảy ra trong đường tơ kẽ tóc, song về mặt diệt trừ các tập khí vô minh phiền não đã được huân tập từ vô lượng kiếp quá khứ thì phải tu tập giới định tuệ để lần hồi chuyển hóa. Cho nên, trong giáo nghĩa Đại thừa nói rằng từ lúc sơ hưng phát Bồ-đề tâm cho đến khi thành Đẳng Chánh Giác phải trải qua ba A-tăng-kỳ kiếp tu tập ở năm mươi ba địa vị, từ Thập Tín, Thập Trụ, Thập Hạnh, Thập Hồi Hướng cho đến Thập Địa, Đẳng Giác, Diệu Giác và Phật.

Đến đây vấn đề này tất phải được đặt ra, rằng như vậy thì cuộc chuyển hóa tâm thức ấy chỉ xảy ra cho mỗi cá nhân con người, như thế làm sao nó có thể là công cuộc chuyển hóa rộng lớn đến toàn thể nhân sinh, toàn thể xã hội? Phải chăng đức Phật đã không đưa ra một phương thức mang tính vĩ mô để chuyển hóa và xây dựng xã hội nhân sinh?

Có một điều mà có lẽ chúng ta đều đồng ý rằng sở dĩ xã hội có những vấn đề như bất công, tham nhũng, trộm cướp, không an ninh, bất ổn, bệnh tật, nghèo khó, v.v.. căn nguyên là vấn đề của cá nhân, của mỗi người. Bởi vì chính mỗi cá nhân vẫn còn cưu mang trong tự thân mình những yếu tố căn bản để dẫn đến các vấn đề ấy. Yếu tố căn bản đó chính là một tâm thức nhiễm ô vì vô minh và các phiền não như tham, sân, si v.v... Khi mỗi cá nhân với tâm thức có vấn đề thì đi đến đâu, sinh hoạt ở đâu, sống ở đâu, cá nhân đó cũng sẽ tạo ra vấn đề cho bản thân, cho cộng đồng, cho xã hội. Một cá nhân có vấn đề, nhiều cá nhân có vấn đề thì đó sẽ là vấn đề chung của xã hội. Nếu từng cá nhân tự chuyển hóa tâm thức để giải tỏa những vấn đề trong chính họ, nghĩa là họ đã giảm trừ hay tận diệt vô minh và các phiền não gây ra bất an khổ não, thì xã hội bớt đi một thành viên tạo tác những vấn đề khó khăn. Đó là mới nói trên lãnh vực tiêu cực, còn trên lãnh vực tích cực thì khi một cá nhân trở thành người hoàn thiện, người tốt, sống lợi ích cho mình và người, thì cộng đồng xã hội có thêm một thành viên kiến tạo hòa bình, an lạc và thịnh vượng. Một người thiện, nhiều người thiện thì xã hội sẽ trở thành thiện.

Quan niệm rằng đức Phật chỉ nghĩ đến việc giải thoát cá nhân mà không đoái hoài gì đến khổ đau của đồng loại và chúng sinh là điều không đúng thật. Bởi vì, sau khi thành đạo, đức Phật đã nỗ lực vân du khắp lưu vực rộng lớn của sông Hằng để thuyết Pháp độ sinh. Suốt gần năm mươi năm mà ngày nào cũng vậy, với ba y và một bình bát đi khất thực từng nhà, ai có duyên được độ thì độ, không phân biệt thành phần giai cấp xã hội, từ kẻ cùng đinh nghèo khó đến vua chúa trưởng giả, tất cả Ngài đều đối xử bình đẳng như nhau. Tận tụy giáo hóa như vậy cho đến ngày nhập Niết-bàn mới thôi là Ngài vì cái gì? Chẳng phải là vì lòng từ bi thương xót con người và chúng sinh khổ não mà nhọc nhằn hóa độ đó sao?

Trong những bài Pháp mà Ngài đã dạy cho hàng đệ tử lúc sinh tiền, đức Phật đã đưa ra những phương thức chuyển hóa vừa mang tính triệt để cho từng cá nhân, vừa mang tính phổ cập cho quảng đại quần chúng nhân sinh, chẳng hạn Ngũ giới, Thập thiện, Tứ nhiếp pháp, Lục độ, v.v... Một người khi thực hành Ngũ giới, Thập thiện, Tứ nhiếp pháp, Lục độ không phải chỉ mang lại lợi ích là đời sống an lạc và giải thoát cho cá nhân không thôi, mà còn đem lại sự ổn định trật tự, an ninh, an lạc, tinh thần tích cực dấn thân, lòng thương yêu cứu giúp, đời sống văn hóa đạo đức, trách nhiệm đối với bản thân, gia đình và xã hội v.v... Đặc biệt, giáo nghĩa Lục độ là nền tảng xây dựng Bồ Tát đạo, mà Bồ Tát đạo là con đường vị tha toàn diện, lấy việc cứu độ khổ ách cho chúng sinh làm bản hạnh nguyện để qua đó tu tập và khai mở tâm đại từ bi đồng thời phát huy diệu dụng của trí tuệ Bát-nhã, thành tựu mục đích tự giác, giác tha, giác hạnh viên mãn.

Thực tế, hơn hai mươi lăm thế kỷ qua, bắt nguồn từ Ấn Độ rồi sang các nước Á châu, đến các nước Tây phương, và hiện nay trên khắp thế giới, càng ngày loài người càng nhận chân ra được giá trị ưu thắng của việc chuyển hóa tâm thức tận gốc rễ mà đức Phật đã khai thị. Đó chính là sự xác minh rõ ràng nhất về tính phổ quát, hiện thực và kiến hiệu của con đường chuyển hóa nhân sinh toàn diện của đức Thế Tôn.

ĐỨC PHẬT RA ĐỜI

Vui thay Phật ra đời!

Kinh Pháp Cú
Kệ số 194

Ở thế gian này, có biết bao nhiêu chúng sinh ra đời mỗi ngày! Chỉ nói đến cõi người không thôi cũng đã thấy con số rất lớn, tính chi đến các loài chúng sinh khác.

Trong hằng hà sa số chúng sinh ấy, có bao nhiêu sự ra đời còn được xưng tụng sau mấy ngàn năm? Con số đếm được thật quá ít ỏi.

Tại sao? Rất đơn giản. Vì đó không phải là sự ra đời của một hữu tình đến rồi đi theo kiểu của thi hào Lý Bạch: *"Sinh vi quá khách, tử vi quy nhân, thiên địa nhất nghịch lữ, đồng bi vạn cổ trần."* (Sinh ra là khách qua đường, chết đi là về cố hương, trời đất là quán trọ, bụi muôn đời xót thương!)

Vì đức Phật ra đời đã để lại cho nhân loại một di sản vô giá. Đó là khởi đầu của một hành trình chấm dứt khổ đau và sống an lạc, là bình minh rực sáng của trí giác nhìn rõ bộ mặt thật của mọi sự vật, là nguyện vọng cao quý mà mọi chúng sinh đều muốn thành đạt! Di sản ấy cho đến ngày nay, sau hơn hai ngàn năm trăm năm, loài người vẫn trân quý vì nhận thấy nó không chỉ thích đáng cho mưu cầu hạnh phúc của đời sống cá nhân mà còn là giải pháp kiến hiệu cho sự xây dựng và phát triển nền hòa bình của toàn thế giới.

Nhân cách, trí tuệ và lòng từ bi đặc biệt của đức Phật đã cảm hóa không biết bao nhiêu người, bao nhiêu chúng sinh. Đặc biệt đến độ đã từng có người, khi tiếp xúc với đức Phật không nghĩ rằng ngài là một con người mà là một vị thần linh nào đó! Chuyện kể rằng sau khi giác ngộ, trên đường du hóa, nhiều người khi nhìn thấy đức Phật đã nghĩ rằng ngài là vị thần linh. Nhưng đức Phật đã nói với họ, ngài không phải là thần linh, ngài là con người như bao nhiêu con người khác, như họ. Chỉ có điều là ngài đã tự thân chứng nghiệm được sự thật, thấy được bản chất như thật của con người và mọi sự vật, là người giác ngộ. Sự giác ngộ này, ngài nói rằng ai cũng có thể thực hiện được chứ không phải chỉ riêng một mình ngài.

Một vị trưởng giả giàu có bậc nhất thời đức Phật ở thành Vương Xá, nước Ma Kiệt Đà, là ông Cấp Cô Độc (Anathapindika), vì cảm nhận ân đức và trí tuệ của đức Phật đã tán thán rằng:

"Hay thay, bạch đức Thế Tôn, cũng như một người dựng dậy những gì bị ngã xuống, vén mở những gì bị che đậy, chỉ đường cho kẻ lạc lối, rọi đèn vào chỗ tối tăm để những ai có mắt có thể thấy; cũng vậy, Chánh pháp được đức Thế Tôn giảng dạy bằng nhiều thí dụ." (trích theo Tuệ Sỹ, Dẫn Vào Thế Giới Văn Học Phật Giáo).

Lời tán thán trên của ông Cấp Cô Độc không phải là loại ngôn ngữ của một tín đồ dành cho vị giáo chủ tôn giáo của mình trong tâm thức bị buộc chặt bởi tín điều và giáo điều không thể cởi bỏ. Lời tán thán của ông Cấp Cô Độc là lời thật được nói ra từ chính sự cảm nhận sâu sắc đối với thực tế bản thân và xã hội của ông.

Ông Cấp Cô Độc chắc chắn đã nhìn thấy tận mắt sự bất công xã hội đã và đang phủ trùm lên thân phận bất hạnh của hàng triệu người, bị người ta định danh là giai cấp bần tiện, Thủ Đà La, một giai cấp bị phân biệt đối xử thậm tệ, đôi khi còn tệ hơn là những con vật! Còn nữa, ông đương nhiên cũng nhìn thấy tận mặt hàng trăm trường phái triết lý và đạo học rao giảng mỗi ngày ở khắp mọi nơi về nhiều triết thuyết và lề lối tu tập không giúp ích được gì cho con người thăng tiến thật sự đời sống tri thức và tâm linh. Người ta chỉ đắp bồi cho kiên cố thêm những thành trì cố chấp của tín điều và giáo điều cố hữu.

Đức Phật không đối xử phân biệt với bất cứ ai, từ hàng giáo sĩ Bà La Môn và vua quan cho đến người dân nghèo cùng khốn khổ ở đáy sâu của xã hội. Ngài đối xử bình đẳng với tất cả mọi người. Trong Tăng đoàn của ngài không ít vị Tỳ-kheo chứng quả A La Hán là những người xuất thân từ giai cấp bị xã hội khinh khi chà đạp, thậm chí trong đó còn dung nạp những người đã từng vấy máu đôi tay hay đã từng bán mình ở chốn lầu xanh trác táng, như Ưu Ba Li, Vô Não, Liên Hoa Sắc v.v...

Đối với những người bất hạnh nhất, ngài đem lòng từ bi bao dung để cảm hóa họ, dù người ấy có hung bạo đến cỡ nào, dâm ô đến đâu, hay bần tiện ra làm sao! Trong từ tâm của đức Phật, họ vẫn là kẻ đáng được độ, đáng được nâng đỡ dậy.

Chính trong ý nghĩa này, đức Phật đã thiết lập giới luật để nâng đỡ những ai yếu đuối, những kẻ bị vấp ngã, những người vì vô minh chưa dứt mà tạo sai lầm, chứ không phải để trừng phạt hay chối bỏ họ.

Khi nhìn sâu vào bản chất khổ não và bất công của xã hội cũng như tự thân của mỗi người, đức Phật thấy rằng tất cả đều bắt nguồn từ hành nghiệp, biệt nghiệp của cá nhân và cộng nghiệp của xã hội. Nhưng nghiệp không phải là cái gì do ai áp đặt hay không thể thay đổi được. Nghiệp là hành vi tạo tác của chính mỗi người hay của cộng đồng xã hội thông qua ba phương diện: ý nghĩ, lời nói và hành động, mà trong đó tâm thức đóng vai trò chủ động. Con người và xã hội vì tạo tác nguyên nhân bất thiện cho nên thọ nhận kết quả xấu ác. Ngược lại, nếu con người và xã hội nỗ lực suy nghĩ, nói và làm điều thiện thì chắc chắn sẽ có kết quả an lạc, hạnh phúc và tốt lành.

Như vậy, để được sống an lạc, hạnh phúc và tốt lành, con người và xã hội cần phải thay đổi tư duy, lời nói và hành động sao cho những yếu tố đưa đến khổ đau như tham lam, sân hận, si mê dần dần được giảm trừ đến mức thấp nhất.

Trong tư duy, ngôn ngữ và hành động của con người luôn luôn có mối tương quan tương duyên không thể tách rời giữa cái này với cái kia, giữa người này với người nọ, giữa cá nhân với xã hội, giữa cộng đồng này với cộng đồng khác, giữa quốc gia này với quốc gia kia, giữa thế giới này với thế giới nọ. Đó là mối liên hệ duyên khởi mà đức Phật đã thân chứng ngay trong đêm ngài giác ngộ. Mối liên hệ đó không dừng lại ở không gian và thời gian nào mà trải rộng ra vô tận vô biên, gọi là trùng trùng duyên khởi.

Vì vậy, sự an lạc và khổ đau của một người có tương quan tương duyên với sự an lạc và khổ đau của nhiều người, của xã hội, và ngược lại. Trong một ý tưởng nhỏ bé của một người, vốn đã là thành quả kết tụ của bao nhiêu nhân duyên trong đó, từ bản chất tri thức, tình cảm, cơ cấu vật lý cơ thể của mỗi người đến bối cảnh gia đình, học đường và xã hội của người đó.

Đức Phật không phải chỉ tôn trọng sự sống, quyền sống, nhân cách và Phật tính của con người, ngài còn tôn trọng sự sống, quyền sống và Phật tính trong mọi loài sinh vật. Đối với ngài, sự sống là quý giá, cho dù chỉ là sự sống của một cái cây bên đường. Thù hận và chiến tranh là yếu tố hủy hoại sự sống. Nếu không có sự sống, thế giới này sẽ trở thành một hành tinh chết. Nếu cổ võ thù hận và chiến tranh tức nuôi dưỡng độc tố để tàn hại cuộc sống, tàn hại hành tinh. Đức Phật thiết lập nề nếp an cư cho Tăng đoàn trong mùa mưa chính là biểu hiện cụ thể quan điểm của ngài đối với việc tôn trọng sự sống, cho dù đó chỉ là sự sống của những loài côn trùng thảo mộc nhỏ bé nhất ở dưới đất.

Có lần vua A Xà Thế vì muốn đem quân chinh phạt xứ Bạc Kỳ đã phái đại thần Vũ Xá đến đảnh lễ và thỉnh ý đức Phật. Thay vì trả lời trực tiếp với vị đại thần là nên hay không, đức Phật quay sang tôn giả A Nan, vị thị giả đang đứng hầu bên cạnh, giảng về bảy pháp làm quốc gia hưng thịnh của dân tộc Bạc Kỳ. Khi nghe xong, vị đại thần đã về tấu trình lại với vua A Xà Thế và vì vậy cuộc xâm lược đã bị bãi bỏ. Câu chuyện này giúp chúng ta hiểu được mấy điều bổ ích như sau:

- Đức Phật đứng trên những tranh chấp thế gian. Ngài không bao giờ đặt mình trong sự chi phối và buộc ràng của vòng đấu tranh thế sự vốn là thao tác của tham lam, thù hận và si mê.

- Vì tôn trọng sự sống, quyền sống của mọi người, đức Phật không nhúng tay vào những đấu tranh bị khích động bởi lòng thù hận và tham tàn để tiêu diệt sự sống, làm thương vong cho đồng loại.

- Đức Phật dùng phương thức giáo dục tự giác để cảm hóa tha nhân, cho nên ngài luôn luôn giúp con người tự khai mở tri kiến như thật của họ mà không áp đặt quan kiến của mình, dù đó là trí tuệ của người đã giác ngộ. Nhiều lần trong đời, đức Phật đã được nhiều người đưa ra những câu hỏi để so sánh chỗ đúng sai giữa giáo pháp của ngài với các triết thuyết, các giáo nghĩa khác, ngài chỉ gợi ý và kêu gọi kẻ đối thoại vận dụng chính trí tuệ của họ để hiểu biết chân xác vấn đề.

Nói đến phương thức giáo dục tự giác của đức Phật, người viết không thể không thích thú nhắc đến vài câu chuyện vừa nhân bản vừa hữu hiệu mà đức Phật đã sử dụng để cảm hóa hàng đệ tử của ngài để cống hiến cho người đọc.

Tôn giả A Na Luật vì nỗ lực chuyên tu quá độ đã sanh bệnh và cuối cùng bị hư cặp mắt. Khi nghe được tin này, một hôm đức Phật đích thân đến tận liêu phòng của tôn giả A Na Luật để thăm. Thấy tôn giả A Na Luật đang xỏ chỉ để may y, nhưng vì mắt bị mù nên xỏ hoài mà không được, đức Phật ngồi xuống một bên, cầm tay tôn giả vừa chỉ cách xỏ chỉ vừa dạy pháp môn quán sổ tức tập trung ở đầu mũi. Ngài từ tốn dạy tôn giả rằng, việc tu hành cũng giống như chuyện lên dây đàn: dây chùng quá thì tiếng kêu không hay, căng quá thì dây bị đứt, cũng vậy tu quá khổ hạnh sẽ tổn hại đến sức khỏe, tu quá giãi đãi sẽ rơi vào buông lung, vì vậy cần phải giữ mức trung đạo, thì mới thành tựu quả vị. Tôn giả A Na Luật theo lời dạy của đức Phật mà tu tập, chẳng bao lâu sau đã chứng quả A La Hán với thần thông thiên nhãn đệ nhất.

Tôn giả La Hầu La vì còn nhỏ tuổi nên tánh tình nghịch ngợm, hay quấy phá các vị tỳ-kheo khác. Tôn giả La Hầu La bị phiền trách nhiều lần, đến tai đức Phật, một hôm, nhân lúc tôn giả đang lấy nước rửa chân, đức Phật dùng ngay trường hợp cụ thể này để dạy. Ngài nói rằng, như chậu nước đã dơ không thể dùng rửa sạch vật gì khác, con người khi đã bị ô nhiễm bởi tham, sân, si thì cũng sẽ chìm trong khổ não, không thể làm được điều gì ích lợi rộng lớn cho mình và người khác. Nhờ đức Phật khai tâm qua hình tượng cụ thể như vậy, tôn giả La Hầu La đã tỉnh thức và nỗ lực tu tập, sau đó cũng chứng quả A La Hán.

Đức Phật cảm hóa con người bằng hai phương cách chính yếu: Một, mở tâm qua sự thiền định và quán chiếu sâu sắc mọi sự việc để làm bừng sáng trí tuệ. Hai, mở lòng qua sự thương yêu chân thật để lọc sạch vẩn đục bị ứ đọng từ vô lượng kiếp hầu nuôi lớn từ bi. Trí tuệ nhìn thấu suốt bản chất các pháp để giác ngộ vô minh và giải thoát phiền não, nhưng từ bi cũng lặn sâu xuống tận đáy của thức tâm, thâm nhập vào cội nguồn mọi pháp để liễu ngộ bản thể của vạn hữu, đưa đến giác ngộ vô minh và giải thoát khổ đau. Cả hai đều hỗ trợ nhau để thành tựu cứu cánh, một bên chứng đắc căn bản trí, một bên thể nhập phương tiện trí, tuy hai mà một.

Di sản đức Phật để lại cho thế gian này là vô tận, nói không thể hết. Chỉ bằng sự chứng nghiệm và ứng dụng trong đời sống thường ngày người ta mới cảm nhận được giá trị đích thật vô ngần của nó.

Giá trị của di sản đức Phật để lại không chỉ nằm trong những con chữ được lưu giữ trong ba tạng Kinh, Luật và Luận mà đích thị là nằm trong ích lợi cụ thể và sống động khi được đem ra thực hành trong từng cá nhân hay cộng đồng xã hội. Không hành trì, di sản đó sẽ trở thành món đồ cổ chỉ dùng để trưng bày trong các tủ kính, trong các Tàng kinh các, ngắm nghía một hồi mỏi mắt rồi bỏ đi. Sự hành trì sẽ biến nó thành lương dược chữa lành bệnh tật cho mình và cho tha nhân.

Thế giới càng khổ, chiến tranh càng hung tàn, bạo lực càng gia tăng, đói khát càng hoành hành, thiên tai nhân họa càng thường trực, con người càng nhận chân được giá trị thiết thực của di sản mà đức Phật đã để lại. Vì trong di sản đó chứa đựng nhiều giải pháp cứu chữa hữu hiệu đối với thảm trạng của nhân gian mà con người là nạn nhân trực tiếp.

Chính vì vậy, sự ra đời của đức Phật quả là có ý nghĩa cho con người khổ đau ở mọi thời đại, mọi xứ sở.

Kính lạy Phật đản sinh!

TƯỞNG NIỆM NGÀY
PHẬT ĐẢN SINH GIỮA
CƠN KHỦNG HOẢNG HIỆN NAY

Trên mặt hiện tượng và lịch sử, đức Phật chỉ đản sinh vào một thời điểm, một nơi chốn nhất định trên thế giới này. Thời điểm và nơi chốn ấy là vào năm 624 trước Tây lịch tại vương quốc Kapilavastu mà ngày nay là Nepal, phía tây bắc Ấn Độ.

Trên bình diện bản thể, Phật là tánh giác của tất cả hữu tình chúng sinh. Vì vậy, bất cứ khi nào chúng sinh nghĩ về Phật thì Phật thị hiện ở đó. Nói như vậy không có nghĩa là Phật tính có sinh có diệt, mà do tâm chúng sinh có sinh diệt nên Phật có lúc hiện lúc ẩn. Do đó, người Phật tử thường nghĩ nhớ đến Phật thì Phật thường có mặt với họ.

Thường ngày, con người nghĩ tưởng đến Phật qua nhiều cơ duyên khác nhau, không ai giống ai. Có người thường ngày hành trì niệm Phật, nên nhớ đến Phật thường xuyên. Có người khi có dịp đến chùa hay gặp chư tăng ni thì nhớ đến Phật. Có người ban đêm, trong giấc mơ chẳng lành, sợ hãi, bỗng nhiên tiềm thức nhớ Phật, niệm Phật, tỉnh giấc mới biết mình bị ác mộng. Có người khi gặp hoàn cảnh đau khổ tột cùng không biết làm gì để thoát khổ nên nghĩ nhớ đến Phật, niệm Phật. Có người gặp lúc cực kỳ may mắn phước lộc tràn đầy không biết làm sao cảm tạ bèn nghĩ đến ân đức của Phật, niệm Phật. Nhiều, nhiều lắm, có vô số trường hợp nghĩ nhớ đến Phật khác nhau tùy theo cơ duyên mỗi người.

Nhưng, có một cơ duyên xảy ra hằng năm mà người Phật tử nào cũng nghĩ nhớ đến Phật, đó là ngày đản sinh của ngài.

Năm nay, ngày đản sinh của đức Phật đến trong bối cảnh bất an về kinh tế lan rộng khắp toàn cầu. Các thông tin cho thấy tình trạng thất nghiệp trên thế giới đang lên cao chưa từng có và sẽ còn tiếp tục gia tăng. Liên Hiệp Quốc báo động chỉ trong năm nay không thôi, số người thất nghiệp trên thế giới sẽ lên tới 40 triệu. Cộng chung với số người đang thất nghiệp, thế giới hiện có khoảng 200 triệu người không có việc làm. Trong số những người còn đang làm việc trên thế giới, có khoảng 20% chỉ kiếm được 1.25 đô-la một ngày, và khoảng 40% người lao động chỉ đem được về nhà 2 đô-la một ngày. Tình trạng này gây nên nạn thiếu dinh dưỡng và đói khát triền miên trên hành tinh. Phúc trình của Liên Hiệp Quốc cho biết, trên thế giới hiện có 963 triệu người bị đói kinh niên và mỗi ngày có khoảng 16.000 trẻ em chết vì đói và thiếu dinh dưỡng.

Tác động của cơn khủng hoảng kinh tế và tài chánh toàn cầu hiện nay đã lan rộng khắp nơi và không chừa một quốc gia, một khu vực nào trên thế giới, từ Mỹ Châu đến Âu Châu, từ Phi Châu đến Á Châu. Không phải chỉ có những ai đang bị thất nghiệp và làm ăn thua lỗ mới lo lắng, phiền muộn, những người đang còn làm việc, những thương gia đang còn hoạt động cũng không yên tâm, không biết ngày mai sẽ ra sao! Mọi người đều lo âu. Nỗi lo bên trong được cộng thêm với hoàn cảnh bất an bên ngoài xã hội làm cho cuộc sống con người trở nên đầy bất trắc và đau khổ.

Chưa hết, lòng tham lam, thù hận và si mê của con người khiến họ có những ý tưởng, ngôn ngữ và hành động làm tổn hại nghiêm trọng đến những người chung quanh, đến cả nhân loại. Trong số những tác động gây đau khổ cho nhân quần xã hội mà con người đã và đang chứng kiến có nạn cuồng tín và kỳ thị tôn giáo, nạn độc tài và tham nhũng của các cơ chế chính trị ở cấp quốc gia, nạn đầu cơ tích trữ trong giới thương nghiệp, nạn buôn bán người trong và ngoài lãnh thổ của nhiều nước, nạn bạo hành trong gia đình và ngoài xã hội, nạn phe phái, chủ nghĩa và ý thức hệ kéo dài nhiều thập niên qua nhiều lãnh địa quốc gia, nạn chà đạp lên quyền sống và quyền làm người của kẻ khác, nạn tham vọng bá quyền xâm chiếm biên cương đất đai và lãnh hải của lân bang v.v...

Còn nữa, trong cuộc cạnh tranh sinh tồn, để đáp ứng với những nhu cầu phát triển về mặt dân số cũng như về mặt tiến bộ trong các lãnh vực kinh tế, khoa học, chính trị và quân sự, con người bất chấp đến hậu quả đã không ngừng khai thác đất đai, dầu mỏ, đào phá rừng, săn bắn thú rừng và đánh bắt các loài cá, chế tạo vũ khí nguyên tử, hóa học và vi trùng. Kết quả là trái đất ngày càng cạn kiệt nguồn tài nguyên thiên nhiên, khí thải nhà kính gây thay đổi trầm trọng khí hậu toàn cầu khiến thiên tai xảy ra thường xuyên, mực nước biển dâng cao xâm thực đất sinh sống, nạn sa mạc hóa ngày càng lan rộng, nhiều loại thú rừng và cá đã và đang trên đà diệt chủng, mối đe dọa thường trực đối với sinh mạng con người vì các loại vũ khí độc hại, v.v...

Tất cả những tác hại vừa nêu trên không phải là ảo ảnh mơ hồ, mà là các hiện tượng có thật đã và đang xảy ra hằng ngày trên thế giới này. Vì vậy, đó không phải là những sản phẩm tưởng tượng của người viết cố ý bôi đen hình ảnh của thế giới hay tô đậm nét bi quan, tiêu cực về cuộc đời. Đó là sự thật. Sự thật về khổ mà đức Phật đã từng dạy trong những bài Pháp lúc Ngài còn tại thế.

Sống trong bối cảnh xã hội và cuộc đời như vậy, người Phật tử, khi tưởng niệm ngày đản sinh của đức Phật, có thể chiêm nghiệm được điều gì để mang lại lợi lạc cho mình và cho người hầu giải thoát một phần nào những khổ đau trầm thống đang đè nặng lên thân phận con người?

Trước hết, mọi người Phật tử đều biết rằng đức Phật ra đời vì để giải khổ cho mình và cho chúng sinh. Chính vì vậy, trong suốt gần năm mươi năm, đức Phật đã không ngừng vân du đó đây để chỉ dạy con đường giác ngộ và giải thoát. Trong phương thức giáo hóa, đức Phật luôn luôn dựa trên thực trạng của xã hội, căn cơ hoàn cảnh của mỗi người mà đưa ra các phương thức diệt khổ và sống an lạc không những trong đời này mà còn trong những đời sau. Vì lẽ đó, đức Phật không đề cập đến những vấn đề siêu hình và thuần lý mà ngài dạy con người quán chiếu vào thực tại để nhận chân sự thật, dù sự thật mang bất cứ vóc dáng nào, rồi từ đó chấm dứt các nguyên nhân gây ra phiền não và khổ đau để đạt đến an lạc và giải thoát.

Nhìn nhận sự thật là bước đầu tiên và cũng là cuối cùng cần phải thực hiện nếu muốn diệt khổ. Trong sự thật này bao hàm bốn dạng thức nền tảng: sự thật về khổ, sự thật về nguyên nhân gây ra khổ, sự thật về trạng thái hết khổ sau khi thực nghiệm sự thật về con đường diệt khổ. Bốn sự thật này vốn nằm trong luật tắc nhân quả và duyên khởi mà bất cứ người nào cũng có thể nhận biết vì nó phù hợp với các hiện tượng xảy ra thường trực trong đời sống, trong vũ trụ, và vì nó là các nguyên lý nhận thức phổ quát mà con người vốn có.

Trong ý nghĩa đó, người Phật tử có thể ứng dụng các sự thật này vào trong đời sống hiện thực hằng ngày để giảm trừ khổ đau. Bây giờ xin đi sâu vào các chi tiết ứng dụng lời Phật dạy để học làm sao sống bình thản và an lạc giữa cuộc đời phiền tạp.

Phiền não, buồn phiền, phiền nhiễu, bất xứng ý, không vừa lòng, bất mãn, khổ đau, v.v… là những hiện tượng xảy ra thường xuyên trong đời sống con người, dù con người ở giai tầng, ở bối cảnh xã hội nào, hay dù con người sống ở thời đại nào, thậm chí dù con người ở lớp tuổi nào. Đây là sự thật.

Nếu chúng ta không thừa nhận, hay nếu chúng ta tìm cách lẩn tránh nó thì vấn đề sẽ càng nhiêu khê và phiền phức hơn. Chính vì tìm cách tránh né khổ đau, con người lại càng cảm thấy mình bị áp lực, bị vây hãm, bị tấn công mạnh hơn bởi khổ đau. Tại sao? Bởi vì thái độ không nhìn nhận sự thật khổ đau là hành vi, là nguyên nhân tạo ra khổ đau khác. Khi con người tránh né khổ đau, họ sẽ không có cơ hội để trui luyện khả năng đối đầu với khổ đau, nhưng họ lại không có cách nào hữu hiệu để diệt sạch khổ đau, cho nên khổ đau vẫn tiếp tục sinh khởi, và họ lại càng cảm thấy bị quấy rầy vì khổ đau.

Giống như một người đang làm việc trong một công ty mà công ty này đang gặp phải khó khăn về tài chánh, không biết sẽ phải sa thải một số công nhân vào lúc nào. Người đó mỗi ngày đến sở làm đều nghĩ và lo lắng về chuyện có thể mình sẽ bị cho nghỉ việc. Chuyện cho nghỉ việc thì chưa đến, mà cũng có thể là sẽ không đến với cá nhân người đó, nhưng anh/chị này vẫn cứ lo, lo rồi sợ, sợ rồi muốn trốn tránh chuyện mình sẽ bị sa thải, cho nên mỗi ngày đều mong rằng mình sẽ không phải là người bị cho nghỉ việc. Tâm trạng này cứ đeo đuổi người đó mãi, không biết bao giờ mới chấm dứt, trừ phi công ty tuyên bố rằng sẽ không cho ai nghỉ việc cả. Nhưng thực tế công ty không thể chắc là có thể vượt qua được khó khăn hay không mà dám tuyên bố như vậy. Ở đây cái khổ của người đó là không nhìn nhận vào sự thật. Sự thật gì? Sự thật là hiện tại công ty vẫn chưa sa thải anh/chị này. Sự thật là đến khi công ty có quyết định sa thải thì anh/chị này cũng không có cách nào để trốn tránh. Sống trong lo sợ như vậy, người công nhân đó sẽ không thể tìm được an lạc trong đời sống hằng ngày.

Trong trường hợp trên, nỗi lo sợ làm cho người đó khổ đau. Nỗi lo sợ xảy ra là khi một điều gì đó chưa thật sự đến, có nghĩa là đó chỉ là một sự kiện không thật trong hiện tại, nó chỉ là một sản phẩm do con người thêu dệt ra. Điều này đã được đức Phật dạy trong Tâm Kinh Bát-nhã là "điên đảo mộng tưởng." Một người biết nhìn nhận sự thật sẽ không mộng tưởng. Như người công nhân nói trên, nếu biết nhìn nhận sự thật thì sẽ không có chuyện phải lo lắng mỗi ngày về một sự kiện chưa xảy ra hay có thể chẳng bao giờ xảy ra đối với người đó. Cái khổ ở đây là do mộng tưởng, không phải do hiện thực.

Tất nhiên có người sẽ nói rằng, thực tế cuộc sống của con người không thể nào không lo: lo cho tương lai của mình, của gia đình, của con cái. Nếu không lo thì làm sao xây dựng được sự nghiệp, làm sao làm ăn phát triển, làm sao kiếm tiền để mua nhà, mua xe v.v...? Như trường hợp người công nhân ở trên, làm sao có thể không lo?

Đúng vậy, đã là con người sinh ra trên đời này làm sao sống mà không lo. Nhưng, người Phật tử cần nhận thức rõ sự khác biệt giữa sự kiện lo và sự kiện bị cái lo làm khổ não.

Cụ thể như trường hợp người công nhân ở trên. Trước tình trạng công ty có thể sa thải công nhân, không có bất cứ người thợ nào làm việc trong công ty đó mà không lo. Nhưng người công nhân trong công ty đó có thể lo được tới đâu và biết lo tới đâu thì dừng lại. Thứ nhất, người công nhân nên biết rằng cái lo của mình không giúp ích được gì cho việc mình không bị mất việc hay cho việc công ty không bị làm ăn lỗ lã. Thứ hai, trong vai trò là một thành viên trong công ty, người công nhân trước tình trạng khó khăn như vậy cần phải chia sẻ sự khó khăn của công ty mà mình đang làm việc, cần phải làm cho tốt vai trò và trách nhiệm của mình. Thứ ba, có thể suy nghĩ đến những giải pháp mà mình sẽ thực hiện nếu công ty cho mình nghỉ việc, như suy nghĩ đến việc làm thích hợp với khả năng và hoàn cảnh của mình để có thể đi xin việc. Thứ tư, không tự mình mang vác cái lo lắng, phiền muộn đi theo mình. Tất cả những gì cần suy nghĩ thì chỉ suy nghĩ trong khoảng thời gian đủ và thích hợp cho sự kiện, rồi sau đó dừng lại, không để cho sự kiện ấy làm cho mình phải lo lắng, buồn phiền.

Có người cho rằng, nói thì dễ, làm mới khó!

Quả thật là vậy. Nói thì ai cũng có thể nói được, nhưng làm thì không dễ mấy người thành công. Tuy nhiên, thành công cũng có nhiều mức độ sai biệt, không phải chỉ có một lần mức cuối cùng. Đi được một bước so với lúc chưa đi đã là thành công. Sống bớt khổ hơn trong quá khứ một đôi phần đã là thành công. Muốn dừng lại những lo lắng không để cho nó làm khổ mình, người Phật tử có thể áp dụng 3 điều mà đức Phật thường dạy trong các kinh, đó là an nhẫn, trí tuệ và từ bi.

An nhẫn là hạnh tối thắng của chư Phật. An nhẫn là thọ nhận mọi chướng duyên và khổ nạn với tâm bình lặng, giống như mặt đất thọ nhận tất cả mọi vật, mọi cấu uế của trần gian. An nhẫn còn là sự lãnh thọ trạng huống giải thoát siêu việt của Niết-bàn tịch tịnh với tâm rỗng lặng bình yên. Không tu tập hạnh an nhẫn, người Phật tử thật khó có thể tìm được cuộc sống an lạc ngay trong đời này. Nếu cái gì xảy ra chung quanh mình cũng thấy không xứng ý thì làm sao có được một giây phút bình lặng để an lạc?

Nhưng, thực hành hạnh an nhẫn cần có trí tuệ làm thắng duyên. Trí tuệ quán chiếu các pháp là vô thường, khổ, không và vô ngã. Các pháp từ tâm thức đến vật chất, từ vi trần đến sơn hà đại địa đều biến dịch không ngừng nghỉ, dù là trong một sát-na vi tế. Vận hành biến dịch nhanh đến mức con mắt phàm phu chỉ thấy những gì đã biến hoại bề ngoài mà không cảm nhận được những đổi thay nhỏ nhiệm đang xảy ra bên trong. Vô thường biến hoại cho nên khổ. Khổ là trạng thái tâm thức không nắm bắt được điều gì như thật vĩnh viễn mà chỉ giả tạo trong sát-na. Khổ còn là tâm trạng sợ hãi bị mất mát những gì mình cố chấp. Từ đó cho thấy các pháp vốn không có tự tánh, là Không. Không cho nên không có chủ thể, không có tự ngã, là vô ngã. Nhờ thường trực quán chiếu như vậy, người Phật tử sẽ từ từ xả bỏ bớt sự cố chấp đối với các pháp, đối với tự ngã. Đó là cách để buông xả những lo lắng, phiền muộn, vì với tâm không chấp trước vào pháp thì lo lắng phiền muộn không có chỗ để bám víu.

Tuy nhiên, nhờ trí tuệ để buông xả phiền muộn là con đường huệ giải thoát, ngoài con đường này ra còn có con đường tâm giải thoát nữa, đó là con đường vận dụng từ bi. Sống bằng tâm từ bi là sống biết suy nghĩ, biết nhìn xuống, biết quan tâm đến cuộc sống của người khác. Hãy suy nghĩ rằng trên thế gian này không phải chỉ có một mình mình là khổ, mà còn có hàng triệu, hàng tỉ người, và hàng vô lượng vô số chúng sinh đang sống trong khổ nạn gấp trăm ngàn lần hơn mình. Chúng ta không có cơm ăn, không có áo mặc, không có nước sạch để uống, không có thuốc men để trị bệnh ư? Nhưng trên thực tế có hàng triệu người đang không có cơm ăn, không có áo mặc, không có nước sạch để uống, không có thuốc men để trị bệnh. Khi suy nghĩ đến khổ nạn của người khác chúng ta sẽ thấy cái khổ của mình không đáng vào đâu. Nếu người công nhân trong trường hợp đã nói ở trên có thể suy nghĩ được như vậy thì sẽ thấy rằng cho dù mình bị thất nghiệp cũng chưa phải là khổ nạn bi thảm nhất trên đời này. Nghĩ được vậy, người công nhân đó chắc chắn sẽ bớt lo lắng, bớt phiền muộn, bớt khổ não.

Mấy điều thực nghiệm vừa nêu trên chủ yếu là nhắm đến mục đích tự giải khổ cho mình. Mặc dù, khi một người bớt khổ cũng có thể mang đến hoàn cảnh bớt khổ cho người khác chung quanh, nhưng đó vẫn là ý nghĩa tự lợi. Người Phật tử tưởng niệm ngày đản sinh của đức Phật còn tưởng niệm đến công hạnh lợi tha vô biên của ngài. Do vậy chúng ta cũng phải noi gương hạnh lợi tha đó bằng cách suy nghĩ đến phương thức đóng góp nhiều hơn theo khả năng và hoàn cảnh của mình cho sự giải khổ của cộng đồng xã hội.

Bằng cách nào? Cách thì có nhiều như đức Phật đã dạy trong các Kinh điển, nhưng ở đây xin nêu ra 4 phương thức tượng trưng: bố thí, ái ngữ, lợi hành và đồng sự.

Trong thời buổi kinh tế khó khăn hiện nay, bố thí là hành động thiết thực nhất để góp phần giải khổ cho mình, cho người và cho cộng đồng xã hội. Bố thí tức là cúng dường, ban cho, hiến tặng, cung cấp, tài trợ miễn phí. Bố thí như vậy có 3 cách: tiền bạc, của cải; giáo pháp của Phật; và tinh thần an nhẫn không sợ hãi. Nhưng bố thí còn có thể thực hiện qua phương thức khác nữa, đó là không đầu cơ tích trữ, không tham ô nhũng lạm. Trong lúc mọi người đều lo lắng về tình trạng tài chánh và kinh tế ngày càng khó khăn, cho nên ai cũng dè dặt trong việc mở rộng lòng thực hành bố thí, thì sự phát tâm hiến tặng mới cần thiết hơn bao giờ hết.

Ái ngữ không có nghĩa là nói cho được lòng người khác để thủ lợi về mình mà là nói điều như thật, điều xây dựng bằng ngôn ngữ qua cách nói làm cho người nghe chịu lắng nghe, suy nghĩ và làm theo trong chiều hướng cải ác tùng thiện. Trong lúc nhiều người lo lắng, buồn phiền về các vấn đề nhà cửa bị tịch thu, công ăn việc làm không còn hay bị đe dọa mất việc, tài chánh gia đình thêm khó khăn, tương lai mù mịt, một lời khuyên bằng ái ngữ, một cuộc tâm tình dung chứa nội dung Chánh pháp giải khổ của Phật là điều cần thiết mà người Phật tử có thể làm được cho những người chung quanh mình.

Trong thời buổi khủng hoảng nhiều mặt của thế giới ngày nay, người Phật tử noi gương đức Phật không làm bất cứ hành động nào gây tổn hại cho người khác. Người Phật tử, như đức Phật đã dạy, cần suy nghĩ, nói và hành động không thể chỉ vì lợi ích cho riêng cá nhân mình mà còn vì lợi lạc cho nhiều người chung quanh, cho cộng đồng xã hội. Một hành động dù mang danh là thiện nhưng chỉ nhắm đến lợi ích cho riêng mình bất chấp đến người khác thì cũng không thể là việc thiện đúng nghĩa. Lợi hành là cách sống được thể hiện từ nhận thức mối tương quan, tương duyên không thể tách rời giữa cá nhân với cá nhân, giữa cá nhân với xã hội.

Phương cách tích cực nhất để góp phần xây dựng xã hội chính là dấn thân vào trong các môi trường sinh hoạt của xã hội mà đạo Phật gọi là đồng sự, nghĩa là cùng làm việc, cùng sinh hoạt với nhau để từ đó giúp ích cho nhau. Khi cùng tham gia trong một môi trường hoạt động chúng ta mới có thể dễ dàng cảm thông và đề ra các giải pháp xây dựng hữu hiệu để giúp người bạn đồng hành. Chẳng hạn, cùng làm chung một công ty, cùng có nguy cơ cho nghỉ việc, người ta sẽ có nhiều tác động hữu hiệu hơn bất cứ ai đối với đồng nghiệp để giúp an nhẫn, bớt lo lắng và ít khổ.

Cách tốt nhất để tưởng niệm ngày đản sinh của đức Phật và báo đáp thâm ân giáo hóa của ngài là mỗi người Phật tử áp dụng chánh pháp cho mình và người trong cuộc sống để cùng nhau giải trừ khổ đau và kiến tạo hòa bình an lạc. Đó cũng chính là phương thức hữu dụng để góp phần duy trì Phật Pháp tại nhân gian.

VU LAN, NGHĨ VỀ TÌNH MẪU TỬ

Trên thế gian này, dường như không ai và không một ngôi trường nào dạy làm sao để người ta có tình yêu thương cha mẹ và con cái. Giống như không ai dạy con người làm sao biết hít thở không khí để sống, tình yêu thương cha mẹ và con cái có trong bản chất con người, mà đạo Phật gọi là "câu sinh", tức sinh ra cùng một lần với sự có mặt của con người.

Người mẹ khi mang thai con là một chọn lựa quan trọng nhất trong đời. Người mẹ ấy biết rằng từ nay trong cuộc đời bà lại có thêm một mảnh đời khác, nhưng thực sự không khác tí nào cả, gắn bó keo sơn đến hơi thở cuối cùng của bà. Khi ý thức điều đó, cũng có nghĩa là người mẹ chấp nhận một thứ bản ngã, một thân xác thứ hai ngay trong chính con người mình. Đứa con là sự sống của người mẹ trong cả hai bình diện tinh thần và thể chất.

Như vậy người mẹ có phải chia bớt phần bản ngã và thể chất của bà cho đứa con? Nếu có thì người mẹ đã mất mát một phần bản ngã và thể chất. Nếu không thì đứa con không là một phần trong đời sống của người mẹ. Về mặt thể chất, vật chất thì dễ thấy cho nên, ai nấy đều biết rõ là người mẹ từ lúc mang thai cho đến khi sanh con và nuôi dưỡng con khôn lớn nên người đã tiêu hao thân xác rất nhiều. Về mặt tinh thần thì khó thấy, nhưng tất nhiên không phải là hoàn toàn không thấy được. Xem đứa con như một phần đời của mình, tức là người mẹ dành một chỗ đứng quan trọng trong tinh thần cho con. Hay nói cách khác, đứa con là một phần bản ngã của người mẹ, người mẹ chia một phần bản ngã cho con. Cái phần bản ngã của đứa con trong người mẹ đó thật sự không thể lấy thước để đo được là bao lớn. Bởi vì chỗ đứng tinh thần không hình tướng, cho nên, nó cũng là tất cả cái bản ngã của người mẹ.

Cũng từ đó, người ta mới hiểu được phần nào lý do tại sao tục ngữ Việt Nam có câu rằng: "Nuôi con trăm tuổi, mẹ lo hết chín mươi chín năm." Và cũng vì lẽ đó, người ta mới thấy rằng tại sao trong đời sống hằng ngày lúc nào người mẹ cũng nghĩ tới, cũng lo cho con trước, rồi mới nghĩ, mới lo cho mình sau, mà có khi còn quên cả lo cho mình nữa.

Cái cảm giác kỳ diệu khi mang thai con nơi người mẹ không một người nào khác trên thế gian này, kể cả người cha, có thể cảm nhận được một cách trọn vẹn và thấu đáo. Trong cơ thể, trong tinh thần, trong tâm thức, trong cảm quan của người mẹ mỗi ngày mỗi hiển lộ dần hình ảnh của đứa con trong đời mình, mà bào thai càng lớn thì cảm thức đó càng lớn theo, càng thâm thiết hơn, càng nồng nàn hơn. Cho đến khi đứa con chào đời, cái cảm thức rằng đó là mảnh đời thịt da máu huyết của mình, không những không thay đổi mà còn tăng trưởng hơn, vì cái mảnh đời đó đang sờ sờ trước mặt, có thể bồng bế, nâng niu, hôn hít cả ngày. Đó cũng là lý do tại sao, những người làm cha mẹ hay có cái cảm nghĩ con mình vẫn còn bé bỏng, dù nó đã khôn lớn trưởng thành. Và đó cũng là lý do tại sao cha mẹ nghĩ rằng mình có quyền trong những quyết định trọng đại đối với cuộc đời của con cái.

Những người con chỉ ý thức và cảm nhận được tình yêu thương của cha mẹ, đặc biệt đối với mẹ, khi đã sinh ra đời, đã đến tuổi ý thức và hiểu biết. Khi đứa con cảm nhận được tình yêu thương của mẹ thì lúc nó đã là một mảnh đời riêng biệt đối với người mẹ. Cho nên, tình thương yêu của con cái đối với mẹ không thâm thiết, không mặn nồng, không sâu sắc như người mẹ thương yêu con. Và cũng vì vậy, thường là khi con cái thành gia thất, rồi trải qua kinh nghiệm làm mẹ, làm cha mới thâm cảm được thế nào là tình yêu thương ruột thịt, máu huyết không phân ly của người mẹ, người cha. Nhưng, có khi biết được thì đã muộn, bởi vì có thể lúc đó cha mẹ đã khuất núi!

Các loài chúng sinh khác, mà dễ thấy như loài thú vật, cũng có những cảm nhận về mối yêu thương gắn bó bất khả phân giữa mẹ con, nhưng vì chúng không có một nền văn hóa, đạo đức và luân lý phát triển đến cao độ như loài người nên chỉ nằm ở bình diện bản năng.

Thể hiện tình yêu thương của cha mẹ và con cái, vì vậy, là bản sắc văn hóa, đạo đức và luân lý đặc thù của loài người từ ngàn xưa đến ngày nay.

Đạo Phật khi nêu cao tinh thần hiếu hạnh cũng tức là bảo vệ và phát huy nếp sống văn hóa, đạo đức và luân lý cao đẹp của con người.

Có điều đặc biệt nơi tinh thần hiếu hạnh của Đạo Phật là ngoài việc thể hiện hiếu hạnh đối với cha mẹ về mặt vật chất trong đời này còn nhắm đến một đời sống cao thượng hơn ở thế giới tâm linh và trong nhiều đời nhiều kiếp chứ không chỉ quanh quẩn trong lãnh vực vật chất, thể xác và ở đời này. Những báo đáp thâm ân cha mẹ của con cái về mặt vật chất không phải là hành trang mà cha mẹ có thể mang theo lâu dài trên lộ trình luân hồi sinh tử. Khi nhắm mắt xuôi tay, tất cả những tiền tài, của cải, giàu sang, danh vọng đều bỏ lại, duy chỉ có nghiệp lực là mang theo. Dĩ nhiên, nói như vậy, không có nghĩa là con cái không cần phải báo đáp thâm ân cha mẹ về mặt vật chất trong đời này, nhưng chừng ấy không, chưa đủ.

Đó là ý nghĩa tích cực của tinh thần hiếu hạnh trong Đạo Phật. Tình thương yêu của cha mẹ và con cái dù thiêng liêng và cao cả đến đâu cũng chỉ xây dựng trên nền tảng tình cảm thế gian, có nghĩa là vẫn còn bị trói buộc trong vòng xoáy của vô minh điên đảo để rồi cuối cùng vẫn phải chịu trôi lăn trong sinh tử luân hồi. Thực hiện hiếu hạnh theo tinh thần Đạo Phật là hướng về con đường giải thoát tận gốc những triền phược và khổ lụy. Đây chính là mục tiêu cao nhất mà tinh thần hiếu hạnh trong Đạo Phật muốn nhắm đến.

Mối quan hệ giữa cha mẹ và con cái là mối nhân duyên vừa vi tế, vừa phức tạp đến khó hiểu đối với con mắt của người bình phàm. Nhiều bậc cha mẹ ăn ở hiền đức mà sanh con ngỗ nghịch, bất hiếu. Ngược lại, nhiều cha mẹ ăn ở bất nhân, thất đức mà có con hiền lương, hiếu thảo. Vì vậy, nhân duyên làm cha mẹ và con cái với nhau không thể tính trong một đời này mà phải kết nối từ nhiều đời trước. Có khi đó là thiện duyên, phước báo. Có khi đó là ác nghiệp, oan gia. Cứ xem cái gương lịch sử của Ngài Đại Mục Kiền Liên, là một trong mười vị đại đệ tử xuất sắc nhất của đức Phật, thì biết. Mẹ Ngài Mục Kiền Liên có tâm lượng hẹp hòi, bủn xỉn, keo kiệt, mà còn độc ác nữa, nên khi chết mới đọa làm loài ngạ quỷ đói khát khổ sở vô cùng, vậy mà có người con tu hành chứng đắc Thánh Quả A La Hán với thần thông đệ nhất. Còn hàng cư sĩ tại gia thời đức Phật thì có Vua Tần Bà Sa La và Hoàng Hậu Vi Đề Hi là vị minh quân nhân từ đức độ trị vì nước Ma Kiệt Đà. Ấy vậy mà, nhà vua và hoàng hậu lại sanh ra người con là A Xà Thế ngỗ nghịch giết cha để soán ngôi, lại còn đày mẹ vào lãnh cung tăm tối cho đến chết. Oan nghiệt biết chừng nào!

Tuy nhiên, nếu xét trên bình diện nhân quả và nghiệp báo mà đức Phật đã dạy thì phước hay họa, thiện hay ác mà chúng ta thọ nhận trong đời này đều là những gì do chính chúng ta tạo ra trong quá khứ, một hay nhiều đời. Cũng vậy, lấy đó làm gương để thấy rằng tương lai đời sau của chúng ta khổ hay lạc, phước hay họa là tùy thuộc hoàn toàn vào những gì mà chúng ta tạo ra trong đời này. Nếu hiểu và đem cái hiểu đó áp dụng triệt để vào đời sống hằng ngày thì người học Phật sẽ bớt đi, hay không còn cảm thấy khổ sở, đau đớn, bi quan, tuyệt vọng nữa khi con cái mình đối xử tệ bạc. Cho nên, các bậc cổ đức có nói rằng: "Bồ Tát sợ nhân, chúng sinh sợ quả." Người học Phật đúng ra phải là người sợ ngay lúc tạo nhân chứ không ngồi đó mà sợ khi quả báo tới.

Nếu đã biết sợ nhân thì phải rất thận trọng khi lập gia đình và có con. Phải suy nghĩ một cách thấu đáo rằng có con không phải là việc đơn giản và tầm thường. Cái không đơn giản và không tầm thường không chỉ ở chỗ hoàn cảnh tài chánh và sinh hoạt gia đình, mà còn ở giá trị đích thực và cao quý khi sanh ra đời một đứa con, một con người, một chúng sinh, hay cao xa hơn chính là một vị Phật đương lai. Nuôi dưỡng một đứa con từ lúc còn trong bào thai đến khi khôn lớn nên người là một công việc trọng đại và vô cùng khó khăn, mà bậc cha mẹ phải để tâm từng ly từng tí, từng ngày từng giờ, từng miếng ăn thức uống đến cách giáo dục bằng lời nói, bằng cử chỉ sao cho phù hợp theo từng tuổi tác lớn khôn của con cái. Một người Phật tử với tư cách là cha là mẹ mà có thể dạy được con mình trở thành một người con hiếu thảo, một người công dân hữu ích cho đất nước, cho xã hội đã là điều vô cùng quý giá. Huống chi, cha mẹ có thể dạy con phát tâm Bồ-đề hướng đến con đường cao rộng của chư Phật đi, không phải là đang tạo phước cho muôn loại chúng sinh đó sao?

Với lòng thương yêu con mênh mông không bờ bến thì cha mẹ nào mà không cầu mong được như vậy! Nhưng được hay không lại là một chuyện khác. Được hay không là tùy thuộc vào phước báo của cha mẹ và chính con cái, vào bối cảnh gia đình, trường học và xã hội, vào phương pháp và sức nỗ lực tới đâu của bậc làm cha mẹ trong việc giáo dục con v.v...

Tình yêu thương của cha mẹ một khi đã trang trải cho con thì không nghĩ đến chuyện con cái trả ơn, giống như nước trên nguồn chảy xuống thì không nghĩ đến chuyện nước chảy ngược về nguồn. Người làm cha mẹ vui nhất là thấy và biết rõ rằng mình đã làm tròn phận sự, đã rót hết tình yêu thương cho con cái không giữ lại điều gì, là chứng kiến sự trưởng thành thực sự của con cái. Nhưng, khổ nỗi, trong mắt của cha mẹ, con cái lúc nào cũng bé bỏng, thơ dại, cho nên, phải lo lắng cho nó suốt đời. Hết lo cho con rồi lại lo cho cháu, chắt. Dĩ nhiên, ở một khía cạnh nhận định nào đó, sự lo lắng của cha mẹ sau khi con cái thành gia thất cho thấy ba nhược điểm. Một là, cha mẹ chưa tin tưởng thật sự vào sự trưởng thành độc lập của con. Hai là, cha mẹ chưa tin tưởng thật sự vào sự nuôi dưỡng và giáo dục của chính mình đối với con cái, nên cứ luôn luôn nghĩ rằng nó chưa thể tự lập, chưa thể tự quyết định, chưa tự đứng vững, chưa tự xây dựng cuộc sống cho riêng nó. Ba là, khiến cho con cái có tâm ỷ lại và lệ thuộc vào cha mẹ, trong khi đã đến lúc chúng phải tự đứng lên gánh lấy trách nhiệm để kiến lập cuộc đời riêng tư. Điều hiển nhiên là nói như vậy không có nghĩa cho rằng tới lúc nào đó, trong đời, cha mẹ và con cái phải vạch rõ lằn ranh, phải đoạn tuyệt tương quan, phải xoay lưng nhau mà sống, không còn liên hệ gì, giống như chim rừng, cá biển. Tuyệt đối không phải thế! Tình yêu thương của cha mẹ và con cái nằm trong máu huyết, trong tim óc, trong hơi thở, trong sự sống của nhau, làm sao có thể cắt đứt?

Cắt đứt thì không thể, nhưng cách thể hiện lòng yêu thương của cha mẹ và con cái trong đời sống của thời đại ngày nay không giống như ngày xưa, ngay cả tại những nước có truyền thống bảo vệ hiếu hạnh rất nghiêm túc tại Á Châu như Việt Nam, Trung Quốc, Nhật Bản v.v...

Ngày nay, cha mẹ không muốn để cho con cái phải bận tâm lo lắng quá nhiều hay phải chịu gánh nặng trách nhiệm chăm sóc lúc phụ mẫu về già, nên đã có kế hoạch từ những năm tháng còn làm việc để tiết kiệm tiền bạc, mua bảo hiểm, lập trương mục hưu trí v.v... Cho đến khi về già thì cha mẹ có thể dùng số tiền đó để tự nuôi thân, hoặc có vào viện dưỡng lão thì cũng không phải nhờ vả quá nhiều đến con cái. Các chính phủ đã từ lâu giúp đỡ và khuyến khích người lao động thực hiện các chương trình phúc lợi xã hội và hưu trí như vậy.

Con cái dù có hiếu cũng không thể cưỡng lại những ràng buộc, chi phối, giới hạn của cuộc sống hằng ngày và sinh hoạt vốn có của xã hội để có thể thực hiện hiếu hạnh một cách đầy đủ giống như ngày xưa. Một ngày làm việc từ tám tiếng đồng hồ trở lên, suốt năm hoặc sáu ngày một tuần, cuối tuần thì phải lo cho gia đình vợ chồng con cái, còn thì giờ đâu để chăm sóc cho cha mẹ già, đặc biệt là cha mẹ già bệnh tật. Cho nên, đưa cha mẹ già vào viện dưỡng lão là điều khó tránh khỏi. Nếu thật sự vì hoàn cảnh không thể xoay xở của con cái thì cha mẹ nào cũng vui vẻ và thông cảm. Nhưng điều quan trọng là tấm lòng, là tình thương yêu kính trọng cha mẹ của con cái có còn nguyên vẹn hay không. Không có thì giờ để trực tiếp chăm sóc cho cha mẹ là một chuyện, có để tâm lo lắng, suy nghĩ, quan tâm, tới lui thăm nom và an ủi cha mẹ hay không là chuyện khác. Điều cha mẹ già cần nơi con cái chính là sự quan tâm, thăm nom, an ủi và có mặt thường xuyên của con cái. Có vào viện dưỡng lão rồi mới thấy điều đó nó quan trọng, nó cần thiết đối với những người già như thế nào! Tội nghiệp biết bao!

Nói đi rồi cũng nên nói lại, rằng là người con Phật thì phải sớm biết điều đó ắt xảy ra, vì đó là quy luật sinh, già, bệnh, và chết. Người con Phật cần học cách và tự tu tập như thế nào để đến khi mình ở tuổi già, sống trong viện dưỡng lão một mình, nằm trên giường bệnh, hoặc trước lúc lâm chung vẫn có thể giữ được tâm bình khí hòa, hay cao hơn nữa là an nhiên tự tại. Làm được như vậy thì đúng là không uổng công đức Phật suốt gần năm mươi năm một mình với ba y và bình bát vân du khắp lưu vực Sông Hằng để đem giáo pháp cứu khổ mà cảm hóa chúng sinh.

ĐẠO PHẬT CUỐI THẾ KỶ 20

Đạo Phật tự thân là đạo giác ngộ, hay nói cách khác là con đường dẫn đến cảnh giới thánh trí tự chứng viên mãn và siêu việt. Viên mãn vì thánh trí ấy phổ châu khắp ba thời mười phương, là căn thân của vạn pháp, không gì lớn hơn, không gì nhỏ bằng. Siêu việt vì thánh trí tự chứng ấy đã nhổ sạch gốc rễ của vô minh vốn là mầm mống của phiền não và đau khổ, đã vượt thoát lên trên tất cả hệ lụy của những vọng chấp điên đảo ngã-pháp. Không có sự thực chứng giác ngộ thì không hiển phát được năng lực tâm linh ưu việt để diệt trừ vô minh và phiền não. Như thế, sự thực chứng giác ngộ là mạng mạch làm hiển sinh giá trị hiện hữu mầu nhiệm của đạo Phật giữa cuộc đời đầy dẫy uế trược và khổ đau. Từ phiền não khổ đau mà hưng phát tâm Bồ-đề cầu tìm phương thức giải thoát và giác ngộ cho mình và người. Do hưng phát tâm Bồ-đề mới có thể thành tựu được tuệ giác viên mãn. Nhờ tuệ giác viên mãn cho nên vượt thoát mọi khổ ách.

Nói đến thế kỷ 20 là nói đến thời gian, đến chuỗi vận hành liên tục của vạn hữu trong dòng tồn tục cưu mang đặc tính vô thường không dừng nghỉ. Thời gian là gì? Phải chăng là sự vận hành của vạn vật? Sự vận hành của vạn vật là gì? Phải chăng là sự sinh, thành, hoại và diệt của chúng? Cái gì sinh, thành, hoại và diệt? Phải chăng thật có một sự hữu xét như là một thực thể tồn tại để sinh, thành, hoại và diệt? Cái gì nhận biết thật có một sự hữu hiện hữu như là một thực thể để sinh, thành, hoại và diệt? Là thức, là tâm, là ngã? Cái gì là thức? Cái gì là tâm? Cái gì là ngã?

Tất cả những điều này đều là sản phẩm của thức tâm. Ngoài thức tâm ra, chúng sanh còn cái gì để nhận thức? Hễ còn có cái để nhận thức thì đều là thuộc về thức tâm. Thức tâm thì sinh diệt không ngừng. Ý niệm này sinh và diệt là quả, là nhân, là duyên cho ý niệm khác sinh và diệt. Ý niệm sinh tự nó không tự sinh, không dừng lại ở khoảnh khắc nào cả. Trong ý niệm sinh đã có ý niệm trụ và diệt. Trong ý niệm trụ đã có ý niệm sinh và diệt. Trong ý niệm diệt đã có ý niệm sinh và trụ.

Thời gian ở đâu? Có phải ngoài ý niệm sinh, trụ và diệt của thức tâm ra còn có một thực thể tự tồn là thời gian? Nếu còn có thể nhận thức được thì chắc chắn cái đó không là thực thể tự tồn ngoài thức tâm. Thức tâm ở đây là thức tâm trong ý nghĩa vọng thức tương đãi của mê tâm. Thức tâm không có chủ thể, không thật hữu. Ngã không có chủ thể, không thật có. Pháp không có chủ thể, là giả danh, là không. Thời gian là gì? Là pháp và như vậy có nghĩa là không thật có, là giả danh. Hễ còn có ý niệm về thời gian là còn ý niệm sinh diệt. Còn ý niệm sinh diệt thì còn nằm trong vòng lẩn quẩn của vọng thức điên đảo. Như thế làm sao có thể nghiệm chứng chân thân của thực tại? Nhưng gọi là chân thân thực tại hay nghiệm chứng thì cũng chỉ là cách nói trói buộc trong vọng niệm quay cuồng.

Đến đây chúng ta phát hiện có điều gì bất ổn trong tiền đề của bài viết này. Một bên là đạo Phật, cảnh giới thánh trí tự chứng tuyệt đối và một bên là thế giới thời-không tương đãi. Có thể nào cả hai lại là một? Có thể nào cả hai cùng tồn tại sinh thành trong mối tương quan tương hệ hữu cơ? Hay nói khác đi, phải chăng cả hai không bao giờ có mặt trong cùng một điểm thời-không nào đó?

Đặt vấn đề như vậy thật ra không ổn. Tại sao? Bởi vì, người đặt vấn đề trước hết đã vạch lằn ranh chia cách quá lớn giữa một bên là thế giới tuyệt đối và bên kia là thế giới tương đối. Làm thế nào chúng ta có thể phán định được một cách khẳng quyết rằng cái này là tuyệt đối và cái kia là tương đối? Trên thực tế, qua trung gian của thức tâm và ngôn từ tất cả các pháp đều giả hợp, đều không tự tánh, đều không thật hữu. Cái gọi là "thế giới tuyệt đối" khi phát sinh và diễn đạt ra từ một thức tâm còn vọng động thì chúng chỉ là một tập hợp giả tạm của ngôn ngữ, là tương đối. Đặt vấn đề thế giới tuyệt đối và tương đối là đã phân chia thực tại ra làm hai mảnh mà cũng có nghĩa là muôn ngàn mảnh từ ngay trong thức tâm và ngôn ngữ. Sự phân ly hay đồng nhất không phải bản hữu từ trong lòng thực tại, vì thật ra khi chưa giác ngộ thì không ai liễu đạt được bộ mặt thực của thực tại là gì, mà chúng đến từ thức tâm điên đảo của chúng sanh.

Chính ra vấn đề không rắc rối như vậy. Đạo Phật, cảnh giới thánh trí tự chứng, không phải là tuyệt đối hay tương đối, vì đã là thánh trí thì không còn hệ lụy trong thế giới nào cả dù là thế giới tuyệt đối. Ở đâu và lúc nào có giác ngộ vô minh và giải thoát khổ đau thì đạo Phật ở đó. Thế giới tương đãi của thời-không cũng thế. Để liễu giải tận đầu nguồn, tận căn tính của thời-không, con người không thể không ngộ chứng vào chân thân của thực tại. Một khi đã thể nhập vào chân thân thực tại rồi thì thời-không không là thế giới tương đãi hay tuyệt đãi mà là vô thỉ vô chung. Đến đây chúng ta nhận ra điều kỳ diệu rằng, sự thực chứng giác ngộ là đầu mối và là chung quyết cho tất cả mọi phương thức để giải quyết vấn đề. Không thực chứng giác ngộ thì còn bị vây hãm trong tù ngục vô minh và do đó không thể nào vượt thoát, không thể nào chuyển hóa và giải quyết tận gốc được bất cứ vấn đề gì.

Do đó chúng ta có thể xác định lại ý nghĩa của tiền đề của bài viết này rằng không phải đạo Phật, con đường giác ngộ vô minh và giải thoát phiền não khổ đau, cảnh giới thánh trí tự chứng, ở cuối hay đầu thế kỷ 20 mà là vượt thoát khỏi mọi giới hạn của thời-không, là vô thỉ vô chung vậy.

Tuy nhiên, đạo Phật có thể vượt thoát mọi cục hạn của thời-không, có thể là đạo giác ngộ, là thánh trí vô thỉ vô chung hay không, còn tùy thuộc vào bản thân đạo Phật có duy trì được nội dung cốt lõi giác ngộ vô minh và giải thoát khổ đau cho mình và người một cách nghiêm cẩn và kiến hiệu trong mọi thời đại hay không!

Cuối thế kỷ 20, con người đang càng lúc càng khai thác triệt để sức mạnh của cơ tâm trong mọi địa hạt sinh hoạt thường nhật. Văn hóa, tôn giáo, giáo dục, chính trị, quân sự, kinh tế, ngoại giao, khoa học, xã hội, vân vân và vân vân. Trong tất cả những sinh hoạt này không nơi nào thiếu vắng mãnh lực của cơ tâm, cơ tâm trong cả nghĩa đen và nghĩa bóng. Vì tất cả đều xây dựng và phát huy trên nền tảng của thức tâm chịu sự chi phối toàn diện của vô minh mà cụ thể nhất là qua các thuộc tính tham, sân và si. Chẳng phải thế sao? Hãy bình tâm nhìn vào nền giáo dục của nhân loại thì rõ. Con người được nuôi dưỡng trong chất liệu giáo dục như thế nào từ lúc còn tấm bé đến khi trưởng thành? Nền giáo dục ấy lấy việc khai phát năng lực của ý thức vọng niệm làm mục tiêu cứu cánh. Nó không ngừng mặc nhiên xây dựng thành trì của những vọng chấp thuộc ngã và pháp. Sự cố nghiêm trọng đến mức người ta đang báo động về tình trạng nguy hại của nền giáo dục thiếu đạo đức tại các học đường ở Hoa Kỳ dẫn đến tệ nạn hư hỏng của thế hệ trẻ ngày nay.

Trong bối cảnh xã hội như vậy, con người đang ngày càng bị cuốn hút vào những sinh hoạt bề ngoài có chiều hướng đáp ứng theo các nhu cầu của cơ tâm. Chủ nghĩa hình thức vì thế đã nghiễm nhiên trở thành món hàng đắc giá. Con người không màng đếm xỉa đến nội dung, họ chỉ đua nhau phô trương hình thức. Hậu quả thật là khốc hại vì nếu chỉ chú trọng đến hình thức mà không quan tâm đến nội dung thì hình thức đó chẳng khác gì cái vỏ khô cằn trống rỗng, bởi không có lõi ruột tinh túy. Giống như cái cây, nếu không có chất liệu và dưỡng tố tinh túy dồi dào để nuôi dưỡng toàn bộ thân cây, thì chóng chày gì cây đó cũng bị khô héo mà chết. Nói thế không phải là không đặt nặng giá trị hữu hiệu của hình thức, mà chỉ để góp ý rằng chúng ta phải biết trù lượng được bên nào trọng bên nào khinh, cái nào cứu cánh, cái nào phương tiện thiện xảo.

Phát triển một đạo Phật thuộc bình diện hình thức mới chỉ là phương tiện thiện xảo mà chưa phải là cứu cánh. Phát huy nội dung giác ngộ vô minh và giải thoát khổ đau cho mình và người một cách toàn diện mới là cứu cánh. Một đạo Phật có nội dung sung mãn sẽ là một đạo Phật có hình thức phong thịnh. Vì có nội dung viên mãn và diệu lực bên trong mới có thể phát tiết ra được hình thức sinh động và rực rỡ bên ngoài. Nhưng mệnh đề này không hẳn là phù hợp để phát biểu ngược lại. Vì nếu gượng ép sử dụng cơ tâm để tô vẽ hình thức lòe loẹt bên ngoài thì thật ra chỉ có thể tạo được một hình thức vụng về thiếu sinh khí mà thôi. Phương tiện trong đạo Phật không phải được điều hướng bởi cơ tâm mà phát xuất từ Phương tiện trí. Phương tiện trí là trí tuệ liễu đạt được tất cả mọi căn tánh và hình thái sai thù của tất cả vạn pháp để từ đó quyền nghi thi thiết phương thức chuyển hóa khổ đau cho quần sanh. Gọi là phương tiện thiện xảo vì nó là những pháp môn xảo diệu nhắm đến tiêu đích chí thiện giác ngộ vô minh và giải thoát khổ đau cho tất cả chúng sanh. Trong ý nghĩa này, phương tiện thiện xảo không thể bị nhầm lẫn với các kế sách mưu xảo xây dựng trên cơ tâm hay vọng thức đảo điên chỉ nhắm đến mục tiêu thỏa mãn những nhu cầu vị kỷ của vô minh.

Làm thế nào để phát huy nội dung giác ngộ và giải thoát của đạo Phật? Câu trả lời thật đơn giản nhưng vô cùng trọng đại và lớn lao. Đó là phải tinh tấn thực nghiệm và tu chứng bằng cả tâm huyết và nghị lực toàn diện của tâm linh đối với các pháp môn mà đức Phật đã ân cần chỉ dạy khi ngài còn tại thế. Không có con đường nào khác để thắp sáng nội dung giác ngộ và giải thoát hơn là chính con đường nỗ lực tu tập thực sự. Dù cho chúng ta đang ở vào đầu kỷ nguyên Tây lịch hay ở vào cuối thiên niên kỷ thứ 10 thì việc phát huy nội dung giác ngộ và giải thoát của đạo Phật vẫn không thay đổi. Vì sao? Bởi lẽ, vĩnh viễn sẽ không có phương cách nào khác để diệt trừ vô minh và giải thoát phiền não khổ đau một cách rốt ráo ngoài sự thực nghiệm tu chứng tâm linh. Các phương tiện hiện đại của con người để phục vụ đời sống vốn dĩ bị trói buộc trong xiềng xích vô minh sẽ không bao giờ là những phương tiện kiến hiệu để giác ngộ vô minh và giải thoát phiền não tận gốc. Có thể điều này sẽ không tránh khỏi một vài ngộ nhận. Bởi vì, người ta nghĩ rằng với các phương tiện hiện đại con người thật sự đã có thể giảm trừ được những khổ đau trong đời sống thường nhật. Chẳng hạn y học ngày nay có thể giúp con người vượt qua được phần nào khổ nạn của sanh, già, bệnh và chết. Đối với con người thì gọi là sanh, già, bệnh và chết, đối với vạn vật thì gọi là sinh, trụ, dị và diệt. Đó là quy luật tất yếu mà bất cứ sự vật nào trên thế gian này cũng không thể tránh khỏi bị chi phối. Hơn nữa, y học chỉ có thể trị liệu các triệu chứng khổ đau ngành ngọn mà không thể chữa trị được tận căn nguyên của vấn đề sanh, già, bệnh và chết. Căn nguyên đó là sự có mặt của xác thân tứ đại vốn là hệ quả tất yếu của các nghiệp nhân chồng chất từ vô lượng kiếp được tác tạo bởi ba nghiệp thân, khẩu và ý và bị điều động bởi thế lực vô minh vô hình. Đây mới chính là đầu mối của mọi khổ đau. Nếu không trừ diệt hết vô minh thì vẫn còn tác tạo nghiệp lực. Nếu còn nghiệp lực thì còn thọ sanh. Nếu còn thọ sanh thì còn nhận lấy khổ đau của sanh, già, bệnh và chết.

Giữa lòng xã hội loài người đang bị thao túng bởi những thế lực vô minh manh động từ cá nhân, tập thể, ý thức hệ, chủ nghĩa, những thế lực mà lúc nào cũng sẵn sàng đem sinh mạng của kẻ khác, của con người ra làm công cụ phục vụ cho lòng tham lam, sân hận và si mê của họ. Trên các diễn đàn công tư, trên các cơ quan ngôn luận phổ biến, trên những lời lẽ giao tế hằng ngày, con người nghe được quá nhiều mỹ từ cao khiết, quá nhiều những thông điệp đầy vẻ nhân từ thánh thiện, nhưng trên thực tế cuộc đời, con người cũng chứng kiến quá nhiều phương cách mị dân, quá nhiều hành động tàn bạo thô bỉ đối xử với chính đồng loại, quá nhiều lòng căm phẫn, thù nghịch đối kháng nhau từng giờ từng phút. Chính trong bối cảnh nghiệt ngã của xã hội loài người như vậy, nội dung giác ngộ vô minh và giải thoát phiền não khổ đau cho tất cả nhân sinh của đạo Phật mới cần thiết và quan yếu hơn bao giờ hết, để được phát huy và ban bố khắp nơi trên thế gian. Đây chính là những gì mà đạo Phật cần cống hiến cho nhân loại ở thời đại này. Hơn nữa, đây cũng chính là điều mà nhân loại mong chờ một cách thành khẩn nơi đạo Phật.

Đối với hình thức của đạo Phật thì sao? Nói hình thức tức là nói đến phương tiện thiện xảo. Nói đến phương tiện thiện xảo tức là nói đến các phương cách dẫn đến mục tiêu chí thiện thành tựu Phật đạo, trong đó bao gồm tất cả quyền nghi thi thiết để độ thoát khổ đau cho mình và người. Điểm này thật vô cùng quan trọng, vì nếu phương tiện mà không nhằm đạt đến tiêu đích tối thượng giác ngộ viên mãn thì phương tiện ấy không phải là hoạt dụng của Phương tiện trí mà là sản phẩm trá hình của thế lực vô minh. Biên tế giữa phương tiện thiện xảo và thủ thuật của cơ tâm chỉ cách nhau ở một niệm, một sát-na giữa chánh trí và vọng tâm, giữa mê và ngộ. Bị buộc trói bởi vọng tâm thì bề ngoài cho là thi thiết phương tiện để độ mình và người, nhưng bên trong thì tâm tâm niệm niệm cố chấp lấy hình danh sắc tướng quên mất cả mục đích chí thượng là gì. Khởi phát từ Phương tiện trí thì suy tư, nói năng và hành động gì cũng nhất tâm hướng về cứu cánh giải thoát và giác ngộ cho tất cả quần sanh, xem những gì mình làm đều là phương chước tạm thời để từ đó dìu dắt mình và tha nhân về chánh lộ hướng đến đạo quả Bồ-đề.

Ngày nay, chúng ta đang sống trong một kỷ nguyên mà mối tương quan, tương liên toàn diện giữa cá nhân với cá nhân, giữa cá nhân với xã hội, giữa quốc gia này với quốc gia khác càng ngày càng chặt chẽ, khiến cho loài người như đang sinh hoạt trong một tập thể hợp nhất. Chính vì lý do đó, không một tổ chức thế tục hay tôn giáo nào có thể khép kín giữa cộng đồng nhân loại. Trong ý nghĩa này, đạo Phật cũng đã và đang dấn thân sâu hơn vào các sinh hoạt đa dạng của xã hội. Sự kiện này dẫn đến một tình thế bất khả kháng là đạo Phật cũng phải sử dụng đến nhiều hơn nữa phương tiện trí của mình trong những sinh hoạt có tính cách hình thức. Tuy nhiên, khi đi sâu vào các sinh hoạt hình thức, đạo Phật rất dễ rơi vào tình trạng bị trầm trệ trong hình thức và do đó lãng quên nội dung giác ngộ và giải thoát tối thượng.

Nói thế, không có nghĩa là đạo Phật thôi không dấn thân vào các sinh hoạt hình thức đa dạng của xã hội. Tuyệt đối không phải vậy! Vấn đề không phải đặt ra để tìm một chọn lựa giữa việc sinh hoạt hình thức và phát huy nội dung. Không, không phải thế! Đạo Phật không cần và không nên làm một chọn lựa nào giữa hai điều ấy, bởi vì cả hai đều là những hoạt dụng tự nhiên của đạo Phật, cả hai là biểu hiệu của Như thật tuệ và Phương tiện trí, vốn là nền tảng mà từ đó đạo Phật khai sinh. Vấn đề cũng không phải là cần nên canh tân mặt này và bảo thủ bình diện kia, hoặc là bỏ việc này làm điều nọ, hay buông xả tất cả. Khi người con Phật thấy rằng chúng ta cần phải canh tân đạo Phật ở mặt này, hoặc cần phải giữ lấy lập trường bảo thủ đối với một số bình diện nào đó của đạo Phật thì chính những thái độ đó nói lên một sự thật rõ ràng rằng trên một số mặt nào đó đạo Phật đã không đuổi kịp theo đà phát triển của xã hội, hoặc trên một số bình diện nào đó đạo Phật đã đi quá đà mà truyền thống có thể chấp nhận. Từ sự kiện này cho thấy một sự thật hiển nhiên rằng phẩm tính cốt thiết của Như thật tuệ và Phương tiện trí trong người con Phật đang bị tổn giảm trầm trọng. Bởi lẽ thiếu Như thật tuệ và Phương tiện trí cho nên đạo Phật mới không đủ đạo lực làm phong thịnh nội dung giác ngộ và giải thoát, để từ đó làm hiển sinh hình thức sinh hoạt đa dạng của mình giữa nhân gian.

Như thế, vấn đề quan yếu nhất chính là việc khai mở đến tận đầu nguồn nội dung giác ngộ vô minh và giải thoát phiền não khổ đau cho mình và tha nhân để nhờ đó có thể làm tuôn chảy dòng hoạt dụng vô cùng của Như thật tuệ và Phương tiện trí. Nhưng khai mở bằng cách nào? Bằng sự tinh tấn nỗ lực thực nghiệm và hành trì các pháp môn của đạo Phật một cách quyết liệt trong chính đời sống thường nhật.

Có Như thật tuệ và Phương tiện trí rồi thì làm việc gì cũng là hành đạo. Dù có dấn thân sâu đến đâu vào các sinh hoạt đa dạng của xã hội cũng vẫn tự tại vô ngại mà mang nội dung giác ngộ và giải thoát thật sự đến cho muôn loài bằng vô số các hình thức phương tiện thiện xảo. Lúc ấy có lẽ không còn biên tế nào giữa nội dung và hình thức, vì phương tiện là cứu cánh và cứu cánh là phương tiện vậy.

Có gì khác nhau giữa đầu kỷ nguyên và cuối thế kỷ 20? Có! Đó là nhân tâm đang ngày càng suy thoái, mặc dầu trình độ kiến thức thế tục ngày càng mở rộng. Có! Đó là cuộc sống con người trên mặt đất này ngày càng mang nặng tính cách cạnh tranh và đôi khi đấu tranh sinh tồn nhiều hơn. Cũng từ lý do này, đời sống tâm linh của con người đang ngày càng bị đe dọa, không phải vì con người xa lánh nó mà vì họ không có thời giờ dành cho những sinh hoạt như vậy. Hoặc nếu có thì cũng chỉ là để lấy lệ qua loa hay vì nhu cầu lợi lạc của phước quả hữu lậu mà thôi. Chính đây là mối quan tâm của những người con Phật đối với chính họ và đồng loại chung quanh. Trong tình cảnh đó, đạo Phật của đầu kỷ nguyên hay cuối thế kỷ 20 vẫn là một, bởi vì bản thệ cao vời để giải khổ cho chúng sanh ở thời nào mà không sắt son và kiên định! Và bởi vì, mục đích chí thượng giác ngộ vô minh và giải thoát phiền não cho mình và người ở thời nào mà không vô vàn khẩn thiết!

Ý HƯỚNG TRIẾT LÝ TRONG PHƯƠNG CÁCH HÀNH XỬ
CỦA ĐẠO PHẬT VIỆT NAM

Đạo Phật là đạo khế lý và khế cơ, cho nên khi du nhập vào quốc độ nào cũng có thể vừa giữ được nội dung cốt lõi căn nguyên của mình, vừa khế hợp với tâm tình và sắc thái đặc dị của quốc độ ấy. Đây có thể nói là đặc tính ưu việt của đạo Phật mà quá trình hiện hữu sinh động trên hai mươi lăm thế kỷ qua là niềm xác tín kiên định.

Quả thật vậy, đạo Phật Việt nam mặc dù là nơi tụ hội của hai sắc thái đạo Phật Ấn Độ và Trung Hoa, vẫn thể hiện rõ nét đức tính đặc dị của mình. Đạo Phật Ấn thì mang đức tính xuất thế siêu việt, đạo Phật Trung Hoa thì hàm ngụ đặc tính thực dụng siêu thoát. Nhưng đạo Phật Việt Nam thì đi sâu vào con đường thực nghiệm và nhập thế tự tại.

Xin hãy nghe lại mấy câu thơ của Thiền sư Vạn Hạnh sau đây:

"Thân như điện ảnh hữu hoàn vô
Vạn mộc xuân vinh thu hựu khô
Nhậm vận thịnh suy vô bố úy
Thịnh suy như lộ thảo đầu phô".

Tạm dịch:

Thân giống như điện như bóng có rồi không
Muôn cây cỏ tươi tốt vào mùa xuân rồi lại khô héo vào mùa thu
Đón nhận lẽ thịnh suy không sợ hãi
Vì thịnh suy chỉ như giọt sương đầu ngọn cỏ.

Qua đó, quá trình thực nghiệm giải thoát và giác ngộ là quá trình lịch nghiệm của kiếp người ngay trong cõi tử sinh mộng huyễn, bằng cả thân xác tứ đại mong manh và tính mệnh của chính nó. Một khi đã chết đi sống lại từ trong đường tơ kẽ tóc giữa cõi mộng và thực, giữa vô minh và linh giác, thì không còn gì có thể là chướng ngại, là sợ hãi. Đó là ý nghĩa của "nhậm vận" trong mấy câu thơ trên. Và khi liễu đạt được điều ấy cũng là lúc Thiền sư thỏng tay vào chợ như vào cõi không người mà hóa độ, mà tùy duyên, mà tự tại giải thoát.

Việt Nam từ thời lập quốc đến nay chưa có giai đoạn nào được yên ổn, không phải lo lắng nhọc nhần. Các triều đại như Lý, Trần, mặc dù cũng có giai đoạn không chiến tranh, nhưng họa xâm lăng từ phương Bắc, họa phá rối từ phương Nam, vẫn là mối lo canh cánh của toàn dân. Trải dài trên hai mươi thế kỷ, một đất nước chưa từng được an ổn, chưa từng được thảnh thơi, hết ngoại xâm rồi đến nội thù nội loạn! Ôi, quả là bất hạnh! Nhưng chính niềm bất hạnh ấy, trong một ý nghĩa nào đó, lại là cơ duyên tác thành nên tâm thức bừng sáng và ý chí bi tráng cho dân tộc.

Thật vậy, với bối cảnh lịch sử nhiễu nhương như vậy, người Việt nam không ai có thể dửng dưng trước sự bất an của đất nước, của dân tộc mình. Làm thế nào để cho đất nước được phồn thịnh, phú cường? Làm sao cho dân tộc được no cơm ấm áo, được an lạc, thái bình? Bằng cách nào để cho mọi người được sống một đời sống yên vui, hạnh phúc? Đó không những là mối ưu tư cấp thiết của mọi thời đại, mà còn là sự quan tâm hàng đầu của cả dân tộc trải dài suốt vận hành lịch sử qua bao nhiêu thế hệ.

Trong hoàn cảnh lịch sử và tình tự dân tộc như vậy, ngay từ những ngày đầu có mặt trên đất nước này, đạo Phật đã tự hóa hiện mình trong cộng đồng dân tộc, ưu tư những gì dân tộc ưu tư, thao thức những gì dân tộc thao thức. Hơn thế nữa, đạo Phật chia sẻ và gánh vác trách nhiệm trong công cuộc dựng nước và giữ nước. Đây chính là động lực chủ đạo đưa đạo Phật Việt Nam vào con đường thực nghiệm và nhập thế tự tại. Xin nghe lại lời nhắn nhủ của Quốc sư Phù Vân trên núi Yên Tử với vua Trần Thái Tông thì rõ:

"Phàm vi nhân quân giả, dĩ thiên hạ chi dục vi dục, dĩ thiên hạ chi tâm vi tâm. Kim thiên hạ dục nghinh bệ hạ qui, tắc bệ hạ an đắc bất qui lai? Nhiên nội điển chi nghiên cứu nguyện bệ hạ vô vong tư tu nhĩ." (Trần Thái Tông - Thiền Tông Chỉ Nam Tự)

Tạm dịch: "Phàm là bậc lãnh đạo của nhân dân tất phải lấy ý nguyện của muôn dân làm ý nguyện của mình, phải lấy lòng dân làm tâm nguyện của mình. Nay muôn dân đều muốn cung nghinh nhà vua về cung, ngài sao có thể bỏ mặc mà không về? Nhưng có điều là việc nghiên cứu giáo điển nhà Phật xin nhà vua đừng bao giờ xao lãng."

Nói một cách cụ thể hơn, có mặt trên một đất nước mà lúc nào cũng bất an, không bị họa ngoại xâm thì bị nạn nội thù làm cho đời sống nhân dân khốn khó triền miên, đạo Phật, với lý tưởng ban vui cứu khổ, giải thoát và giác ngộ cho mình và người, tất phải nỗ lực thi thiết hạnh nguyện của mình bằng con đường dấn thân thực sự. Nhưng dấn thân bằng cách nào sao cho trọn vẹn lý tưởng tự giác và giác tha, trong khi thế sự thì chập chùng hệ lụy, cuộc đời thì muôn vạn chông gai?

Nếu dấn thân chỉ là để cứu khổ và giác ngộ cho người trong khi chính bản thân mình không tự tu, tự giác, thì e rằng nguyện lớn khó thành. Nếu bỏ mặc thế sự, xa lánh thế nhân, ẩn thân nơi cô xứ chỉ lo tự tu tự giác, e rằng giác hạnh viên mãn khó tròn. Vậy phải làm sao? Từ câu hỏi này đưa người ta đến một tra vấn khác: Làm thế nào để có thể chuyển vận được hai cách thế hành xử xuất và nhập thế một cách dung hợp?

Một trong những giáo nghĩa cốt lõi của đạo Phật là duyên khởi. Qua duyên khởi, chúng ta thấy rằng tất cả các pháp đều sinh thành và hoại diệt trong mối tương quan, tương tức và tương diệt. Không có pháp nào mà không sinh khởi do những yếu tố hoặc điều kiện hợp thành. Sự hiện hữu của một pháp này là do những pháp khác làm duyên tụ họp mà nên, nhưng sự hiện hữu của những pháp khác lại do chính pháp này và những pháp khác nữa hợp thành. Rồi lan rộng ra cho đến sơn hà đại địa và vũ trụ vô biên, tất cả chỉ là một mạng lưới tương quan, tương tức và tương diệt. Sự có mặt hoặc hoại diệt của cái này là nhân, là duyên cho sự có mặt hoặc hoại diệt của những cái khác, và ngược lại. Cũng vậy, sự mê muội hoặc giác ngộ của chúng sanh này là nhân là duyên cho sự mê muội hoặc giác ngộ của những chúng sanh khác, và ngược lại. Tương tự như thế, sự khổ đau hoặc an lạc của người này là nhân là duyên cho sự khổ đau hoặc an lạc của những người khác, và ngược lại. Trong ý nghĩa này, chúng ta có thể thấy rằng xuất và nhập thế không thể tách rời nhau mà có. Cái này phải là nhân, là duyên cho cái kia, và cái kia phải là nhân, là duyên cho cái này.

Từ nội dung của giáo nghĩa duyên khởi ở trên đưa chúng ta đến một tri nhận khác. Đó là vì các pháp đều do nhân duyên sinh thành và hoại diệt, cho nên không có pháp nào có tự tánh. Hay nói cách khác, tất cả các pháp đều là giả hữu, vô tự tánh và không. Không, không có nghĩa là tuyệt diệt, là hư vô. Không, là vì tự tánh vô tánh, là vì tự tánh là không, là "đương thể tức không", là không ngay trong tự thể, là không ngay trong lúc đang có mặt. Khi thể nghiệm được tự tánh không của vạn pháp tức là nghiệm chứng được trí tuệ Bát-nhã - xin tạm gọi là nghiệm chứng, là thể nghiệm v.v.. để diễn đạt về trí tuệ cho dễ hiểu. Qua trí tuệ Bát-nhã, người hành đạo mới có thể nhìn thấu suốt được bản thể tối hậu của vạn hữu mà không bị chướng ngại. Cũng qua trí tuệ Bát-nhã, người hành đạo mới không còn vướng mắc bất cứ điều gì trong tư duy, ngôn ngữ và hành động; người hành đạo cũng sẽ không còn bất cứ sự lo âu và sợ hãi nào.

"Bồ-đề Tát-đỏa y Bát-nhã ba-la-mật-đa cố tâm vô quái ngại, vô quái ngại cố vô hữu khủng bố". (Tâm kinh Bát-nhã)

Tạm dịch: Bồ Tát nương vào trí tuệ rốt ráo cho nên tâm không còn lo ngại; khi tâm không còn lo ngại thì không còn sợ hãi.

Qua trí tuệ Bát-nhã, vạn pháp vốn quy về một nguồn cội, vốn cùng một bản thể. Đã liễu ngộ được lẽ đồng nguyên của vạn hữu, cho nên chúng sanh đó không thấy có sự sai biệt nào giữa ta và người. Niệm lực của từ bi vô hạn là niệm lực của tình thương khi cảm nghiệm được mối quan hệ nhất thể của vạn hữu. Từ đó, sự thể hiện của lòng từ bi không còn là một thứ hành vi vì bổn phận, vì trách nhiệm mà là sự tuôn chảy tự nhiên từ niệm lực vô cùng, như nước từ nguồn chảy ra không dứt.

Thấy được hướng đi đích thực của đạo Phật Việt nam là con đường thực nghiệm và nhập thế tự tại, ngài Khương Tăng Hội đã dịch Bát Thiên Tụng Bát-nhã và biên tập Lục Độ Tập Kinh và Lục Độ Yếu Lược vào thế kỷ thứ ba Tây lịch. Đây là những kinh văn cốt tủy của đạo Phật Việt Nam, hướng đạo cho phương thức hành xử phù hợp với tình tự dân tộc và hoàn cảnh lịch sử của đất nước. Trên bước đường vừa nhập thế tích cực để cứu nước cứu dân, vừa thực nghiệm giải thoát giác ngộ cho mình và người, Bát-nhã trí và từ bi tâm là hành trang vô giá.

Với Bát-nhã trí, con người nhìn suốt được bản thể đồng nhất của vạn hữu, và tri nhận rằng sự hiện hữu của các pháp là sự hiện hữu linh diệu. Nó vừa giả hữu lại vừa không, song chính vì không nó lại hiện hữu như thật; nói rằng giả cũng không đúng, nói rằng thật cũng không đúng, nó thật là chơn không diệu hữu. Từ đó, chân đế hay tục đế, xuất thế hay nhập thế không còn là những nan đề hay những lựa chọn tất yếu phải có. Chân đế và tục đế không khác nhau, bởi vì chân là chân của tục và tục là tục của chân. Khước từ tục để tìm chân sẽ không có chân nào ngoài tục để tìm. Bỏ chân đi vào tục thì tục vốn không có tự tánh, lấy gì để vin vào? Cũng vậy, xuất thế và nhập thế vốn không hai, bởi vì căn cứ vào đâu để nói xuất hay nhập? Căn cứ vào thời gian ư? Thời gian nào là thời gian để căn cứ, là quá khứ, là hiện tại hay là vị lai? Quá khứ thì đã qua cho nên không hiện hữu, hiện tại thì trôi mãi không ngừng lấy gì làm chỗ nương để xuất với nhập, còn vị lai thì chưa đến làm sao căn cứ để ra vào? Căn cứ vào các pháp ư? Các pháp vốn không có tự tánh lấy gì làm chỗ để căn cứ?

Chân tục hay Thánh phàm cũng đều do tâm mà ra. Tâm liễu ngộ được thực tướng phi tướng của các pháp thì là Thánh, là chân. Tâm mê muội vì vô minh thì là phàm, là tục. Một khi khởi vọng tâm thì sơn hà đại địa là cõi đảo điên khổ lụy, nhưng nếu thấu triệt được tự thể phi thể của vọng tâm thì vũ trụ pháp giới không còn là cõi triền phược. Cho nên, Quốc sư Phù Vân tại Trúc Lâm Yên Tử đã mở lối đạo cho vua Trần Thái Tông như sau:

"Sơn bản vô Phật, duy tồn hồ tâm. Tâm tịch nhi tri, thị danh chân Phật. Kim bệ hạ nhược ngộ thử tâm, tắc lập địa thành Phật, vô khổ ngoại cầu dã." (Trần Thái Tông - Thiền Tông Chỉ Nam Tự)

Tạm dịch: "Trong núi này vốn không có Phật, Phật chỉ ở tại tâm. Khi tâm tịch lặng và liễu tri các pháp ấy gọi là Phật. Nay nếu nhà vua giác ngộ được tâm ấy thì ngay nơi đây lập tức thành Phật, không cần khổ nhọc tìm cầu bên ngoài."

Nghiệm chứng được diệu lý Bát-nhã thì liễu ngộ các pháp

đều không. Từ đây, người hành đạo không đắm nhiễm, không cố chấp, không sợ hãi bất cứ điều gì. Chính vì lý do này, trong quá trình hành hoạt để đóng góp vào công cuộc dựng nước, giữ nước và cứu khổ cho dân tộc, đạo Phật Việt nam chưa bao giờ quan tâm đến chuyện danh lợi, chưa bao giờ đắm nhiễm trong thành quả mà chính mình đã tạo dựng. Con đường thực nghiệm và nhập thế không phải là con đường danh vọng để thi thố tài năng, đó là con đường lịch nghiệm sự giác ngộ và giải thoát cho mình và người. Hay nói cách khác, đó là con đường giải nghiệp cho mình và người chứ không phải là con đường kết nghiệp.

"Mắt phải sáng như mặt trời, lòng phải rộng như biển cả, hành động phải cẩn trọng cân nhắc so đo: Mọi hoạt dụng của mình đều vì giải nghiệp. Đừng tạo nghiệp cho mình và mọi người." (Hòa thượng Thích Đức Nhuận, nguyên Chánh thư ký Viện Tăng Thống Giáo Hội Phật giáo Việt nam Thống nhất)

Mang tâm thức vô minh vọng động để hành đạo thì mỗi tư duy, lời nói và hành tác đều là nhân duyên để kết nghiệp cho mình và người. Rồi từ đó càng dấn thân càng lún sâu vào vũng lầy của vô minh phiền não và càng xa cách mục tiêu giác ngộ và giải thoát. Cho nên, con đường thực nghiệm và nhập thế của đạo Phật Việt Nam là con đường thử thách cam go đối với người dấn thân hành đạo. Nếu không trang bị bằng trí tuệ Bát-nhã và tâm từ bi, người hành đạo không tránh khỏi chuyện kết nghiệp cho mình và người. Chỉ có trí tuệ Bát-nhã mới có thể đủ năng lực để đẩy người hành đạo ra khỏi giới hạn và sự vướng mắc của vọng tâm, chọc thủng vào biên tế cuối cùng của chân và tục đế, tự tại mà đến mà đi.

"Diệu tính hư vô bất khả phan
Hư vô tâm ngộ đắc hà nan
Ngọc phần sơn thượng sắc thường nhuận
Liên phát lô trung thấp vị càn."

(Thiền sư Ngộ Ấn - Thị Tịch)

Tạm dịch:

> *Thể tính mầu nhiệm rỗng suốt không gì có thể bám víu*
> *Liễu ngộ được nguồn tâm rỗng suốt ấy không phải là việc khó*
> *Ngọc nung trên núi màu sắc vẫn thường rực rỡ*
> *Hoa sen nở trong lò lửa mà vẫn tươi thắm.*

Ca dao Việt nam có câu:

> *"Trong đầm gì đẹp bằng sen*
> *Lá xanh bông trắng lại chen nhị vàng*
> *Nhị vàng bông trắng lá xanh*
> *Gần bùn mà chẳng hôi tanh mùi bùn."*

Hoa sen nở trong đầm bùn mà không hôi mùi bùn là chuyện không khó tin, nhưng hoa sen nở trong lò lửa mà vẫn tươi thắm thì quả là việc không những hy hữu lại còn mầu nhiệm nữa! Kinh Diệu Pháp Liên Hoa nói rằng: "Tam giới bất an do như hỏa trạch" Ba cõi không an ổn giống như nhà lửa. Người hành đạo trong truyền thống đạo Phật Việt Nam dấn thân vào cuộc đời đầy phiền não sân si như vào nhà lửa để xây dựng đất nước, cứu khổ cho muôn dân và thực nghiệm sự giác ngộ, giải thoát cho mình và người mà vẫn tự tại ung dung, đó không phải là sen nở trong lò lửa nhưng vẫn tươi thắm sao?

CHÙA LÀNG, CHÙA THỊ

Ở quê tôi, đa phần các làng đều có chùa và đình. Ngày xưa lúc còn bé, tôi và những đứa trẻ trong làng hay đến chùa và đình vào những dịp lễ để vui đùa và ăn ké theo người lớn. Những hình ảnh về các sinh hoạt lễ hội của chùa và đình vẫn còn in đậm trong ký ức tôi cho đến ngày nay.

Thật ra lúc còn nhỏ, tôi chẳng hiểu được ý nghĩa về sự có mặt của chùa và đình trong làng, cũng như những sinh hoạt lễ lạt thường kỳ tại các ngôi chùa và đình đó có tác động thế nào đến đời sống văn hóa và tâm linh của người dân. Nhưng càng lớn lên tôi càng nhìn ra được vai trò quan trọng của chùa và đình trong làng. Ở đây tôi chỉ xin nói riêng về vai trò của chùa làng, vì nó gắn liền với cuộc đời tôi kể từ thời tấm bé.

Nói đến vai trò của chùa làng, tôi xin kể cho các bạn nghe một sự kiện xảy ra trong làng tôi lúc tôi còn rất nhỏ. Chuyện là thế này, tại làng tôi, có một họ tộc theo đạo Thiên Chúa. Lúc đó tôi không biết và cũng không phân biệt được họ theo Tin Lành hay Công Giáo. Họ không đông đảo lắm, chỉ có mấy gia đình. Họ thường tụ tập tại các tư gia này để đọc kinh, làm lễ. Họ là những gia đình có nhiều người ăn học khá hơn người dân khác trong làng. Vì vậy, họ mở lớp học, dạy trẻ em trong làng tại nhà riêng. Tôi là một trong những đứa bé tham dự vào các lớp học mẫu giáo a, b, c,... tại những ngôi nhà của họ tộc theo đạo Thiên Chúa này. Ấn tượng mà tôi còn nhớ mãi là cái cảm giác ngỡ ngộ kích thích sự tò mò muốn xem và nghe lúc các gia đình này tụ họp để đọc kinh. Nhưng lúc đã nhìn thấy họ đọc kinh và nghe âm điệu là lạ, nhìn cây đèn bạch lạp màu trắng xanh xao, thì mình lại có cảm giác ngờ ngợ, xa lạ sao đó... Cho nên, đa phần bọn trẻ chúng tôi chỉ đến xem một lát thì bỏ về. Dân trong làng, những người lớn tuổi khác thì không thấy có mặt ở đó dù chỉ để xem. Lúc đó, tôi có cảm nhận mấy gia đình theo đạo ấy là một ốc đảo lẻ loi trong cái làng của mình.

Mấy năm sau, tôi rời làng, lên tỉnh để học. Băng đi một thời gian vài năm, khi tôi về lại thì hoàn cảnh đã thay đổi. Hầu như đa phần trong số các gia đình họ đạo ấy đều bỏ đạo đi theo chùa. Những người con cháu trong các gia đình họ đạo đó đã không còn tiếp tục giữ đạo nữa. Có lần về chùa làng trong dịp lễ tôi thấy họ đi chùa lễ Phật và sinh hoạt chung với bà con trong làng. Cái ốc đảo họ đạo kia hầu như đã bị chuyển hóa toàn bộ.

Ở chùa làng, thường những vị thầy trú trì làm rất nhiều việc cho dân làng. Ngoài việc trông nom chăm sóc ngôi chùa, mà chùa nào cũng có ruộng đất canh tác riêng để tự túc, việc lễ lạt hàng tháng, hàng năm tại chùa, vị trú trì còn kiêm luôn việc coi ngày giờ tốt, xấu để cưới hỏi, ma chay, xây cất và sửa chữa nhà cửa, thậm chí sửa chuồng bò, chuồng heo cũng nhờ thầy xem ngày tốt. Những khi dân làng có chuyện tang chế thì vị thầy ở chùa làng là người tận tình cố vấn, hướng dẫn, và thực hiện các lễ nghi cho tang quyến. Chùa làng còn là nơi để dân làng đến uống trà, trò chuyện, tâm sự đủ mọi thứ trên đời. Tôi nhớ trong thời kỳ chiến tranh, chùa làng cũng là nơi để dân ở những làng khác chạy giặc đến tạm cư một thời gian, khi bình an thì quay về làng cũ. Vì vậy, có thể nói chùa làng là ngôi từ đường của bá tánh trong làng. Nó gần gũi, hữu ích, thân thiện, và không thể thiếu trong sinh hoạt hằng ngày của người dân. Tôi vẫn không quên hình ảnh rất cảm động của người dân làng mang, xách, đội từng trái bầu, trái bí, củ khoai, cái bắp chuối, rổ rau sống, giỏ bánh mứt đến chùa làng trong những dịp lễ cúng. Họ xem đó như là chuyện bình thường của người trong nhà, trong họ nên làm lúc nhà từ đường cúng giỗ. Với tình cảm thiêng liêng, sâu sắc và truyền thống lâu đời như vậy, dân làng xem chùa làng, xem đức Phật, xem ông thầy như người nhà với tất cả sự kính trọng và thân yêu.

Trong ngôi làng như thế thì đâu còn chỗ nào cho một tôn giáo mới nảy sinh và phát triển?

Có người nói, chùa chiền gì mà lung tung quá, mê tín dị đoan quá, không hợp với Phật Pháp! Chùa chiền gì mà đi xem bói, đi coi ngày tốt xấu để cưới hỏi, để xây chuồng bò, chuồng heo?

Những phàn nàn và thậm chí chỉ trích trên, không phù hợp với thực tế. Tại sao?

Bởi vì tập tục bị phàn nàn đó là của người dân chứ không phải của chùa. Chùa làng nếu muốn phục vụ cho dân thì trước hết phải đáp ứng theo một số nhu cầu của họ, mà ở đây là những tập tục đã có từ lâu đời. Chùa cũng không thể quay lưng hay chống đối cực đoan với các tập tục đó mà phải lần hồi thay đổi bằng những phương thức hợp tình hợp lý, nếu không chùa sẽ trở thành một thứ ốc đảo bị cô lập trong cộng đồng làng xã địa phương. Nhắc tới điều này, tôi nhớ, trước Cộng Đồng Vatican 2 vào đầu thập niên 1960, Công Giáo cũng vì cấm con chiên thắp nhang, thờ cúng ông bà tổ tiên nên khi truyền vào Á Châu thì bị thất bại, không thể phát triển, vì bị người dân chống đối, tẩy chay. Do đó, Cộng Đồng Vatican 2 mới để cho con chiên được tiếp tục giữ tập tục truyền thống của họ. Trước Cộng Đồng Vatican 2, Giáo Hội Công Giáo cũng chỉ trích việc thờ cúng ông bà là mê tín dị đoan, là hủ tục cần phải thay đổi để sống theo nếp sống văn minh.

Dĩ nhiên, chùa là nơi để thực hiện mục đích chuyển mê khai ngộ cho con người, tức là có nhiệm vụ giáo dục, điều hướng, và giúp con người khai mở tâm và trí, để xây dựng niềm tin trong chánh kiến, phát triển trí tuệ và mở rộng lòng từ bi. Nhưng việc chuyển mê khai ngộ thì còn tùy theo căn cơ của con người và hoàn cảnh của xã hội mà ứng dụng phương thức, cũng như có mau chậm khác nhau. Muốn chuyển hóa dân làng từ mê tín sang chánh tín cần phải chuẩn bị một số việc cần thiết như sau.

Thứ nhất, nâng cao dân trí bằng con đường mở mang trường học, khuyến khích và hỗ trợ cho dân làng và con em của họ có điều kiện học hành tới nơi tới chốn để tránh tình trạng thất học, hay học ít nên thiếu nhận thức chính xác. Trong trường hợp này, chùa làng có vai trò rất lớn và rất hữu dụng trong việc giúp giáo dục con em của dân làng bằng cách biến chùa thành trường học, thành nơi dạy kèm cho các em. Tưởng cũng nên nhắc lại rằng, ngày xưa khi đất nước chưa thành lập hệ thống giáo dục chính thức thì chùa là trường học, là trung tâm văn hóa đào tạo nhân tài cho xã tắc.

Thứ hai, giúp dân làng ngày càng hiểu biết thêm về Phật Pháp. Đây chính là sứ mạng trọng đại mà chùa là cơ sở nền tảng để thực hành. Chùa cần thường xuyên giảng giải Phật Pháp trong các lễ lạt hằng tuần, hằng tháng, hằng năm, hay trong các khóa tu học đặc biệt. Chùa là thư viện, là trung âm ấn hành, biếu tặng và khuyến khích quần chúng đọc kinh sách Phật học.

Thứ ba, các vị trú trì cần được đào tạo có trường lớp căn bản về khả năng chuyên môn làm trú trì. Các vị trú trì không thể thiếu một số yếu tố cần thiết như trình độ Phật học căn bản, biết các khoa nghi lễ tổng quát, biết cách tiếp xử với quần chúng Phật tử nông thôn, có tấm lòng từ bi hỷ xả đủ để có thể bao dung, tận tụy phục vụ cho dân làng mà không đòi hỏi điều gì vượt quá hoàn cảnh tại địa phương cho phép.

Tuy nhiên, đó chỉ là lý thuyết. Thực tế, thì không đơn

giản như vậy. Dân làng thường là thành phần nông dân có học thức thấp, sống giản dị, chất phác, thuần hậu và giữ gìn tập tục một cách bền vững. Cho nên, người dân làng ít hiểu biết thấu đáo tinh hoa triết lý và giáo pháp đức Phật để đem ứng dụng vào cuộc sống hằng ngày. Niềm tin của dân làng, vì vậy, cũng rất mộc mạc và pha lẫn tính huyền thoại đôi khi không phù hợp với chánh tín, rất khó để thay đổi lối sống theo tập tục lâu đời. Hơn nữa, các vị tăng, ni trú trì các ngôi chùa làng thường là gốc gác từ gia đình nông thôn mà ra, không phải là những vị tăng, ni có trình độ văn hóa và Phật học cao - những vị có trình độ văn hóa và Phật học cao thì thấy không thích hợp với vai trò trú trì ngôi chùa làng - nên cũng khó lòng mà thực hiện các phương thức chuyển hóa dân làng hiệu quả. Từ thực tế đó cho thấy rằng chúng ta, trước hết, là phải chấp nhận hiện thực khiếm khuyết ở một số mặt mà không thể đòi hỏi sự hoàn hảo quá lớn. Rồi thì, song song với việc duy trì sự có mặt của chùa làng là đề ra và thực hiện các phương thức chuyển hóa và hoàn thiện dần dần tùy theo hoàn cảnh ở mỗi địa phương.

Nhân đây tôi cũng xin đề cập đến một sự kiện rất đáng quan ngại về tình hình chùa chiền tại nông thôn Việt Nam ngày nay. Với đà phát triển của xã hội theo chiều hướng kinh tế thị trường những năm gần đây, bộ mặt nông thôn Việt Nam đang ngày càng biến dạng trong chiều hướng tiêu cực: đất đai trồng trọt mùa màng ngày càng bị mất vì nhường chỗ cho các hãng xưởng mọc lên; vành đai các đô thị lớn mở rộng đến các miền nông thôn; nhiều dân quê không còn thấy việc làm ruộng là phương kế sinh nhai thích hợp nên tìm cách vào các thành phố để kiếm công ăn việc làm; tuổi trẻ nông thôn sau khi học xong thì đa phần đều chọn sống ở thành thị nên, không quay về miền quê nữa; đình, chùa ở nhiều làng vì vậy cũng bị ảnh hưởng nghiêm trọng thậm chí có nơi còn không có tăng, ni nào trú trì để hướng dẫn Phật tử tu học và duy trì cơ sở vật chất. Các tổ chức Giáo Hội dường như vẫn chưa quan tâm đúng mức hầu để ra kế hoạch cụ thể và khả thi để duy trì và phát triển hệ thống chùa làng. Thêm vào đó, đa phần tăng, ni đều không muốn về làm trú trì ở các ngôi chùa làng, vì nhiều lý do, mà trong đó có lý do chùa làng không phải là đất phát triển, không thích hợp với bằng cấp cao mà họ đã thành đạt, v.v...

Tình hình này nếu còn tiếp tục kéo dài thì thành trì kiên cố lâu đời nhất để bảo vệ Phật Giáo, bảo vệ văn hóa truyền thống dân gian Việt Nam sẽ bị sụp đổ!

Khi làn sóng văn minh phương Tây kèm theo là các trào lưu văn hóa mới, các thị trường kinh tế tư bản tự do thổi vào Việt Nam trong các thập niên đầu thế kỷ hai mươi và đặc biệt là trào lưu toàn cầu hóa trong vài thập niên qua, mô thức sinh hoạt của xã hội Việt Nam đã dần dần thay đổi: sức mạnh của đô thị hóa, công nghiệp hóa, tin học hóa ngày càng phát triển lôi kéo theo đó là sự gia tăng dân số tại thành thị đến mức chóng mặt mà hệ quả không tránh khỏi là xã hội nông thôn đứng trước tình trạng thụt lùi cả về mặt dân số lẫn sức duy trì và phát triển đủ để đáp ứng những biến động dồn dập đưa tới.

Chùa chiền, do đó cũng bị cuốn hút theo cơn lốc thời đại. Về mặt khách quan, đó là nhu cầu không thể cưỡng lại và còn rất cần thiết đối với các tôn giáo nói chung và Phật Giáo nói riêng, cũng như các cộng đồng xã hội khác. Ngược lại, về mặt chủ quan, đó là thách thức đầy nguy cơ cho Phật Giáo nếu không biết cách thích nghi để vừa bảo vệ truyền thống, vừa phát triển đạo giáo, vừa tránh được những bế tắc khó thoát. Trong bối cảnh đó, chùa chiền ngày càng được kiến tạo nhiều hơn tại các thành phố, nhưng lại bị lãng quên ở miền quê, miền núi xa xôi. Số lượng tăng, ni cũng càng lúc càng gia tăng ở thành thị. Đó là tin vui vì theo lý thuyết một ngôi chùa có mặt sẽ giảm đi một nhà tù, một người xuất gia đầu

Phật sẽ bớt đi một người xấu tạo bất ổn cho xã hội.

Đến đây, một vấn đề khác cần được đặt ra là, với tình trạng phát triển của Phật Giáo qua hình thức chùa chiền và tăng, ni có mặt đông đảo có thực sự giúp ích cho cộng đồng xã hội bớt những tệ nạn, những bất an hay không? Chưa có một nghiên cứu hay thống kê nào đầy đủ và khả tín về vấn đề này được thực hiện và đưa ra cho đến nay để có thể giúp người ta có nhận định và chứng thực cụ thể. Tuy nhiên, những nhà lãnh đạo Phật Giáo và cả hàng ngũ cư sĩ Phật tử có quan tâm đến vận mệnh của đạo pháp và dân tộc cũng cần phải nghiêm chỉnh xem xét và thẩm định lại chuyện này.

Xem xét và thẩm định để làm gì, có lợi ích gì?

Câu trả lời đã quá rõ, đó là có, rất có lợi ích. Vì sao? Bởi vì, chúng ta không thể một mặt thì cho rằng Phật Giáo đang phát triển, chùa chiền và tăng ni đông đảo, nhưng mặt khác, trên thực tế xã hội, lại từng ngày từng giờ chính chúng ta chứng kiến vô số những bất an mang lại từ các tệ nạn xã hội: rượu chè cờ bạc, hút xách, xì ke ma túy, băng đảng hoành hành, tuổi trẻ sa đà trong những cuộc truy hoan, ăn chơi lêu lổng hay bị bán cho các tổ chức tội phạm chuyên mua bán trinh tiết, tham nhũng tràn ngập khắp nơi... Và ngay cả trong học đường, trong chùa chiền cũng tồn tại những gian dối, lừa gạt, trộm cắp hoặc chạy theo chủ nghĩa kim tiền, chỉ biết có tiền và xoay lưng lại với tất cả nguyên tắc đạo đức truyền thống, v.v...

Tất nhiên, về mặt hành chánh và pháp lý, đó không phải là trách nhiệm của Phật Giáo. Nhưng về mặt đạo đức và tâm linh, nếu Phật Giáo có mặt trong hoàn cảnh xã hội với những bất ổn và tệ nạn như vậy mà không làm gì để cải thiện, để giúp ích giảm thiểu thì cũng cần phải đặt lại vai trò và hiệu quả của sứ mệnh truyền bá Chánh pháp mà chúng ta thường xuyên nói đến. Nếu chúng ta, những Phật tử, tăng ni và cư sĩ, cho rằng đó là chuyện của các cơ quan chức năng nhà nước, còn mình thì chỉ chú tâm vào việc hoằng pháp, hướng dẫn tu học cho quần chúng. Vậy thì, chúng ta cũng nên suy nghĩ lại về hiệu quả của sự hướng dẫn tu học đó có tác động thực tiễn và hữu ích đến mức nào đối với từng cá nhân, gia đình và cộng đồng xã hội chung quanh? Nếu trong khu phố, trong làng có ngôi chùa mà cùng lúc cũng là nơi xảy ra nhiều tệ nạn xã hội, thì những vị có trách nhiệm hoằng pháp trong ngôi chùa đó cần phải xem xét lại hiệu quả xã hội của công tác hoằng pháp mà mình đã thực hiện.

Tại hải ngoại, từ khi cộng đồng người Việt định cư tại nhiều quốc gia trên thế giới, từ Mỹ Châu, Âu Châu tới Úc Châu, chùa chiền được xây dựng ngày càng nhiều, nhất là ở Hoa Kỳ, nơi có dân số người Việt và tăng, ni Phật Giáo Việt Nam đông đảo nhất. Chỉ riêng tại thành phố Santa Ana, miền nam tiểu bang California, đã có tới ba, bốn chục ngôi chùa. Nhiều chùa rất bề thế, khang trang, rộng rãi, và đồ sộ. Nhưng cũng có nhiều chùa thuộc loại "cải gia vi tự" nhỏ hẹp, thiếu nhiều phương tiện, không đủ không gian để tổ chức các khóa tu học và lễ lạt thường kỳ. Ngay tại Santa Ana, trong một khu vực chưa quá vài dặm vuông, đã có tới mười mấy ngôi chùa, có thể gọi là làng chùa, chứ không phải là chùa làng như ở thôn quê Việt Nam. Một cách nào đó, làng chùa ở hải ngoại là mô thức chùa làng ở nông thôn Việt Nam, dù hoàn cảnh thì khác xa. Nhưng, tựu trung đó là thành trì để giữ Đạo.

Tình trạng chùa chiền như vậy có nhiều quá tới mức lạm phát không?

Đối với tôi thì không. Vì sao?

Về mặt hình thức, ít nhất đó là chứng cứ rõ rệt cho thấy sự ổn định và phát triển vững mạnh của các cộng đồng Phật Giáo Việt Nam tại hải ngoại trong hơn ba mươi năm có mặt tại những đất nước này. Hơn nữa, sự có mặt của những ngôi chùa Việt Nam trên đất khách quê người, ngay tại các quốc gia chịu ảnh hưởng của nền văn hóa Ky Tô Giáo, như vậy cũng làm cho cư dân bản địa phần nào biết đến Phật Giáo Việt Nam qua hình ảnh, qua nghệ thuật kiến trúc, qua hình tượng Phật, Bồ Tát, và qua hình bóng các vị Tăng Sĩ Phật Giáo Việt Nam. Đó cũng là cách giới thiệu gián tiếp đạo Phật Việt Nam cho thế giới Tây Phương, chưa nói đến, trên thực tế có rất nhiều người Mỹ, Canada, Pháp, Đức, Úc đã trở thành Phật tử dưới sự hướng dẫn của chư tăng ni Phật Giáo Việt Nam hành đạo tại những đất nước này.

Về mặt sinh hoạt văn hóa, đạo đức và tâm linh, dù là ngôi chùa có rất ít sinh hoạt thì cùng có thể quy tụ được một vài vị tăng, ni và vài ba chục Phật tử đến để tu học, tụng Kinh, bái sám, cử hành các lễ lạt theo truyền thống dân tộc và Phật Giáo Việt Nam. Đối với những ngôi chùa bề thế có nhiều chương trình sinh hoạt phong phú như dạy tiếng Việt cho con em người Việt, dạy võ, dạy hội họa; in ấn sách báo, Kinh điển; tổ chức các buổi ra mắt hay giới thiệu các tác phẩm văn học Phật Giáo; tổ chức các buổi lễ lớn trang nghiêm và công cộng đúng truyền thống Phật Giáo Việt Nam như lễ Phật Đản, Vu Lan, Tết Nguyên Đán, Rằm Tháng Giêng, v.v...; tổ chức các thời thuyết pháp, các khóa tu học hàng tuần, hàng tháng, các ngày thọ Bát Quan Trai, huân tu Tịnh Độ, thực tập Thiền, và các khóa tu học Phật Pháp đặc biệt v.v...

Về mặt bảo vệ truyền thống Đạo Phật Việt Nam tại hải ngoại, nơi mà người Việt sinh sống là lãnh địa lâu đời của Công Giáo và Tin Lành với cơ sở vật chất và phương tiện quảng bá sung mãn, thì sự có mặt của tăng, ni và chùa chiền là cách tiếp cận, duy trì và phát triển đạo Phật Việt Nam cho các cộng đồng người Việt sống tha hương. Hơn nữa, con em người Việt tại hải ngoại từ tấm bé đã được giáo dục trong môi trường văn hóa và học đường khác hẳn với thế hệ cha mẹ, nghĩa là chúng rất dễ lãng quên hay bỏ hẳn truyền thống tôn giáo của giống nòi. Trong bối cảnh đó, sự có mặt của nhiều ngôi chùa ngay tại những khu vực có người Việt định cư là nhu cầu cần thiết và cấp bách. Còn nữa, sự có mặt của nhiều ngôi chùa ngay trong các khu dân cư có người Việt là điều thuận tiện cho việc đi chùa của những người cao niên không thể tự mình lái xe đi xa.

Có người nói sinh hoạt chùa chiền và nếp sống tăng, ni Việt Nam ngày nay trong và ngoài nước có vẻ như không những đi xa với truyền thống thiền môn mà còn đi ngược lại đời sống Tăng già thời Phật. Nhận định đó về mặt bề ngoài thì đúng, nhưng chắc chắn là chưa xét tới nhiều yếu tố khác rất quan trọng. Đó là yếu tố thời đại và xã hội.

Điều cần nói ngay ở đây là, sứ mệnh hoằng pháp là đem giáo pháp chuyển mê khai ngộ của đức Phật để giáo hóa quần sinh. Nhưng để thực hiện sứ mệnh ấy người tăng sĩ Phật Giáo phải dấn thân vào cuộc đời, vào xã hội, phải đem Phật Pháp vào tận thành thị nông thôn, vào tận từng gia đình, mà không phải chờ đợi người dân đến với mình, giống như ngày xưa đức Phật đi du hóa từ làng này sang làng khác, từ thị tứ kia đến thị tứ nọ. Sự có mặt của ngôi chùa trong từng làng mạc, trong từng khu phố chính là thể hiện sứ mệnh nói trên một cách tích cực và cụ thể.

Phật Giáo lưu truyền tại thế giới này cho đến nay đã trên hai mươi lăm thế kỷ, trải qua biết bao biến thiên của thời cuộc, biết bao thăng trầm của lịch sử, và biết bao chuyển đổi của các nền văn minh, mà vẫn tồn tại và không ngừng phát triển là vì nguyên do gì, nếu không phải dựa vào hai yếu tính bất biến và tùy duyên? Bất biến đối với lý tưởng cốt lõi giải thoát và giác ngộ, nhưng tùy duyên với thời đại và hoàn cảnh sở tại. Ngày nay, trong thế giới toàn cầu hóa, sinh hoạt thiền môn trên non cao, trong rừng sâu núi thẳm cô tịch đã không còn là phương thức kiến hiệu để mang thông điệp giải khổ của đức Phật đến cho bá tánh vạn dân. Giờ đây, trong xã hội bùng phát nhanh như hỏa tiễn của nếp sống văn minh khoa học kỹ thuật, dù là tăng sĩ hay cư sĩ cũng không thể đẩy mình ra ngoài lề cuộc đời bằng lối sống chậm tiến, lạc hậu, và cổ hủ mà mong làm tròn trọng trách hoằng dương Phật Pháp. Trong bối cảnh thời đại và xã hội như thế, chùa chiền không thể là những am tranh xiêu vẹo, bởi vì nơi đó sẽ không thể thực hiện được các Phật sự mang tầm vóc cộng đồng rộng rãi, và có sức thu hút nhiều người thuộc các thành phần và giai tầng xã hội, đặc biệt là giới trẻ.

Thế hệ tăng, ni Việt Nam đầu tiên ra nước ngoài định cư và hoằng pháp từ khoảng ba chục năm nay không phải vì miếng cơm manh áo hay vì chùa to Phật lớn mà phải tận tụy hy sinh cuộc đời tu hành của mình để lao tâm khổ tứ đi xây từng viên gạch, lấp từng vũng nước đọng, trồng từng cội tùng non hầu tạo dựng một ngôi Tam Bảo có đủ điều kiện thuận tiện và an tâm cho một đạo tràng tăng tín đồ tu học. Đó là công đức không nhỏ của những nhà truyền bá chánh pháp lúc ban đầu. Tôi đã từng chứng kiến cảnh tượng rất xúc động tại một số ngôi chùa ở Hoa Kỳ mà tôi có dịp ghé thăm, khi thấy những vị trú trì vừa là giảng sư thuyết pháp, vừa là đạo sư hướng dẫn tu học cho đồng hương Phật tử, vừa là kinh sư đáp ứng nhu cầu nghi lễ cho bà con người Việt trong vùng, vừa tự túc nấu ăn, vừa làm hương đăng dọn dẹp trong ngoài chùa, vừa công phu bái sám, nghĩa là làm tất cả mọi việc cần làm. Nếu không có những vị tăng sĩ hy sinh như thế thì ngày nay làm gì có hàng trăm ngôi chùa tại hải ngoại?

Với hoàn cảnh xã hội và sinh hoạt thiền môn ở hải ngoại, ngay cả trong nước nữa, như thế tất nhiên không thể nào không ảnh hưởng đến con đường tu tập của tăng ni. Nhưng ảnh hưởng tới mức nào và như thế nào thì còn phải tùy thuộc vào bản lãnh tu tập và nội lực tâm linh của từng vị. Đánh giá ảnh hưởng đó đối với con đường tu tập của chư tăng ni thì không thể chỉ nhìn bề ngoài, hay chỉ nhìn thoáng qua trong một giai đoạn. Người xưa có nói "cái quan luận định", nghĩa là chỉ đến lúc đậy nắp quan tài của một người mới có thể phán xét khen chê về cuộc đời người ấy.

Đề cập đến vấn đề bản lãnh tu tập và nội lực tâm linh của tăng, ni và cư sĩ tại hải ngoại, tôi xin đơn cử hai trường hợp mà tôi từng chính mắt chứng kiến hoặc nghe người khác chứng kiến thuật lại. Đó là về sự ra đi của Cố Trưởng Lão Hòa Thượng Thích Trí Chơn (ngày 14 tháng 3 năm 2011 tại Santa Ana, California) và Cố Giáo Sư Phạm Công Thiện (ngày 8 tháng 3 năm 2011 tại Houston, Texas).

Hòa Thượng Thích Trí Chơn là vị tăng sĩ Phật Giáo Việt Nam đã hy sinh mấy chục năm dài để hoằng pháp, xây dựng chùa chiền và giáo dục tăng ni trẻ. Nhìn bề ngoài, Ngài là người rất đa đoan Phật sự. Nhưng khi Ngài viên tịch thì quả thật là nội lực tâm linh và tu chứng đạt đến mức phi thường. Mang bệnh ung thư, sức khỏe suy kiệt trầm trọng, nhưng Ngài vẫn bình thản, tự tại. Ngài biết trước ngày ra đi. Đến giờ phút cuối cùng trước khi viên tịch Ngài rất minh mẫn và tinh tấn lạ thường. Ngài ra đi trong tỉnh giác và bình an.

Giáo Sư Phạm Công Thiện cũng vậy, là vị cư sĩ mà hành trạng lúc sinh tiền không giống ai cả. Nhưng, đến khi lâm chung thì rất bất khả tư nghì. Ông biết trước ngày ra đi và ngay trước khi lâm chung ông còn tỉnh giác trì chú và bắt ấn hộ thân. Đúng là Phật Pháp rất mầu nhiệm và hành trạng của chư tăng ni cũng như cư sĩ, những vị hành trì Phật Pháp, cũng rất thậm thâm vi diệu!

Như thế thì đâu phải trong thời đại văn minh khoa học kỹ thuật vượt bực, trong xã hội vật chất xa hoa, trong cuộc sống mà con người bị cuốn hút theo giờ giấc và công việc, lại không có những hành giả thành tựu đại nguyện và đại hạnh của Bồ Tát?

Để kết thúc bài viết này, tôi xin mượn mấy câu thơ nổi tiếng của Cố Thi Sĩ Huyền Không viết về ngôi chùa trong bài thơ Nhớ Chùa:

"Chuông vẳng nơi nao nhớ lạ lùng
Ra đi ai chẳng nhớ chùa chung
Mái chùa che chở hồn dân tộc
Nếp sống muôn đời của tổ tông."

PHẬT GIÁO VIỆT, PHẬT GIÁO TÀU

Khi Mâu Tử, một trí thức Tàu tị nạn tại Giao Châu và viết trong Lý Hoặc Luận vào cuối thế kỷ thứ 2 sau Tây lịch rằng: *"Đất Hán chưa chắc là trung tâm của trời đất,"*[1] cho thấy tại Giao Châu lúc bấy giờ, đã là một lãnh địa hùng cứ phương Nam không thua kém gì nước Tàu tại phương Bắc. Sử gia Lê Mạnh Thát nhận định về điều này như sau trong bộ Lịch Sử Phật Giáo Việt Nam:

"Nhận xét này của Mâu Tử phải nói là một đòn đánh chí tử vào cảm thức tự tôn dân tộc của người Hán thời bấy giờ, đặc biệt lúc mà cụm từ "Trung Quốc", nước ở giữa, trung tâm không chỉ của con người, mà còn của "trời đất", được phổ biến và lưu hành rộng rãi để xác định vị trí của người Hán đối với các dân tộc khác. Ta đã thấy, để diễn tả việc người Hán đến nước ta ty nạn, truyện Sĩ Nhiếp của Ngô chí, quyển 4, đã viết: "Sĩ nhân Trung Quốc đến dựa ty nạn lên đến số trăm". Trong khi đó, cùng mô tả sự kiện ấy, Mâu Tử xuất phát từ nhận xét trên chỉ đơn giản nói: "Dị nhân phương Bắc đều đến để ở".[2]

Một đất nước mà hàng trăm "sĩ nhân" của nước lớn đến tị nạn và lập nghiệp thì đất nước ấy không còn là "hồ," là "rợ" nữa. Đất nước ấy chính là Việt Nam, nơi mà một, hai thế kỷ trước Tây lịch đã tiếp thu và phát triển đạo Phật lên đến mức hưng thịnh.

Năm 43 sau Tây lịch, sau khi Hai Bà Trưng hy sinh oanh liệt vì bảo vệ giang sơn xã tắc và quân đội dưới quyền Hai

---

[1] Lê Mạnh Thát, Lịch Sử Phật Giáo Việt Nam, Chương IV2, nguồn: http://thuvienhoasen.org

[2] Sách đã dẫn trên, cùng nguồn: http://thuvienhoasen.org

Bà tan rã, các tướng tá và binh sĩ, người bị giết, người bị bắt, người trốn thoát. Một trong những vị nữ tướng của Hai Bà Trưng còn sống sót và quy ẩn nơi Thiền Môn là Bát Nàn Phu Nhân, tức là công chúa Tiên La.[1] Sự kiện này cho thấy Phật Giáo đã bén rễ rất sâu và rộng trong xã hội Việt Nam trước thời Hai Bà Trưng, vì để có chùa chiền được kiến tạo thì chắc chắn phải có sinh hoạt Phật Giáo, mà điều này thì cần thời gian không ngắn. Tức là Phật Giáo ắt hẳn đã có mặt tại Việt Nam từ ít nhất một, hai thế kỷ trước Tây lịch.

"Đất nước lâm nguy, các tướng tá Hai Bà Trưng một số hy sinh bị giết, hoặc bị bắt đi đày vùng Linh Lăng. Nhưng còn một số khác đã rút về các làng quê Việt Nam sống hòa mình vào dân nơi các ngôi chùa, mà ta biết tối thiểu là Bát Nàn Phu nhân, hiện còn đền thờ ở xã Tiên La. Theo thần xã, bà là công chúa Tiên La, là nữ tướng của Hai Bà Trưng, sau các trận đánh, bà bị thương, rút về chùa xã Tiên La và mất tại đó."[2]

Trong khi đó, đến năm 67 sau Tây lịch, Phật Giáo từ Ấn Độ mới du nhập vào Trung Quốc với bản kinh Phật Tứ Thập Nhị Chương [Kinh 42 Bài] lần đầu tiên được hai ngài Ca Diếp Ma Đằng và Trúc Pháp Lan chuyển dịch, và ngôi chùa được xây dựng đầu tiên ở Tàu là Chùa Bạch Mã, theo như Cố Hòa Thượng Thích Thiện Hoa viết trong Phật Học Phổ Thông, Khóa V, Chương nói về Lịch Sử Phật Giáo Trung Hoa.

"Theo các sách sử còn truyền lại, thì dân Trung Hoa đã có nghe nói đến đạo Phật lâu lắm và rải rác trong dân chúng ở phía Tây, đã có người theo đạo Phật rồi. Nhưng mãi đến đời nhà Đông Hán, niên hiệu Vĩnh bình năm thứ mười (T.L 67) Vua Minh Đế sai các ông Vương Tuân, Thái Hâm, cả thảy mười tám người qua nước Đại Nhục Chi (một nước ở phía

---

tây, trên đường từ Ấn Độ sang Trung Quốc) để rước Phật về thờ và có mời được hai vị sư là Ca Diếp Ma Đằng (Kerssoapa Matanga) và Trúc Pháp Lan (Falan) qua Trung Hoa. Vua Hán Minh Đế truyền dựng chùa Bạch Mã để thờ Phật và cho hai Ngài ở đó dịch kinh truyền Đạo. Hai Ngài đã dịch kinh Tứ Thập Nhị Chương và mười sáu quyển kinh khác." [1]

Trong khi tại Ấn Độ, Ngài Long Thọ [Nagarjuna], xuất hiện vào khoảng từ 150 đến 200 năm sau Tây lịch, sáng tác Căn Bản Trung Luận Tụng [Mùlamadhyamakakarika] và nhiều bộ luận khác để xiển dương giáo nghĩa Tính Không của Đại Thừa, thì tại Việt Nam cùng thời đó, chính xác là vào cuối thế kỷ thứ 2 đầu thế kỷ thứ 3 sau Tây lịch đã phổ biến Lục Độ Tập Kinh, tức là kinh nói về Lục Độ Ba La Mật của Đại Thừa. Điều này cho thấy rằng giáo nghĩa tinh yếu của Đại Thừa mà cụ thể là Lục Độ Ba La Mật đã được truyền bá rất sớm tại Việt Nam. Thời gian này tại Trung Quốc vẫn chưa có nhiều bộ kinh được dịch và lưu truyền. Vào thế kỷ thứ 4, thứ 5 mới có ngài Nghĩa Tịnh, ngài Chân Đế và ngài Cưu Ma La Thập đến Trung Hoa để dịch các bộ kinh luận Đại Thừa. Đến thế kỷ thứ 7 sau Tây lịch, nhờ công trình phiên dịch kinh điển quy mô của ngài Huyền Trang thì Phật Giáo Trung Hoa mới phát triển cực thịnh.

Trước đó, giữa thế kỷ thứ 3, tức năm 247 sau Tây lịch vào thời Tam Quốc, ngài Khương Tăng Hội từ Việt Nam sang Kinh Châu của Đông Ngô của Trung Quốc để giảng kinh và truyền bá Phật Pháp.

"Vào năm 247, một vài năm sau khi Chi Khiêm rời khỏi kinh đô Kiến Nghiệp, Khương Tăng Hội, một vị cao tăng gốc miền Trung Á, đã đến đây. Ngài đến từ Giao Chỉ, thủ phủ của Giao Châu ở miền cực Nam của đế quốc Trung Hoa (gần Hà Nội ngày nay). Gia đình của Ngài đã sinh sống ở Ấn Độ

---

[1] Hòa Thượng Thích Thiện Hoa, Phật Học Phổ Thông, Khóa v, Lịch Sử Phật Giáo Trung Hoa, nguồn www.quangduc.com

trải qua nhiều thế hệ; thân phụ của Ngài, một thương gia, đến định cư ở thành phố thương mại quan trọng này."[1]

Nói về tình hình Kinh Phật xuất hiện tại Việt Nam vào cuối thế kỷ thứ 2, đầu thế kỷ thứ 3, tức thời đại của Mâu Tử, sử gia Lê Mạnh Thát cho biết trong Lịch Sử Phật Giáo Việt Nam, Chương IV, như sau:

"Sự thực, vào thời Mâu Tử không phải chỉ một mình bản Lục Độ Tập Kinh tiếng Việt lưu hành, mà còn nhiều bản kinh khác nữa mà ngày nay chúng tôi truy ra ít nhất được thêm tên tuổi 2 bản kinh. Đó là Cựu Tạp Thí Dụ Kinh cũng do Khương Tăng Hội dịch và Tạp Thí Dụ Kinh mà các kinh lục từ Cổ Kim Dịch Kinh Đồ Kỷ 1 ĐTK 2151 tờ 350b27 và Khai nguyên Thích Giáo Lục 1 ĐTK 2154 tờ 483c14 đều liệt vào loại "thất dịch" của đời Hán."[2]

Hơn nữa, điều mà các sử liệu của Phật Giáo Việt Nam đều ghi nhận là sự có mặt rất sớm, khoảng thế kỷ thứ nhất và thứ hai trước tây lịch, của Trung Tâm Phật Giáo Luy Lâu tại Việt Nam. Theo Nguyễn Lang trong Việt Nam Phật Giáo Sử Luận, tập 1, thì:

"Các tài liệu như Hậu Hán Thư trong đó có câu chuyện Sở Vương Anh theo Phật Giáo, sách Lý Hoặc Luận của Mâu Tử viết tại Việt Nam vào hạ bán thế kỷ thứ hai, kinh Tứ Thập Nhị Chương và một số tài liệu khác, có tính cách lặt vặt hơn, cho ta thấy rằng trong đời Hậu Hán (thế kỷ thứ nhất và thứ hai) ngoài hai trung tâm Phật Giáo ở Trung Hoa, còn có một trung tâm Phật Giáo rất quan trọng khác ở Giao Chỉ, tức Việt Nam, lúc bấy giờ đang nội thuộc Trung Quốc.

"Hai trung tâm ở Trung Hoa là trung tâm Lạc Dương và

---

[1] E. Zurcher, The Buddhist Conquest Of China, Thạnh Xương, Đài Bắc, Đài Loan, 1959, Huỳnh Kim Quang dịch, nguồn: www.thuvienhoasen.org

[2] Lê Mạnh Thát, Lịch Sử Phật Giáo Việt Nam, Chương IV, nguồn: www. thuvienhoasen.org

trung tâm Bành Thành. Lạc Dương là kinh đô Trung Hoa vào đời nhà Hán, hiện nay là một huyện ở tỉnh Hà Nam, còn Bành Thành thì ở về hạ lưu sông Dương Tử, hiện thuộc tỉnh Giang Tô. Ở nước ta thì có trung tâm Luy Lâu: Luy Lâu là trị sở bấy giờ của Giao Chỉ, hiện nay thuộc phủ Thuận Thành, tỉnh Bắc Ninh.

"Trong ba trung tâm Phật Giáo đời Hán vừa kể, trung tâm nào được thành lập sớm nhất? Hiện giờ chưa có câu trả lời dứt khoát. Nhưng đứng về nguồn gốc, chỉ có trung tâm Luy Lâu tại Giao Chỉ là ta biết chắc chắn do đâu mà được thành lập. Nguồn gốc của hai trung tâm Lạc Dương và Bành Thành vẫn còn rất mờ. Có nhiều dữ kiện khiến cho chúng ta nghĩ trung tâm Luy Lâu được thành lập sớm nhất, và trung tâm này đã làm bàn đạp cho sự thành lập các trung tâm Bành Thành và Lạc Dương ở Trung Hoa."[1]

Những gì được nói ở trên về mặt sử liệu, văn hóa và tư tưởng cho thấy rằng dù trong thời kỳ bị Tàu đô hộ khắc nghiệt nhất, dân tộc Việt Nam đã tiếp nhận đạo Phật trước Tàu và vượt thoát sự nô dịch hóa của Tàu một cách kiên cường và dũng mãnh sau đó.

Trong khoảng nửa thế kỷ nay, nhất là cao trào gần đây, khi làn sóng chống chính quyền Cộng Sản Trung Quốc bùng phát để phản đối tham vọng bá quyền của chính quyền Cộng Sản Trung Quốc xâm chiếm lãnh thổ và lãnh hải Việt Nam, nhiều người Việt trong và ngoài nước, kể cả trong giới Phật Giáo đặt vấn đề những gì liên quan đến Tàu trong văn hóa và đạo giáo của người Việt để chỉ trích và loại bỏ. Có điều cần nói ngay rằng thế lực xăm lăng đất nước Việt Nam từ xưa đến nay là các chế độ chính trị cầm quyền tại Trung Hoa thời xưa và Trung Quốc thời nay, chứ không phải là Phật Giáo

---

[1] Nguyễn Lang, Việt Nam Phật Giáo Sử Luận, Tập 1, Chương 1, nguồn: www.langmai.org

Tàu. Và trong suốt chiều dài lịch sử cả ngàn năm đấu tranh chống sự xâm lược của Tàu đối với Việt Nam, Phật Giáo Việt và Phật Giáo Tàu vẫn không có mối hiềm khích nào đáng tiếc xảy ra.

Trong chiều hướng đó, có người cho rằng chữ Hán không phải là chữ Việt, chỉ có "chữ quốc ngữ" mới là chữ Việt. Nếu vậy thì mấy ngàn năm văn hiến Việt là cái gì? Nếu vậy thì mấy ngàn năm nay tổ tiên ông bà chúng ta dùng chữ gì làm chữ "quốc ngữ"? Không lẽ một dân tộc có hàng ngàn năm lịch sử lại không có "chữ quốc ngữ" cho mình sao?

Chữ mà các cố đạo Ky Tô gọi là "chữ quốc ngữ" đó là gì? Thứ nhất, nó chỉ mới được vay mượn từ ký tự La Tinh từ vài thế kỷ nay và được chính thức áp dụng toàn quốc Việt Nam khoảng 1 thế kỷ nay. Thứ hai, nếu nói chữ Hán là ký tự của người Hán, người Tàu nên không phải là "chữ quốc ngữ", vậy thì "chữ quốc ngữ" đó cũng vay mượn ký tự La Tinh thì có thật sự đúng là "chữ quốc ngữ" của người Việt không? Thứ ba, cách gọi tên chữ viết mượn ký tự La Tinh là "chữ quốc ngữ" là cả sự hàm ý. Hàm ý thứ nhất là phủ nhận vị thế chữ quốc ngữ của tất cả các thứ chữ mà dân tộc Việt đã dùng trong quá khứ. Hàm ý thứ hai, qua đó cũng phủ nhận luôn tất cả những gì liên quan đến chữ Hán là thuộc về ngôn ngữ và văn hóa Việt, mà mục đích của hàm ý này là loại bỏ vai trò và ảnh hưởng của Phật Giáo ra khỏi lòng dân tộc, vì văn hóa và văn học Phật Giáo Việt Nam hầu hết nằm trong hệ chữ Hán. Nhìn thấy được hàm ý đó, Hòa Thượng Thích Tuệ Sỹ, năm 2003, đã viết trong tiểu luận "Văn Minh Tiểu Phẩm" như sau:

"Nếu gạt bỏ một mảng lớn hay toàn bộ thơ văn các tiền nhân ra ngoài lịch sử văn học Việt Nam, mà đại bộ phận được sáng tác bằng Hán văn, quả thật dân tộc Việt nam chỉ mới trưởng thành đây thôi, khi mà văn minh phương Tây được

truyền sang thông qua ký tự La-tinh được gọi là chữ quốc ngữ, theo ý đồ xâm thực bằng văn hoá - tôn giáo - chính trị."[1]

Thực sự có đúng là nếu dùng chữ Tàu thì chúng ta bị nô lệ về chính trị, bị Hán hóa về tư tưởng và văn hóa chăng?

Xin hãy suy nghiệm một vài sự kiện lịch sử sau đây để thấy thực hư sa rao.

Các triều đại Đinh, Tiền Lê, Lý, Trần, Hậu Lê, Nguyễn tại Việt Nam trải dài hơn một ngàn năm vẫn luôn luôn sử dụng chữ Hán như quốc ngữ - chữ Nôm cũng được lập ra từ xa xưa nhưng không được sử dụng phổ thông, chỉ trong đời Nhà Hồ (1400-1407) mới được chính thức dùng một thời gian ngắn như chữ quốc ngữ trong các văn bản nhà nước. Nhưng cũng chính trong các triều đại sử dụng chữ Hán ấy, đất nước Việt Nam mới thực sự lấy lại được quyền độc lập tự chủ, và diễn ra những cuộc kháng chiến, những trận phản công, những trận đánh quy mô chống lại và đập tan kế hoạch xâm lược của các triều đại Tống, Nguyên, Minh, Thanh của Tàu. Việt Nam trong suốt thời gian đó là một quốc gia độc lập với Tàu về mọi mặt.

Bài Nam Quốc Sơn Hà của danh tướng nhà Lý là Lý Thường Kiệt chẳng phải cũng được viết bằng chữ Hán đó sao? Nhưng hùng khí độc lập tự chủ dân tộc và khí phách thách thức trước âm mưu xâm lược của Tàu thì bừng bừng cao ngất có mấy ai bì kịp:

> *"Nam quốc sơn hà Nam Đế cư*
> *Tuyệt nhiên định phận tại Thiên Thư*
> *Như hà nghịch lỗ lai xâm phạm*
> *Nhữ đẳng hành khan thủ bại hư!"*

Cụ Trần Trọng Kim dịch thơ như sau:

> *"Sông núi nước Nam vua Nam ở*
> *Rành rành định phận tại sách trời*

---

[1] Thích Tuệ Sỹ, Văn Minh Tiểu Phẩm, nguồn: www.quangduc.com

Cớ sao lũ giặc sang xâm phạm ?
Chúng bay sẽ bị đánh tơi bời!"

Năm 987 thời nhà Tiền Lê của Việt Nam, nhà Tống của Tàu sai nhà thơ Lý Giác làm sứ thần qua Việt Nam, Vua Lê Đại Hành cử thiền sư Pháp Thuận giả làm gã chèo đò để đón Lý Giác. Khi đò qua sông, Lý Giác nhìn dòng sông có mấy con ngỗng đang bơi rồi ngâm rằng, *"Nga nga lưỡng nga nga, ngưỡng diện hướng thiên nha,"* (Ngỗng ngỗng hai con ngỗng, ngửa mặt nhìn lên trời). Ý nói triều đình nhà Tống bên Tàu là thiên triều. Lúc đó, "gã chèo đò" Pháp Thuận mới gõ vào mạn thuyền mà ngâm rằng, *"Bạch mao phô lục thủy, hồng trạo bãi thanh ba,"* (Lông trắng phơi trên dòng nước biếc, chân hồng bơi trong ngọn sóng xanh). Ý nói nước Việt có tự do, độc lập hành xử đối sánh ngang hàng với nước Tàu ở bên cạnh. Lý Giác tâm phục khẩu phục vì thấy một gã chèo đò mà văn tài ứng đối nhậm lẹ, uyên bác và khí khái như thế thì giới trí thức sĩ phu Việt còn tài ba cỡ nào. Thiền sư Pháp Thuận cũng dùng chữ Hán để ngâm thơ đối đáp với Lý Giác mà lại làm cho Lý Giác kính nể, nêu cao chủ quyền và danh dự quốc gia, làm sáng tài năng dân Việt. Ai bảo sử dụng chữ Hán là nô lệ Tàu?

Vào thời Hậu Lê, Nguyễn Trãi dùng chữ Hán để viết Bình Ngô Đại Cáo, tuyên ngôn nền độc lập tự chủ của nước nhà, ca tụng anh hùng sĩ khí của dân tộc, cổ võ tinh thần dựng nước và giữ nước, hạch tội quân Minh xâm lược, nhưng đồng thời cũng nêu cao lòng nhân nghĩa của giống nòi để sống chung với cộng đồng các lân bang hầu mưu cầu hòa bình và thịnh vượng cho đất nước.

"Cái văn:
Nhân nghĩa chi cử, yếu tại an dân,
Điếu phạt chi sư, mạc tiên khử bạo.
Duy ngã Đại Việt chi quốc,

Thực vi văn hiến chi bang.
Sơn xuyên chi phong vực ký thù,
Nam bắc chi phong tục diệc dị.
Tự Triệu Đinh Lý Trần chi triệu tạo ngã quốc,
Dữ Hán Đường Tống Nguyên nhi các đế nhất phương.
Tuy cường nhược thời hữu bất đồng,
Nhi hào kiệt thế vị thường phạp."

"Từng nghe:
Việc nhân nghĩa cốt ở yên dân
Quân điếu phạt trước lo trừ bạo
Như nước Đại Việt ta từ trước
Vốn xưng nền văn hiến đã lâu
Núi sông bờ cõi đã chia
Phong tục Bắc Nam cũng khác
Từ Triệu, Đinh, Lý, Trần bao đời xây nền độc lập
Cùng Hán, Đường, Tống, Nguyên mỗi bên xưng đế một phương
Tuy mạnh yếu có lúc khác nhau
Song hào kiệt thời nào cũng có." [1]

Trên thực tế, người Việt hiện nay có rất ít người biết chữ Hán, nên việc đọc các văn bản chữ Hán, kể cả Kinh Phật, cũng là vấn đề khó khăn. Việc tiếp cận nền văn hóa cổ của dân tộc và Phật Giáo Việt Nam thời trước đã không được thuận lợi lắm. Vì vậy, nhu cầu dịch chữ Hán ra chữ Việt hiện đại để mọi người có thể đọc và hiểu là cần thiết và quan trọng. Nhưng phải nhận thức rằng, dù vậy chữ Hán mà tổ tiên chúng ta ngày xưa sử dụng vẫn là chữ quốc ngữ một thời của dân tộc với đầy đủ nội hàm và sắc thái truyền thống đặc thù của Việt Nam và cần phải được tôn trọng đúng chức năng và vai trò của nó trong lịch sử.

---

[1] Nguyễn Trãi, Bình Ngô Đại Cáo, Ngô Tất Tố dịch, nguồn: www.vi.wikisource.org

Có người không rõ về bản sắc đặc thù của Phật Giáo Việt đối với Phật Giáo Tàu, vì vậy họ nghĩ rằng cái gì của Phật Giáo Việt cũng đều là bản sao của Phật Giáo Tàu cả. Đây là sự ngộ nhận rất lớn làm lu mờ vị thế, vai trò, chức năng và ảnh hưởng của Phật Giáo Việt đối với dòng vận hành lịch sử hơn hai ngàn năm của Phật Giáo Việt Nam.

Sử gia Lê Mạnh Thát trong Lịch Sử Phật Giáo Việt Nam cho thấy rằng từ những thế kỷ đầu Tây lịch, Phật Giáo Việt Nam thông qua Lục Độ Tập Kinh đã nêu bật lập trường quan điểm và cách sống khác nhau của người Việt nói chung và người Phật tử Việt Nam nói riêng đối với văn hóa Tàu. Sử gia Lê Mạnh Thát nêu ra nhiều điểm tiêu biểu của Lục Độ Tập Kinh phản kháng văn hóa Tàu và bảo vệ nét đặc thù văn hóa Việt mà nơi đây xin ghi lại 3 điều, gồm "xây dựng một 'hạnh' mới, một lối sống mới, một nền văn hóa điển huấn mới," "lý tưởng Bồ Tát, dám xông mình vào nơi chính trị hà khắc để cứu dân khỏi nạn lầm than," và tư tưởng hiếu đạo khác hẳn với hiếu kinh của Tàu. Xin trích vài đoạn trong Lịch Sử Phật Giáo Việt Nam, tập I, Chương II như sau để người đọc tham khảo.

"Thứ nhất, thông qua các kinh sách Phật giáo, họ kêu gọi, "bỏ mình chớ không bỏ hạnh". Đấy là những khẩu hiệu trong phong trào bảo vệ ý chí độc lập toàn dân từ sau thời Bát Nàn phu nhân trở đi như truyện 10 của Lục độ tập kinh 2 tờ 6a-5 đã ghi lại. Hạnh đây là lối sống, là cách cư xử, là cung cách thể hiện tính người, thể hiện ý chí riêng của từng người, từng dân tộc trong việc đối phó với tự nhiên và xã hội, đối phó với nhu cầu cá nhân và đòi hỏi tập thể mà mỗi cá nhân, mỗi cộng đồng người đều có. Hạnh do thế là một dạng hạnh nguyện. Cho nên, đánh mất hạnh là đánh mất văn hóa, đánh mất ý chí tự tồn, đánh mất hạnh nguyện, biến cá nhân ấy, cộng đồng ấy thành một cá nhân mới, một cộng đồng mới, sống

theo một lối sống mới, một cung cách hành xử mới của một cộng đồng mới. Cho nên dân tộc ta lúc nào cũng nối tiếp nhau để kiên trì xây dựng một "hạnh" mới, một lối sống mới, một nền văn hóa điển huấn mới. Nỗ lực kiên trì xây dựng này, đến thời Mâu Tử đã tỏ ra thành công hoàn toàn."

... ...

"Thứ hai, họ kêu gọi toàn dân chống lại bộ máy đàn áp của người Hán, mà ngày nay ta có thể tìm thấy một số những rơi rớt trong truyện số 68 trong Lục độ tập kinh tờ 36c24-25, với chủ trương "Bồ Tát thấy dân kêu ca, do vậy gạt lệ, xông mình vào nơi chính trị hà khắc để cứu dân khỏi nạn lầm than" (Bồ Tát đổ dân ai hiệu vi chỉ huy lệ đầu thân mệnh hồ. Lệ chánh, tế dân nạn ư đồ thán). Đây là một chủ trương mà các kinh Phật giáo khác tồn tại ở Trung Quốc lẫn Việt Nam vào ba thế kỷ đầu không thấy nói tới. Rõ ràng đây là một gởi gắm của những người Phật tử Việt Nam đối với tình hình đất nước lúc bấy giờ. Thậm chí, ngay cả khi ta nghiên cứu quá trình hình thành truyện 68 này, ta sẽ thấy điểm này không thể xuất phát từ nguồn gốc Ấn Độ được, bởi vì truyện đã nói đến phong tục địa táng và bỏ vàng vào miệng người chết. Ngay cả chi tiết bỏ vàng vào miệng người chết này, thì tục lệ Trung Quốc vào thời này không thấy nói tới."

... ...

"Không những phê bình chung của đạo hiếu là nêu tên đối với hậu thế, truyện 86 còn phê phán mạnh mẽ quan niệm vô hậu mà Mạnh Tử nêu lên, đó là "bất hiếu có ba, vô hậu là lớn nhất" (bất hiếu hữu tam vô hậu vi đại). Lục độ tập kinh 8, tờ 48a7-10 viết: "Ta muốn cái đạo vô dục, ý muốn ấy mới quí. Đem đạo truyền cho thần, đem đức trao cho thánh, thần thánh truyền nhau giáo hóa rộng lớn không bao giờ hư, đó mới gọi là sự thừa tự tốt. Bây giờ các ngươi ngăn nguồn đạo, chặt gốc đức, có thể gọi là kẻ vô hậu đó vậy."

"Khẳng định có một cách thừa tự tốt, đó là đem đạo đức truyền cho nhau, và đồng thời phê phán khái niệm thừa tự hẹp hòi của quan niệm vô tự mà Mạnh Tử nêu lên, hiển nhiên đã nhắm thẳng vào chính những tư tưởng Nho giáo đang lưu truyền tại nước ta, báo động cho quần chúng biết về những thiếu sót và nền văn hóa nô dịch Trung Quốc đang tìm cách thâm nhập vào đời sống dân ta."[1]

Gần đây khởi lên một số quan điểm cho rằng thuật ngữ "84.000 pháp môn" là sản phẩm của Phật Giáo Tàu, chứ không có trong kinh điển Pali. Trong Trưởng Lão Tăng Kệ có nói đến "84.000 dharmaskandhas", là 84.000 pháp uẩn, tức là 84.000 tập hợp, nhóm, hay lời dạy của đức Phật và chư vị đại đệ tử của đức Phật.[2] Tuy nhiên, trong Từ Điển Phật Giáo Tây Tạng Ives Waldo Dictionary định nghĩa "84.000 dharmaskandhas" là 84.000 cửa pháp [pháp môn] để đối trị với 84.000 phiền não.

"84.000 gates of dharma [taught by the buddha to exist as antidotes for the 84000 kleshas, from each of the three pitakas - bka' sde snod gsum nyi khri chig stong re and the 4th nyi khri chig stong bcas = 84000]." (84.000 pháp môn [được đức Phật dạy như là thuốc giải độc đối với 84.000 phiền não, từ mỗi tạng trong tam tạng kinh điển.]).

Trong lời giới thiệu chương trình dịch thuật tam tạng kinh điển Phật Giáo sang Anh ngữ của Tổ Chức Phật Giáo Tây Tạng "84.000 Translating The Words Of The Buddha," cũng cho rằng đức Phật đã dạy 84.000 pháp môn.

"It is said that the Buddha taught more than 84,000

methods to attain true peace and freedom from suffering. Of these teachings, only 5% have been translated into modern languages. Due to the rapid decline in knowledge of classical languages and in the number of qualified scholars, we are in danger of losing this cultural heritage and spiritual legacy."[1] (Được biết rằng đức Phật đã dạy hơn 84.000 phương pháp để đạt tới an lạc và giải thoát khổ đau thực sự. Trong những lời dạy này chỉ có 5% là đã được dịch sang các ngôn ngữ hiện đại. Vì sự thoái bộ nhanh chóng trong kiến thức về các cổ ngữ và trong số lượng học giả có phẩm chất, chúng ta đang có nguy cơ mất mát di sản văn hóa và di sản tâm linh này."

Điều đó cho thấy rằng, không phải vì Phật Giáo Việt lệ thuộc vào Phật Giáo Tàu nên mới cho rằng 84.000 pháp uẩn là 84.000 pháp môn, mà Phật Giáo Tây Tạng cũng hiểu 84.000 pháp uẩn là pháp môn. Tất nhiên, ai cũng biết rằng con số 84.000 chỉ là một con số biểu tượng cho số nhiều chứ không nhất thiết là phiền não chỉ có chừng đó. Nhưng, đã có con số 84.000 phiền não biểu tượng thì con số biểu tượng 84.000 lời dạy của đức Phật như những pháp môn đối trị cũng không phải là hoàn toàn vô căn cứ, vô nghĩa. Có lẽ chính đó là lý do tại sao trải qua nhiều thế kỷ từ Tây Tạng, Trung Quốc đến Việt Nam, các bậc cổ đức vẫn sử dụng con số 84.000 pháp môn để nói về 84.000 pháp uẩn. Hơn nữa, pháp môn có thể hiểu qua nhiều khía cạnh. Có pháp môn dùng để nghe, có pháp môn dùng để suy nghiệm và có pháp môn dùng để tu tập, thích ứng với tam học văn tư tu như là 3 nguyên tắc nhập đạo và phát triển kiến văn và thực hành Phật Pháp. Theo ý nghĩa này, pháp môn cũng có thể hiểu là cánh cửa vào Phật Pháp qua phương thức văn, tư và tu. Khi nghe trực tiếp một lời dạy của đức Phật, hoặc khi tụng đọc và học tập giáo pháp của đức Phật từ kinh điển, từ chư thiện tri thức, người nghe cũng có thể nhờ đó mà liễu ngộ được Phật Pháp, đốn

---

[1] Nguồn: http://84000.co/about/vision

phá được vô minh và phiền não. Như vậy há không phải mỗi lời dạy, mỗi pháp uẩn là một pháp môn?

Thực tế không phải chỉ có Phật Giáo Việt, Phật Giáo Tàu có mối tương quan tương duyên chặt chẽ nhau vì đều cùng truyền thừa một nguồn cội Phật Pháp như nhau, mà ngay cả nền văn hóa Việt, văn hóa Tàu và các nền văn hóa khác trên thế giới cũng có những tương quan tương duyên với nhau theo từng thời đại. Lịch sử tồn tại và phát triển của các nền văn minh trên thế giới từ xưa đến nay cho thấy rằng, các nền văn minh, các tôn giáo, các nền văn hóa vốn ít nhiều đều có mối tương quan tương duyên nhau. Không một nền văn minh, văn hóa và tôn giáo nào không chịu chi phối, ảnh hưởng, bằng cách này hay cách khác, các nền văn minh, văn hóa và tôn giáo khác. Phật Giáo cũng vậy, cũng không ngoại lệ. Việc Phật Giáo Việt, Phật Giáo Tàu, Phật Giáo Tạng, hay Phật Giáo Nhật v.v... chịu ảnh hưởng ít nhiều với nhau là điều tất yếu, ngoài việc có cùng nguồn gốc Phật Pháp ra còn có mối tương quan tương duyên trong giao tiếp lân cận qua nhiều lãnh vực khác. Ngày nay, quan niệm về toàn cầu hóa đã là một sự thật phổ quát. Điều này có nghĩa là tất cả các nước trên thế giới đều tương quan tương duyên và ảnh hưởng lẫn nhau, từ văn hóa, giáo dục, chính trị đến kinh tế, quân sự v.v... Hiện nay, không một quốc gia nào trên thế giới có thể sống biệt lập với phần còn lại của xã hội loài người. Cả thế giới đã thành một ngôi nhà chung.

Tuy nhiên, trong cái chung của toàn cầu hóa vẫn có nét đặc thù của từng quốc gia, từng nền văn hóa, v.v... Phật Giáo cũng vậy, trong cái chung là tinh hoa cốt lõi của Phật Pháp được đức Phật dạy mà nơi nào Phật Giáo truyền bá đến đều thấm nhuần, phổ biến và duy trì, vẫn có cái riêng là nét đặc thù về hành hoạt của Phật Giáo bản địa.

Phật Giáo Việt cũng thế, cũng có những đặc điểm so với Phật Giáo Tàu. Tuy nhiên, một số Phật tử Việt Nam thời nay đôi khi lóa mắt trước những thành quả tu hành của các vị cao tăng ngoại quốc qua sự quảng bá của sách báo và kỹ thuật tin học, đã xem thường con đường thực nghiệm của Phật Giáo Việt, và quên rằng truyền thống hai ngàn năm Phật Giáo Việt cũng tu tập nghiêm mật các pháp môn Thiền, Tịnh, Mật như các truyền thống Phật Giáo khác trên thế giới, và đã không thiếu các vị cao tăng đắc đạo. Phật Giáo Việt có những hình ảnh sáng chói hiếm thấy trong các quốc độ Phật Giáo khác kể cả Phật Giáo Tàu, như vị vua sau khi truyền ngôi cho con thì vào chùa tu hành đắc đạo là Đệ Nhất Tổ Thiền Phái Trúc Lâm Trần Nhân Tông; vị thiền sư sống tự tại dung thông nhị đế Tuệ Trung Thượng Sĩ, thời bình thì ở chùa tu hành, hoằng pháp, thời đất nước bị ngoại bang xâm lăng thì mặc chiến bào ra trận đuổi giặc, giữ gìn bờ cõi biên cương; vị Bồ Tát dùng thân mình làm ngọn đuốc soi đường để thắp sáng lương tri nhân loại và lương tâm Ngô triều trước pháp nạn của Phật Giáo Việt vào đầu thập niên 1960 của thế kỷ trước là Bồ Tát Quảng Đức...

Hơn nữa, Phật Giáo Việt một thời đã là chất liệu nuôi dưỡng ý thức độc lập dân tộc và sức mạnh kiên cường đấu tranh bảo vệ quốc gia dân tộc với sự chủ đạo của một triết lý nhập thế dấn thân tích cực mà Phật Giáo Tàu không hẳn đã có. Như Lục Độ Tập Kinh đã có nói:

"Bồ Tát thấy dân kêu ca, do vậy gạt lệ, xông mình vào nơi chính trị hà khắc để cứu dân khỏi nạn lầm than" (Bồ Tát đổ dân ai hiệu vi chỉ huy lệ đầu thân mệnh hồ. Lệ chánh, tế dân nạn ư đồ thán)[1]

Lại nữa, cùng chịu tác động ít nhiều của phong trào chấn hưng Phật Giáo của Đại Sư Thái Hư bên Trung Hoa vào đầu thế kỷ 20, nhưng khi Phật Giáo Việt đẩy mạnh phong trào

---

[1] Lê Mạnh Thát, Lịch Sử Phật Giáo Việt Nam, Tập I, Chương II, nguồn: www. thuvienhoasen.org

chấn hưng đến cao điểm thì thành quả khác xa với Phật Giáo Tàu. Phật Giáo Việt đã thực hiện thành công lần đầu tiên trong lịch sử Phật Giáo Thế Giới sự kết hợp hài hòa giữa hai truyền thống Nam, Bắc Tông và hai giới Tăng Sĩ và Cư Sĩ trong một tổ chức thống nhất gọi là Giáo Hội Phật Giáo Việt Nam Thống Nhất vào đầu năm 1964. Phật Giáo Việt đã phát triển thành công chương trình giáo dục quần chúng qua hệ thống Trường Trung Tiểu Học Bồ-đề và Đại Học Vạn Hạnh như là kết quả sáng chói của công cuộc chấn hưng Phật Giáo. Còn nhiều lắm những điểm đặc thù của Phật Giáo Việt mà nơi đây không thể nói hết.

Tóm lại, đức Phật khi đem Phật Pháp để giáo hóa chúng sinh chuyển mê, khai ngộ và thoát khổ, ngài không phân biệt giai cấp, chủng loại và quốc độ của đối tượng cảm hóa. Vì vậy, Phật Pháp đã có thể vượt biên cương quốc gia chủng tộc để lưu truyền trên khắp thế giới từ hơn hai mươi lăm thế kỷ nay.

Phật Giáo Việt và Phật Giáo Tàu có mối tương quan tương duyên đặc biệt kéo dài cả ngàn năm. Nhưng thực chất thì Phật Giáo Việt không lệ thuộc Phật Giáo Tàu. Trong quá trình lịch sử, Phật Giáo Việt mở rộng tâm và trí để tiếp thu có gạn lọc và sáng tạo những tinh hoa của Phật Giáo Tàu nói riêng và các trào lưu văn hóa nói chung để làm giàu thêm cho gia tài tâm linh quý báu của mình.

NĂM MƯƠI NĂM
PHẬT GIÁO VIỆT NAM TẠI MỸ

Năm nay, 2016, đánh dấu 50 năm Phật Giáo Việt Nam có mặt tại Hoa Kỳ, tính từ năm 1966, khi Cố Hòa Thượng Thích Thiên Ân đến Mỹ dạy tại Đại Học UCLA và ở lại luôn để truyền bá Phật Giáo Việt Nam tại đây. Vì vậy, Cố Hòa Thượng Thích Thiên Ân là vị sơ tổ của Phật Giáo Việt Nam tại Mỹ. Nhưng trước hết xin nhìn thoáng qua một chút về bối cảnh Phật Giáo Mỹ.

Một chút bối cảnh Phật Giáo Mỹ

Chuyện kể rằng, vào năm 458 sau Tây Lịch, một nhà sư Phật Giáo gốc Trung Hoa sống ở Afghanistan có tên là Hwui Shen [Huệ Thâm] cùng với 4 nhà sư Phật Giáo khác đã đến Mễ Tây Cơ. Ở đây, những vị sư Phật Giáo này đã đem Phật Pháp truyền bá cho dân địa phương. Nhưng rồi các vị sư này cũng đã trở về Trung Hoa và viết một bản tấu chương để trình bày về chuyến đi kỳ thú này cho vua Tàu vào thời Lưu Tống (420-479 sau Tây Lịch).[1]

Tính theo thời gian thì những vị sư Phật Giáo này đã đến Tân Thế Giới trước Columbus cả ngàn năm - Columbus khám phá Tân Thế Giới vào năm 1492. Bản tấu chương của Huệ Thâm sau đó vào hậu bán thế kỷ thứ 18, đã được một nhà nghiên cứu văn học Trung Hoa người Pháp làm việc cho Viện Academy Of Inscriptions And Belles là M. De Guignes phát hiện trong văn khố Tàu và dịch ra vào năm 1761. Tài liệu của M. De Guignes cũng đã được nhà báo Mỹ Charles G. Leland

---

tán đồng trong tác phẩm "Fu-Sang On The Discovered Of America By Chinese Buddhist Priests In The Fifth Century" [Fu-Sang Trên Cuộc Khám Phá Mỹ Châu Bởi Các Tu Sĩ Phật Giáo Thế Kỷ Thứ 5] xuất bản năm 1875.[1]

Đến năm 1885, Edward Payson Vining xuất bản tác phẩm "An Inglorious Columbus; or, Evidence That Hwui Shen And A Party Of Buddhist Monks From Afghanistan Discovered America In The Fifth Century A. D." [Một Columbus Tầm Thường; hay, Chứng Cứ Huệ Thâm Và Nhóm Các Tu Sĩ Phật Giáo Từ A Phú Hãn Khám Phá Mỹ Châu Vào Thế Kỷ 5], nói về cuộc hành trình khám phá Tân Thế Giới của nhà sư Trung Hoa Huệ Thâm và nhóm tu sĩ của ông. Trong tác phẩm của Vining còn cho biết thêm rằng tên của nền văn minh lâu đời tại Trung Mỹ là Maya - nền văn minh Maya đã phát triển trong một khu vực bao gồm miền đông nam Mễ Tây Cơ, trọn nước Guatemala và Belize, nhiều phần phía tây của Honduras và El Salvador[2] - cũng là tên của Hoàng Hậu nước Kapilavastu (Ca Tỳ La Vệ) tại Ấn Độ vào thế kỷ thứ 6 trước Tây Lịch. Hoàng Hậu Maya chính là Mẫu Thân của Thái Tử Tất Đạt Đa (Siddhartha Gautama) mà sau này thành Phật hiệu là Thích Ca Mâu Ni (Shakyamuni Buddha). Cũng theo Vining, tên nước Guatemala ở Trung Mỹ là chữ ghép của chữ Guatama (tiếng Phạn là dòng họ Cồ Đàm của Phật) và chữ mala (tiếng Phạn nghĩa là tràng hoa).[3]

Nhưng đó chỉ là đoàn thám hiểm, dù là những tu sĩ Phật Giáo, chỉ đến rồi đi mà không có chủ đích ở lại để truyền bá Phật Giáo, nên Phật Giáo đã không thể bén rễ tại lục địa Mỹ Châu. Mãi cho đến giữa thế kỷ thứ 19, ảnh hưởng của Phật Giáo mới thực sự bắt rễ vào Hoa Kỳ qua giới văn nghệ sĩ trí

---

[1] Sách đã dẫn, tr. 171

[2] Nguồn: https://en.wikipedia.org/wiki/Maya_civilization

[3] Trần Quang Thuận, Phật Giáo Mỹ, Tập I, Trung Tâm Học Liệu Phật Giáo, California, Hoa Kỳ, 2000, Tr. 171-172

thức như nhà văn, nhà thơ và triết gia Henry David Thoreau (1871-1862), nhà thơ Ralph Waldo Emerson (1803-1882), và nhà thơ Walt Whitman (1819-1892). Đặc biệt, thi hào Henry David Thoreau là người dịch Kinh Pháp Hoa sang tiếng Mỹ đầu tiên, "White Lotus Of The Good Law" [Diệu Pháp Bạch Liên Hoa Kinh].[1] Còn thi phẩm "Leaves Of Grass" [xuất bản năm 1855] của thi hào Whitman thì có bài thơ "Passage To India [Hành Trình Đến Ấn Độ] mà trong đó ông đi tìm lẽ sống trong triết lý Ấn Độ và Phật Giáo.[2]

Đó là con đường của Phật Giáo đi vào thế giới Tây Phương thông qua giới văn nghệ sĩ và trí thức. Nhưng, tất nhiên Phật Giáo cũng được du nhập vào Mỹ qua con đường của những người di dân, mà trong trường hợp này là những di dân từ Hoa Lục vào miền Tây Hoa Kỳ giữa thế kỷ thứ 19 qua phong trào đi tìm vàng và họ chủ yếu sống tập trung tại vùng Vịnh San Francisco. Theo Giáo Sư Trần Quang Thuận trong tác phẩm "Phật Giáo Mỹ," vào cuối thế kỷ 19, trên khắp nước Mỹ có khoảng hơn 400 ngôi chùa Tàu được dựng lên, nhưng đến nay đa phần đã biến mất.[3]

Trong tác phẩm "Phật Giáo Khắp Thế Giới" của Thượng Tọa Thích Nguyên Tạng, phần "Phật Giáo Tại Hoa Kỳ," nói đến tổ chức Phật Giáo đầu tiên có ảnh hưởng rộng lớn tại Mỹ là Hội Thông Thiên Học Phật Giáo (Buddhist Theosophical Society) được thành lập vào năm 1875 tại New York bởi hai vị Nam Phật Tử Henry Steel Olcott và Nữ Phật Tử Petrova Blavatsky.[4] Đại Tá Henry Steel Olcott cũng là người sáng chế ra lá cờ Phật Giáo Thế Giới đầu tiên và đã được Đại Hội Phật Giáo Thế Giới tại Tích Lan (Sri Lanka) vào năm 1950 công nhận là cờ Phật Giáo Thế Giới.

---

[1] Sách đã dẫn, tr. 183-185

[2] Sách đã dẫn, tr. 187-188

[3] Sách đã dẫn, tr. 198-199

[4] Nguồn: http://www.tuvienquangduc.com.au/quocte/01pgkhaptg-hoaky.html

Chúng ta cũng không thể không nói đến công đức của thiền sư Nhật Soyen Shaku truyền bá Thiền Nhật Bản tại Mỹ đầu tiên vào năm 1893 ở thành phố Chicago khi ông tham dự Đại Hội Tôn Giáo Thế Giới tại đây. Và một môn đệ của thiền sư Soyen Shaku là thiền sư Daisetz Teitaro Suzuki, tác giả của bộ sách có ảnh hưởng rất lớn đến xã hội Mỹ là bộ "Essay in Zen Buddhism (Thiền Luận) được ấn hành tại Mỹ năm 1927 - bộ Thiền Luận 3 cuốn này đã được Trúc Thiên và Tuệ Sỹ dịch và phổ biến tại miền Nam trước năm 1975.

Từ nửa thế kỷ qua, nhờ uy tín và nỗ lực hoằng pháp của Đức Đạt Lai Lạt Ma XIV theo truyền thống Phật Giáo Tây Tạng, Cố Hòa Thượng Thích Tuyên Hóa theo truyền thống Phật Giáo Trung Hoa, Thiền Sư Thích Nhất Hạnh theo truyền thống Phật Giáo Việt Nam mà Phật Giáo Mỹ đã phát triển sâu rộng không những trong giới trí thức văn nghệ sĩ mà còn phổ cập đến quần chúng các giới, nhất là các phương thức tu tập thiền để điều trị thân bệnh, tâm bệnh.

Theo Bách Khoa Từ Điển Toàn Thư (Wikipedia)[1] thì số lượng Phật Tử tại Mỹ đã gia tăng tới 170% từ năm 1990 tới 2000 để trở thành tôn giáo lớn hàng thứ 4 tại Hoa Kỳ sau Thiên Chúa Giáo, Do Thái Giáo và vô thần. Theo Robert Alexander Farrar Thurman, là nhà văn, giáo sư về Phật Giáo Ấn Độ và Tây Tạng tại Đại Học Columbia, cũng là người chuyên dịch sách Phật Giáo Tây Tạng, thì số Phật Tử Mỹ vào thập niên 1990 đã lên từ 5 tới 6 triệu người.[2]

Maia Duerr trong bài viết "How Buddhism Came to The West," [Phật Giáo Đến Tây Phương Như Thế Nào] cho đăng trên trang mạng www.pbs.org vào năm 2010, cũng cho rằng số lượng Phật tử Mỹ đã lên đến con số 6 triệu người và số

---

[1] Nguồn: https://en.wikipedia.org/wiki/Buddhism_in_the_United_States
[2] Nguồn: https://en.wikipedia.org/wiki/Buddhism_in_the_United_States

Phật tử trên thế giới lên tới 1.2 tỉ người.[1] Theo tác giả Đào Văn Bình trong bài khảo luận "Phật Giáo Tại Hoa Kỳ" thì dựa trên cuộc khảo sát của Journal for the Scientific Study of Religion cho biết có tới 26.125.000 người Mỹ hay 12.6% tổng dân số Hoa Kỳ nói rằng Phật Giáo ảnh hưởng tới đời sống tâm linh của họ.[2] Từ thập niên 1990s đến nay, 2016, đã trên 20 năm, chắc chắn số lượng Phật Tử tại Mỹ còn nhiều hơn nữa, đặc biệt khi làn sóng người Việt tị nạn và di dân đến Mỹ trong hai thập niên qua đã tăng vọt đáng kể.

Đến đây vấn đề được nêu ra là Phật Giáo Việt Nam thực sự du nhập vào Hoa Kỳ lúc nào? Có lẽ ai cũng có thể trả lời câu hỏi này, bởi vì hầu như ai cũng biết rằng Hòa Thượng Thích Thiên Ân là người đầu tiên định cư và truyền bá Phật Giáo Việt Nam tại Mỹ. Nhưng, trước Hòa Thượng Thích Thiên Ân thì có vị tu sĩ Phật Giáo Việt Nam nào đến Mỹ không? Câu trả lời là có, nhưng chỉ là những du học Tăng tại Mỹ. Vậy những vị này là ai?

Du học tăng Phật Giáo Việt Nam tại Mỹ trước năm 1975

Có thể nói vị tu sĩ Phật Giáo Việt Nam đầu tiên du học tại Mỹ là Cố Hòa Thượng Thích Quảng Liên. Theo tiểu sử đăng trên trang nhà Quảng Đức, Cố Hòa Thượng Thích Quảng Liên đi du học Mỹ vào cuối năm 1956 qua học bổng được Bộ Ngoại Giao Hoa Kỳ và Cơ Quan Văn Hóa Mỹ cấp. Cố Hòa Thượng đã học tại Đại Học Yale, thành phố New Haven, thuộc tiểu bang Connecticut, miền Đông Hoa Kỳ. Cố Hòa Thượng đậu bằng Tiến Sĩ chuyên ngành nghiên cứu về vấn đề kinh tế, văn hóa Đông Nam Á vào năm 1960. Sau đó ngài về nước làm việc.[3]

---

[1] Nguồn: http://www.pbs.org/thebuddha/blog/2010/mar/17/how-buddhism-came-west-maia-duerr/

[2] Nguồn: http://daovanbinh.cattien.us/?p=38

[3] Nguồn: http://quangduc.com/a5759/hoa-thuong-thich-quang-lien

Vị tu sĩ Phật Giáo Việt Nam khác đi du học Mỹ là Thiền Sư Thích Nhất Hạnh. Theo bài viết "Chân Dung Thiền Sư" trên báo Shambhala Sun" được dịch sang Việt ngữ và đăng trong trang nhà Thư Viện Thích Nhất Hạnh,[1] thì Thiền Sư Thích Nhất Hạnh du học tại Mỹ năm 1962 tại Đại Học Princeton, New Jersey về ngành Tôn Giáo Tỷ Giảo. Sau khi học xong tại Princeton, Thiền Sư Thích Nhất Hạnh được mời dạy tại Đại Học Columbia, New York. Tháng 12 năm 1963, Thiền Sư Thích Nhất Hạnh về nước. Tháng 5 năm 1966, Thiền Sư Thích Nhất Hạnh qua Mỹ trở lại và dạy tại Đại Học Cornell, New York. Chúng ta sẽ nói về sự đóng góp lớn lao của Thiền Sư Thích Nhất Hạnh cho Phật Giáo tại Mỹ ở phần sau.

Theo bản tin trên báo Giác Ngộ, giới thiệu Hòa Thượng Thích Đức Nghiệp là người thuyết trình tại Đại Lễ Phật Đản Quốc Tế Vesak năm 2014 tại Hà Nội,[2] thì Hòa Thượng Thích Đức Nghiệp đi du học tại Mỹ và đậu Tiến Sĩ tại Đại Học Yale, New Haven, Connecticut, và Đại Học Columbia, New York. Nhưng không thấy ghi năm nào Hòa Thượng đi du học Mỹ. Tuy nhiên, trong bài viết "Vụ Tự Thiêu Của Hòa Thượng Thích Quảng Đức,"[3] Hòa Thượng Thích Đức Nghiệp cho biết đến biến cố pháp nạn năm 1963, ngài vẫn chưa đi du học Mỹ. Như vậy chắc chắn là ngài phải đi du học Mỹ sau năm 1963.

Năm 1964, Pháp Sư Thích Giác Đức du học tại Mỹ và tốt nghiệp Tiến Sĩ về Chính Trị Học năm 1970 rồi về nước dạy học.[4]

Thầy Trí Siêu Lê Mạnh Thát du học Mỹ từ năm 1965 tới

---

[1] Nguồn: http://www.thuvien-thichnhathanh.org/index.php/vai-net/111-vai-net/764-chan-dung-thin-s-theo-bao-shambhala-sun

[2] Nguồn: http://giacngo.vn/thuvien/giaohoiphatgiaovietnam/2014/05/08/327018 /

[3] Nguồn: http://thuvienhoasen.org/a13467/vu-tu-thieu-cua-hoa-thuong-thich-quang-duc-hoa-thuong-thich-duc-nghiep

[4] Trần Quang Thuận, Phật Giáo Mỹ, Tập I, Trung Tâm Học Liệu Phật Giáo, Cali-fornia, Hoa Kỳ, 2000, tr. 313

năm 1974 mới về nước. Thầy Lê Mạnh Thát học tại Đại Học Wisconsin, Madison, Wisconsin và tốt nghiệp Tiến Sĩ Triết tại đây.[1] Luận án Tiến Sĩ của Thầy Lê Mạnh Thát nghiên cứu về Triết Học của ngài Thế Thân (Philosophy of Vasubandhu).

Cùng thời với Thầy Trí Siêu Lê Mạnh Thát là Cố Hòa Thượng Thích Thuyền Ấn. Ngài cũng học tại Đại Học Wisconsin, Madison, Wisconsin và tốt nghiệp Cao Học tại đây, rồi về nước đầu thập niên 1970 để dạy tại Đại Học Vạn Hạnh.

Theo Giáo Sư Trần Quang Thuận trong "Phật Giáo Mỹ," năm 1974 Hòa Thượng Thích Tịnh Từ đi du học Mỹ và bị kẹt lại sau biến cố 30 tháng 4 năm 1975. Hòa Thượng ở Mỹ luôn từ đó và sáng lập Tu Viện Kim Sơn tại thành phố Watsonville, Bắc California.

Hòa Thượng Thích Thanh Nhân, hay Thích Minh Thông, viện chủ Chùa Vĩnh Nghiêm, Pomona, miền Nam California, cũng đi du học Mỹ trước năm 1975.

Hòa thượng Thích Thiên Ân: Sơ Tổ Phật Giáo Việt Nam tại Mỹ

Những vị tu sĩ Phật Giáo Việt Nam được nói đến ở trên chỉ đến Mỹ du học rồi trở về nước làm việc mà không ở lại để xây dựng nền móng và phát triển Đạo Phật Việt Nam tại Mỹ, trừ một số vị đến sau Cố Hòa Thượng Thích Thiên Ân. Người đầu tiên làm việc này chính là Cố Hòa Thượng Thích Thiên Ân (1926-1980). Vì vậy ngài là vị sơ tổ của Phật Giáo Việt Nam tại Hoa Kỳ.

Cố Hòa Thượng Thích Thiên Ân,[2] thế danh Đoàn Văn An,

---

[1] Nguồn: https://vi.wikipedia.org/wiki/L%C3%AA_M%E1%BA%A 1nh_ Th%C3%A1t

[2] Nguồn: http://www.unitedbuddhistchurch.org/s432-t7893-thia cutech-thiecircn-acircn.html ; http://www.tuvienquangduc.com.au/Danhnhanvn/ htthichthienan.html

sinh ngày 22 tháng 9 năm 1926[1] tại làng An Truyền, huyện Phú Vang, tỉnh Thừa Thiên Huế. Thân phụ của ngài là Cố Hòa Thượng Thích Tiêu Diêu, tự thiêu tại Huế để phản đối chính quyền Ngô Đình Diệm đàn áp Phật Giáo năm 1963. Ngài xuất gia với Cố Hòa Thượng Phước Hậu, Huế. Năm 1948 thọ giới Tỳ-kheo. Năm 1954, ngài đi du học tại trường Đại Học Waseda, Nhật, và tốt nghiệp Tiến Sĩ Văn Chương năm 1960 và trở về nước. Tháng 6 năm 1966, Hòa Thượng Thích Thiên Ân được Cơ Quan Văn Hóa Á Châu của Liên Hiệp Quốc mời tham gia chương trình trao đổi giáo sư giảng dạy, nên ngài đến Hoa Kỳ và dạy tại Đại Học University of California tại Los Angeles (UCLA). Một năm sau, 1967 thì hết chương trình trao đổi này nhưng ngài đã xin ở lại Mỹ để tiếp tục dạy Thiền và Phật Pháp cho nhiều người Mỹ.

Lúc đầu, ngài thuê một căn chung cư ở phía nam thành phố Los Angeles để dạy thiền cho người Mỹ. Sau đó vì số người đến học thiền ngày càng đông, Hòa Thượng Thích Thiên Ân phải mua một miếng đất trên đường South New Hampshire Boulevard để lập Trung Tâm Thiền Phật Giáo Quốc Tế [Thiền Viện Quốc Tế] (International Buddhist Meditation Center [IBMC]) vào năm 1970. Tháng 10 năm 1973, Hòa Thượng Thích Thiên Ân mở Đại Học Đông Phương (University of Oriental Studies) để dạy triết học Đông Phương và Phật Học cho các sinh viên Mỹ. Năm 1974, lần đầu tiên, Hòa Thượng Thích Thiên Ân mở Giới Đàn để truyền trao giới luật cho những vị đệ tử xuất gia và tại gia người Mỹ của ngài. Theo Giáo Sư Trí Siêu Lê Mạnh Thát trong chuyến thăm Chùa

---

[1] Về năm sinh của Hòa Thượng Thích Thiên Ân thì có nhiều chỗ khác nhau. Theo GS Trần Quang Thuận trong Phật Giáo Mỹ Tập I, trang 267, thì HT Thích Thiên Ân sinh năm 1924. Trong một thông báo của Chùa Việt Nam mời dự triển lãm 40 năm báo chí PGVN tại Hoa Kỳ vào ngày 22-11-2015 có đính kèm tiểu sử Cố HT Thích Thiên Ân thì năm sinh của HT là năm 1925. Nguồn: https://vietbao.com/p113a245347/2/gioi-thieu-chuong-trinh-le-tuong-niem-va-trien-lam-40-nam-bao-chi-phat-giao-vn-tai-hoa-ky-va-hai-ngoai-vao-luc-03-gio-chieu-ngay

Việt Nam năm 2013 kể rằng, lúc đó Thầy Lê Mạnh Thát được mời làm Dẫn Thỉnh Sư hướng dẫn cho các giới tử thọ giới về các nghi thức thọ giới trong Giới Đàn này.

Sau tháng 4 năm 1975, hàng chục ngàn người Việt bỏ nước ra đi đợt đầu đã định cư tại miền Nam California. Vì đáp ứng nhu cầu truyền bá Phật Pháp cho cộng đồng người Mỹ cũng như người Việt mới định cư, Hòa Thượng Thích Thiên Ân đã xây dựng Chùa Phật Giáo Việt Nam gần Thiền Viện Quốc Tế, sát thành phố Los Angeles. Đây là ngôi chùa Phật Giáo Việt Nam đầu tiên tại Mỹ.

Năm 1976, Hòa Thượng lập Chùa A Di Đà. Cũng trong năm 1976, Hòa Thượng Thích Thiên Ân lập Hội Ái Hữu Phật Giáo Việt Nam tại Hoa Kỳ, sau đổi thành Hội Liên Hữu Phật Giáo Việt Nam Tại Hoa Kỳ. Đây là tổ chức Phật Giáo Việt Nam đầu tiên trên đất Mỹ. Tháng 12 năm 1978, Tổng Hội Phật Giáo Việt Nam tại Hoa Kỳ ra đời mà Hòa Thượng Thích Thiên Ân là Chủ Tịch Hội Đồng Lãnh Đạo, HT Thích Mãn Giác làm Chủ Tịch Hội Đồng Điều Hành, và GS Trần Quang Thuận làm Tổng Thư Ký.[1]

Tháng 11 năm 1980, Hòa Thượng Thích Thiên Ân viên tịch vì bệnh ung thư gan, thọ 54 tuổi. Các đệ tử người Mỹ xuất gia của Cố Hòa Thượng Thích Thiên Ân gồm Sư Bà Thích Nữ Ân Từ (Karuna Dharma), Hòa Thượng Thích Ân Huệ, Hòa Thượng Thích Ân Đức, Hòa Thượng Thích Ân Giáo, v.v... Những tác phẩm mà Cố Hòa Thượng Thích Thiên Ân sáng tác gồm:

- Zen Philosophy, Zen Practice,

- Buddhist and Zen in Vietnam,

- Trao đổi văn hóa Việt - Nhật,

- Phật Pháp (nhiều tác giả).

---

[1] Trần Quang Thuận, *Phật Giáo Mỹ*, Tập I, Trung Tâm Học Liệu Phật Giáo, Cali-fornia, Hoa Kỳ, 2000, tr. 268

Liên quan đến Cố Hòa Thượng Thích Thiên Ân và Chùa Việt Nam tại Los Angeles thì có 2 sự kiện không thể quên, liên quan đến Đức Đạt Lai Lạt Ma và Cố Hòa Thượng Geshe Tsultim Gyeltsen của Phật Giáo Tây Tạng tại Mỹ.

Theo tiểu sử của Cố Hòa Thượng Geshe Tsultim Gyeltsen[1] mà Phật tử Việt Nam quen gọi ngài là Geshe La, thì vào năm 1976 ngài đến Hoa Kỳ và dạy tại các Đại Học UC Santa Barbara, USC và UCLA. Năm 1978, ngài Geshe La gặp Hòa Thượng Thích Thiên Ân lúc đó đang dạy tại Đại Học UCLA. Hòa Thượng Thích Thiên Ân nhân đó đã mời ngài Geshe La về ở chung phòng tại một chung cư nhỏ và đến ngôi chùa Việt Nam đầu tiên là Chùa Việt Nam tại Los Angeles. Theo nhà báo Nguyễn Xuân Nghĩa trong bài báo viết cho báo xuân Việt Báo năm 2007 kể lại cuộc hội kiến của các đại diện Việt Báo gồm nhà văn Nhã Ca và nhà báo Nguyễn Xuân Nghĩa với Đức Đạt Lai Lạt Ma tại Thành Phố Pasadena ngày 14 tháng 9 năm 2006.[2] Hòa Thượng Geshe La cũng là vị khai sơn ngôi Chùa Phật Giáo Tây Tạng tại Long Beach Thubten Dhargye Ling và ngài cũng là Thầy Bổn Sư của nhà văn Nhã Ca. Ngài đã viên tịch vào ngày 13 tháng 2 năm 2009 tại Chùa Thubten Dhargye Ling, Long Beach.

Khi Đức Đạt Lai Lạt Ma Đời Thứ 14 đến Los Angeles lần đầu tiên vào năm 1979, Ngài đã đến thăm Chùa Việt Nam để bày tỏ mối đạo tình thuở ban đầu giữa Hòa Thượng Geshe La và HT Thiên Ân mà qua đó cũng là mối đồng cảm tương duyên giữa Phật Giáo Tây Tạng và Phật Giáo Việt Nam trong hoàn cảnh lưu vong, theo nhà báo Nguyễn Xuân Nghĩa trong bài báo Xuân Việt Báo 2007.

Thiền sư Thích Nhất Hạnh: Ảnh hưởng lớn Phật Giáo Mỹ

---

[1] Nguồn: http://www.gstdl.org/teacher

[2] Nguồn: https://vietbao.com/a239841/viet-bao-dien-kien-duc-dat-lai-lat-ma

Một vị tăng sĩ Phật Giáo Việt Nam du học Mỹ trước HT Thích Thiên Ân, nhưng về nước rồi qua lại Mỹ năm 1966 là Thiền Sư Thích Nhất Hạnh. Dù Thiền Sư Thích Nhất Hạnh không phải là công dân thường trú ở Mỹ, nhưng ngài có công rất lớn trong việc truyền bá Phật Giáo Việt Nam trên thế giới nói chung và Hoa Kỳ nói riêng. Chỉ tại Hoa Kỳ không thôi, theo GS Trần Quang Thuận trong Phật Giáo Mỹ, Tập I, có khoảng 100 trung tâm thiền do Thiền Sư Thích Nhất Hạnh hướng dẫn trên khắp nước Mỹ.[1] Trong đó Tu Viện Lộc Uyển là nơi gần gũi nhất với cộng đồng Phật Giáo Việt Nam tại miền Nam California. Cũng như hàng trăm tác phẩm bằng tiếng Anh và tiếng Việt nổi tiếng của Thiền Sư Thích Nhất Hạnh đã được ấn hành tại hải ngoại làm nhịp cầu cho người đọc và Phật Giáo, giúp nhiều người Tây Phương hiểu biết và đến với đạo Phật nhiều hơn. Tiểu sử của Thiền Sư Thích Nhất Hạnh được Làng Mai phổ biến như sau:

"Thầy Làng Mai (tên gọi). Tức thiền sư Thích Nhất Hạnh, vị giáo thọ đầu tiên của Làng Mai. Sinh năm 1926, tập sự xuất gia năm 16 tuổi, thọ giới Sa Di năm 17 tuổi tại chùa Từ Hiếu, Huế, pháp danh Trừng Quang, pháp tự Phùng Xuân, pháp hiệu Nhất Hạnh. Theo học tại Phật Học Đường Báo Quốc Huế, thọ giới lớn năm 1949 trong giới đàn Ứng Quang. Từ năm 1954 làm giáo thọ tại Phật Học Đường Nam Việt chùa Ấn Quang. Một trong những vị đệ tử lớn của thiền sư Thanh Quý Chân Thật, Tăng cang chùa Từ Hiếu, được hòa thượng Thanh Quý truyền đăng phó pháp năm 1966 với bài kệ truyền đăng như sau:

"Nhất hướng Phùng Xuân đắc kiện Hành.
Hành đương vô niệm diệc vô tranh.
Tâm đăng nhược chiếu kỳ nguyên thể.
Diệu Pháp đông tây khả tự thành.

[1] Trần Quang Thuận, Phật Giáo Mỹ, Tập I, Trung Tâm Học Liệu Phật Giáo, Cali-fornia, Hoa Kỳ, 2000, tr. 341-353

"Được tổ Thanh Quý phó thác làm trụ trì chùa Từ Hiếu từ năm 1968 nhưng vì có công tác hải ngoại nên đến đầu năm 2005 mới về nước được. Là người khai sáng chùa Pháp Vân (Sài Gòn), am Phương Bối (Bảo Lộc), am Phương Vân (Pháp), Đạo Tràng Mai Thôn (Pháp), tu viện Rừng Phong, tu viện Lộc Uyển, tu viện Bích Nham (Hoa Kỳ), viện Phật Học Ứng Dụng Châu Âu (Đức). Thầy Làng Mai thuộc thế hệ thứ 42 của tông Lâm Tế và thế hệ thứ 8 của phái Liễu Quán."[1]

Phật Giáo Việt Nam tại Mỹ từ năm 1975 về sau

Cùng đi với đợt người Việt tị nạn tháng 4 năm 1975 sang Hoa Kỳ chỉ có vài vị tu sĩ Phật Giáo Việt Nam như Hòa Thượng Thích Thanh Cát, HT Thích Thanh Đạm, Ni Sư Thích Nữ Như Chánh.

Năm 1977, Hòa Thượng Thích Thanh Cát lập chùa Giác Minh tại thành phố Palo Alto, Bắc California. HT Thích Thanh Đạm cùng Pháp Sư Thích Giác Đức lập Chùa Giác Hoàng tại Thủ Đô Hoa Thịnh Đốn đầu tiên. Ni Sư Thích Nữ Như Chánh thì lập Quan Âm Thiền Viện tại Thủ Đô Hoa Thịnh Đốn, theo Giáo Sư Trần Quang Thuận trong "Phật Giáo Mỹ."

Nhưng phải đợi đến đợt vượt biên tị nạn của thuyền nhân Việt Nam vào những năm từ 1978 đến 1989, khi LHQ đóng cửa tất cả các trại tị nạn Đông Nam Á, thì số lượng tăng, ni Phật Giáo Việt Nam vào Mỹ mới đông đảo và mở đầu cho sự phát triển lớn mạnh của Phật Giáo Việt Nam tại Mỹ. Các Tăng Ni Phật Giáo Việt Nam đến Mỹ trong giai đoạn này có thể chia ra làm 2 thành phần: vượt biên từ Việt Nam đến các nước Đông Nam Á rồi từ đó được Mỹ nhận vào định cư, và những vị du học từ các nước Nhật Bản, Đài Loan, Ấn Độ, Tích Lan đến Mỹ để hành đạo.

---

[1] Nguồn: http://langmai.org/tang-kinh-cac/tu-dien-lang-mai/tu-dien-lang-mai-t

Tăng sĩ Phật Giáo Việt Nam du học ở nước ngoài đến Mỹ gồm: Hòa Thượng Thích Thiện Thanh (Tích Lan), HT Thích Đức Niệm (Đài Loan), HT Thích Chánh Lạc (Đài Loan), HT Thích Chơn Thành (Nhật Bản), HT Thích Nguyên Đạt (Nhật Bản), HT Thích Trí Chơn (Ấn Độ).

Tăng ni Phật Giáo Việt Nam tị nạn đến Mỹ gồm: HT Thích Mãn Giác, HT Thích Hộ Giác, HT Thích Giác Nhiên, HT Thích Thắng Hoan, HT Thích Chơn Điền, HT Thích Hạnh Đạo, HT Thích Thanh An, HT Thích Thiện Trì, HT Thích Minh Đạt, HT Thích Pháp Tánh, HT Thích Tín Nghĩa, HT Thích Giác Lượng, HT Thích Nguyên An, HT Thích Nguyên Trí, HT Thích Hạnh Đạt, HT Thích Nguyên Hạnh, HT Thích Trí Tuệ, HT Thích Pháp Châu, HT Thích Minh Tuyên, HT Thích Minh Hồi, HT Thích Quảng Thanh, HT Thích Minh Mẫn, HT Thích Nguyên Siêu, HT Thích Thông Hải, HT Thích Minh Nguyện, HT Thích Vân Đàm, HT Thích Hạnh Tuấn, HT Thích Đức Niệm, HT Thích Viên Lý, HT Thích Nhựt Huệ, HT Thích Minh Dung, TT Thích Giác Như, TT Thích Thông Niệm, TT Thích Đồng Trí, TT Thích Tâm Tường, TT Thích Nhật Trí, Sư Bà Đàm Lựu, Sư Bà Nguyên Thanh, Sư Bà Như Hòa, Sư Bà Như Nguyện, Sư Bà Diệu Từ v.v...

Sau năm 2000, vì nhu cầu hoằng pháp quá lớn tại Mỹ, nhiều Tăng, Ni và chùa chiền tại Mỹ đã có chương trình bảo lãnh Tăng, Ni từ Việt Nam qua làm Phật sự. Tính đến nay, theo các thông tin từ nhiều vị tăng, ni và cư sĩ, tổng cộng số lượng tăng ni Việt Nam định cư tại Hoa Kỳ có thể lên đến khoảng trên 1.000 vị và ở rải rác nhiều tiểu bang, trong đó các tiểu bang tập trung nhiều nhất là California, Texas, Washington, New York, Florida, Virginia, Georgia, Massachusetts, Pennsylvania, Utah v.v...

Một vị Giáo Phẩm Phật Giáo Việt Nam khác dù không phải là công dân và trường trú tại Hoa Kỳ nhưng có nhiều công sức kiến tạo chùa chiền tại Mỹ, có nhiều đệ tử xuất gia và tại gia ở Mỹ, cũng như có nhiều ảnh hưởng đến sinh hoạt Phật Giáo Việt Nam tại Hoa Kỳ là Cố Đại Lão Hòa Thượng Thích Tâm Châu, Nguyên Thượng Thủ Giáo Hội Phật Giáo Việt Nam Trên Thế Giới, vừa viên tịch tại Canada vào ngày 20 tháng 8 năm 2015. Ngài đã ra khỏi nước trong vào biến cố 30 tháng 4 năm 1975 và định cư tại Pháp. Sau đó, từ năm 1977 ngài thường du hóa tại Canada và Hoa Kỳ.

Vào thập niên 1980, khi làn sóng người Việt tị nạn đến Mỹ định cư ngày càng nhiều thì nhu cầu hoằng pháp và xây dựng cơ sở Phật Giáo Việt Nam càng gia tăng. Hiện nay theo nhiều nguồn tài liệu, có khoảng trên 300 ngôi chùa Phật Giáo Việt Nam có mặt trên 42 tiểu bang của Hoa Kỳ. Theo Thầy Thích Quang Minh trong luận án Tiến Sĩ "Vietnamese Buddhist In America" trình tại Đại Học Florida State University năm 2007, tính tới năm 2005 có khoảng 279 trung tâm Phật Giáo Việt Nam tại Hoa Kỳ. Theo trang nhà www.thebuddhagarden. com thì có khoảng 275 ngôi chùa Việt Nam tại Hoa Kỳ.[1] Theo danh sách chùa Việt Nam tại Mỹ được liệt kê trong Lịch Âm Dương Đối Chiếu do Cố Trưởng Lão Hòa Thượng Thích Giác Nhiên biên tập, ấn bản năm 2012 do Tổ Đình Minh Đăng Quang tại Thành Phố Westminster, California, Hoa Kỳ ấn hành, thì có khoảng 337 ngôi chùa Việt trên khắp nước Mỹ - nếu khấu trừ phần sai sót thì cũng có khoảng trên 300 ngôi chùa - chưa tính từ năm 2012 đến nay 2016 chắc chắn số chùa còn tăng hơn.

Trong số tăng, ni Việt Nam ở Mỹ thì người có công thành lập Hội Phật Giáo và tạo dựng chùa chiền nhiều nhất là Cố Trưởng Lão Hòa Thượng Thích Trí Chơn (1933-2011). Ngài đã thành lập hơn 30 Hội Phật Giáo, và xây dựng 20 ngôi chùa lớn nhỏ tại 15 tiểu bang.[2] Trong bài viết tưởng niệm

---

[1] Nguồn: http://www.thebuddhagarden.com/blog/vietnamese-temples-usa/
[2] Nguồn: http://quangduc.com/author/about/868/ht-thich-tri-chon

Cố Trưởng Lão Hòa Thượng Thích Trí Chơn có tựa đề "Hòa Thượng Thích Trí Chơn, Con Đường Hoằng Pháp và Văn Hóa," Hòa Thượng Thích Nguyên Siêu cho biết HT Thích Trí Chơn đã "đã đích thân lãnh đạo tinh thần, chứng minh Đạo Sư, hay cố vấn các Tự Viện, Hội Phật giáo, cộng đồng Phật giáo ... khoảng 36 đơn vị của các tiểu bang Hoa Kỳ."[1] Bình sinh ngài chỉ đi xe buýt từ tiểu bang này sang tiểu bang khác để hoằng pháp, cho nên ngài có biệt danh là "Hòa Thượng Xe Buýt".

Xây dựng một ngôi chùa tại Mỹ là một quá trình hy sinh lớn lao vì trải qua nhiều thử thách khó khăn về mặt tài chánh, giấy phép xây dựng, v.v... Lúc đầu tạo dựng ngôi chùa, tăng ni Việt Nam đa phần thuê hay mua nhà ở làm nơi thờ phụng và sinh hoạt tạm, rồi sau đó mới tính đến chuyện mua đất và xây chùa khang trang rộng rãi hơn để đáp ứng với nhu cầu Phật sự ngày càng nhiều. Cũng có một số vị mua được các nhà thờ Thiên Chúa Giáo để biến thành chùa thì giấy phép sinh hoạt, cơ sở vật chất, chỗ đậu xe thuận lợi hơn. Dù khó khăn trăm bề, hiện nay cũng có hàng chục ngôi chùa Việt tại Mỹ được xây dựng khang trang, rộng lớn, và mỹ thuật tại khắp các tiểu bang. Các ngôi chùa Việt tại Mỹ hầu hết đều xây dựng theo kiến trúc chùa tại Việt Nam. Đây cũng là một trong những cách bảo tồn và phát huy nét văn hóa dân tộc và Phật Giáo Việt Nam tại Mỹ.

Vậy còn số lượng Phật tử Việt Nam tại Mỹ là bao nhiêu? Để có một cái nhìn tổng quan về vấn đề này, trước hết chúng ta phải tìm hiểu tổng dân số người Việt tại Mỹ bao nhiêu và tỉ lệ Phật tử so với tổng dân số người Việt đó là bao nhiêu phần trăm.

Theo Từ Điển Bách Khoa Mở, tổng số người Việt định cư

---

[1]   Nguồn: http://hoavouu.com/a10593/05-hoa-thuong-thich-tri-chon-con-duong-hoang-phap-va-van-hoa-nguyen-sieu

tại Mỹ tính đến năm 2012 là 1.860.069 người.[1] Từ điển này cũng cho biết tỉ lệ Phật tử là 43%, Tín đồ Thiên Chúa Giáo là 30%, Tin Lành 6%, và không có đạo 20%. Trung Tâm Nghiên Cứu Pew cũng có cùng một kết luận về tỉ lệ Phật tử đối với tổng dân số người Việt tại Mỹ là 43%.[2] Nhưng thống kê của bộ ngoại giao Mỹ năm 2012 mà trang mạng của bách khoa từ điển trích dẫn thì cho biết năm 2012 có khoảng 2.200.000 người Việt tại Mỹ.[3]

Như thế, số lượng Phật tử Việt Nam tại Hoa Kỳ là ước lượng khoảng 946.000 người (43% của 2.200.000 người).

Sinh hoạt của Phật Giáo Việt Nam tại Mỹ

Phật Giáo Việt Nam tại Mỹ cũng mang đủ sắc thái truyền thống Phật Giáo trong nước, gồm Phật Giáo Bắc Truyền (Đại Thừa), Phật Giáo Nam Truyền (Theraveda - Nguyên Thủy), và Phật Giáo Khất Sĩ (Hệ Phái Khất Sĩ của Tổ Sư Minh Đăng Quang).

Về sự tu tập thì Phật Giáo Việt Nam tại Mỹ đa phần đều giữ đường lối tu tập truyền thống trong nước kết hợp Thiền-Tịnh-Mật, tức Thiền Định, Tịnh Độ và Mật Chú. Ngoài ra tăng, ni và Phật tử Việt Nam tại Mỹ cũng tiếp thu và ứng dụng đường lối tu tập theo Thiền Chánh Niệm của Thiền Sư Thích Nhất Hạnh, đường lối tu tập của truyền thống Theravada, của Tổ Sư Minh Đăng Quang, của Thiền Sư Thích Thanh Từ, của truyền thống Phật Giáo Tây Tạng, Phật Giáo Đại Hàn, Phật Giáo Nhật Bản, v.v...

Sinh hoạt trong chùa Việt tại Mỹ đa phần cũng vẫn giữ quy củ sinh hoạt của thiền môn Việt Nam, như sáng sớm thì tọa thiền công phu, chiều thì cúng thí thực, và tối thì Tịnh độ

---

[1] Nguồn: https://en.wikipedia.org/wiki/Vietnamese_Americans

[2] Nguồn: http://projects.pewforum.org/2012/07/18/religious-affiliation-of-asian-americans-2/asianamericans_affiliation-7-2/

[3] Nguồn: https://vi.wikipedia.org/wiki/Vi%E1%BB%87t_ki%E1%BB%81u

và thiền. Đặc biệt, chùa Việt tại Mỹ tập trung các sinh hoạt chính vào mấy ngày cuối tuần Thứ Bảy và Chủ Nhật, vì Phật tử đa phần đi làm việc vào những ngày trong tuần nên không có thì giờ để tham gia sinh hoạt chùa.

Chùa chiền ở Mỹ còn là nơi giữ gìn các tập tục, lễ nghi và văn hóa truyền thống của dân tộc và Phật Giáo Việt Nam. Chùa cũng là những trung tâm dạy tiếng Việt cho thế hệ con em người Việt. Chùa còn là nơi để những người Việt đến sinh hoạt và tìm lại không khí quê hương Việt Nam xa cách, nhất là vào những dịp lễ lạt cổ truyền như Vu Lan, Tết, Rằm Tháng Giêng v.v...

Vì cộng đồng người Việt tại Mỹ đông đảo, nên các sinh hoạt của Phật Giáo Việt Nam tại Mỹ đa phần nhắm vào việc đáp ứng nhu cầu tâm linh của người Việt là chính mà chưa đặt trọng tâm vào việc truyền bá Phật Giáo cho người Mỹ bản xứ. Tất nhiên, cũng có một số chùa Việt có nhiều người Mỹ đến quy y, học hỏi Phật Pháp và tu tập với các vị trú trì, nhưng số lượng chùa làm như thế vẫn còn ít.

Kết luận

Năm mươi năm so với hai ngàn năm lịch sử Phật Giáo tại Việt Nam thì chỉ là một khoảng thời gian ngắn, nhưng so với hơn hai trăm năm lập quốc của Mỹ thì đã chiếm gần một phần năm chiều dài lịch sử của đất nước này. Trong 50 năm đó, Phật Giáo Việt Nam từ hai bàn tay trắng có thể xây dựng cơ đồ, giữ gìn và phát huy truyền thống văn hóa và đạo học của dân tộc thành công tại xứ người như ngày hôm nay là thành tựu đáng khích lệ.

Năm mươi năm qua, Cố HT Thích Thiên Ân, Thiền Sư Thích Nhất Hạnh, và nhiều tăng ni, cư sĩ Phật Giáo Việt Nam đã nỗ lực không ngừng đem Phật Pháp đến với người Mỹ bản xứ, và cũng đã có những thành tựu rất khả quan, như trên đã nói, có 100 trung tâm thiền do Thiền Sư Thích Nhất Hạnh hướng dẫn và nhiều chùa Việt tại Mỹ đón nhận nhiều người Mỹ đến tu học. Nhưng nhìn chung để có thể gọi là xây dựng nền móng vững chắc và lâu dài cho sự thành tựu sứ mệnh truyền bá Phật Pháp tại đất nước này, thì có hai việc không kém quan trọng cần được thực hiện nhiều hơn nữa. Đó là: đưa đạo Phật đến với thế hệ con em người Mỹ gốc Việt và đến với người Mỹ bản xứ.

Mong rằng năm mươi năm tới, Phật Giáo Việt Nam ở Mỹ có thể hoàn thành được sứ mệnh này.

50 NĂM PHẬT GIÁO VIỆT NAM:
BÀI HỌC TRẢI NGHIỆM

Năm nay, 2013 là đúng 50 năm pháp nạn 1963 của Phật Giáo Việt Nam. Chi tiết mà nói, có 3 sự kiện đáng ghi nhớ: chiều tối ngày 8 tháng 5 năm 1963 trong cuộc biểu tình của đồng bào Phật tử trước đài phát thanh Huế, đòi hỏi đài này phát thanh lại các bài thuyết pháp nhân ngày Lễ Phật Đản Phật Lịch 2507, đã có 8 em Phật tử bị xe tăng và súng đạn của chế độ Ngô Đình Diệm giết chết; ngày 11 tháng 6 năm 1963, Bồ Tát Thích Quảng Đức phát đại nguyện vị pháp thiêu thân tại Sài Gòn; và đêm 20 tháng 8 năm 1963 tất cả chư vị giáo phẩm lãnh đạo cuộc vận động quyền bình đẳng tôn giáo của Phật Giáo Việt Nam và nhiều cư sĩ Phật tử trên toàn quốc đều bị cảnh sát của chế độ nhà Ngô tấn công vào chùa chiền và bắt bỏ tù.

Cần ghi nhận ngay rằng, hai sự kiện sau trong số 3 sự kiện trên là 2 sự kiện lịch sử lần đầu tiên xảy ra tại Việt Nam, bởi vì Bồ Tát Thích Quảng Đức là vị Tăng Sĩ Phật Giáo đầu tiên dùng tự thiêu như phương thức bất bạo động tuyệt đối để đòi hỏi quyền bình đẳng tôn giáo cho Phật Giáo Việt Nam; và bởi vì, trong lịch sử Việt Nam chưa bao giờ có chuyện một chế độ chính trị cầm quyền đất nước lại mở cuộc tấn công toàn diện vào chùa chiền để lục soát, hành hung, và bắt tất cả những vị giáo phẩm lãnh đạo Phật Giáo bỏ tù như chế độ của Tổng Thống Ngô Đình Diệm trong đêm 20 tháng 8 năm 1963.

Năm mươi năm trôi qua, kể từ biến cố pháp nạn 1963, rất nhiều sách báo, tài liệu, hồ sơ viết về sự kiện lịch sử này bằng nhiều thứ tiếng đã được công bố từ trong ra ngoài nước.

Trong số những tài liệu đó bao gồm nhiều sắc thái, khen có, chê có, bênh vực có, chỉ trích có, thậm chí xuyên tạc, chụp mũ, ngụy tạo lịch sử, và dàn dựng hình ảnh giả về cuộc tự thiêu của Ngài Quảng Đức cũng có.

Đối với người viết bài này, sự thực lịch sử về biến cố pháp nạn 1963 vốn đã rành rành ra đó, với Chúc Thư của Bồ Tát Thích Quảng Đức tự viết ra trước khi tự thiêu,[1] với di chúc 72 chữ của nhà văn Nhất Linh Nguyễn Tường Tam viết để lại trước khi uống thuốc độc tuẫn tiết,[2] với bài thơ "Lửa Từ Bi" của thi sĩ Vũ Hoàng Chương cảm tác khi Bồ Tát Thích Quảng Đức tự thiêu,[3] với Tự Truyện của Hòa Thượng Thích Trí Quang viết vào cuối năm 2011,[4] với lời tự thuật của Hòa Thượng Thích Đức Nghiệp,[5] và nhiều tài liệu của các nhân chứng lịch sử khác, kể cả các tài liệu được công bố sau này của Bộ Ngoại Giao Hoa Kỳ,[6] v.v... đã là quá đủ.

Vì vậy, trong bài này, người viết sẽ không nhắc lại hay bình phẩm các sự kiện lịch sử, mà chỉ muốn nhân dịp kỷ niệm 50 năm biến cố pháp nạn 1963 nhìn lại vấn đề vai trò và sự đóng góp của Phật Giáo cho dân tộc và đất nước.

Trải nghiệm

50 năm qua, để đáp ứng với đà phát triển nhanh chóng của thời đại văn minh khoa học kỹ thuật và sự mở cửa của

---

[1] http://quangduc.com/file_chinh/view-detail-2260-3-86-bt_qua ng_duc.html

[2] http://www.nguoi-viet.com/absolutenm2/templates/viewarticles NVO. aspx?articleid=143907&zoneid=271

[3] http://www.phapvan.ca/pv/Default.asp?15659=5&596=11&759=1636&59 615=4

[4] http://thuvienhoasen.org/D_1-2_2-135_4-16361_14-1_5-50_6 -1_17-52_15-1/tri-quang-tu-truyen-tac-gia-thich-tri-quang-sach-dang-ebook.html

[5] http://www.chuathanhhai.org/lich-su/nhan-vat/102.html

[6] http://thientrithucvn.blogspot.com/. Về các tài liệu đã giải mật của Chính phủ Hoa Kỳ liên quan đến cuộc đấu tranh đòi bình đẳng tôn giáo của Phật giáo Việt Nam năm 1963, độc giả có thể tìm đọc sách Hồ Sơ Mật 1963 của các tác giả Nguyên Giác, Tâm Diệu, Trí Tánh và Nguyễn Minh Tiến, NXB Liên Phật Hội (United Buddhist Publisher), 2017.

xã hội loài người nói chung và đất nước Việt Nam nói riêng, Phật Giáo Việt Nam đã dấn thân sâu chưa từng có vào các sinh hoạt xã hội để thực hiện sứ mệnh hoằng dương chánh pháp, giải khổ nhân sinh mà đức Phật mở đường và lịch đại tổ sư đời đời truyền thừa. Trên bước đường dấn thân phục vụ ấy của Phật Giáo Việt Nam, được thì cũng nhiều, nhưng mất cũng không ít! Xin nêu ra một số những được mất tiêu biểu của Phật Giáo Việt Nam trong 50 năm qua để cùng suy nghiệm.

Những gì đã làm được là: Phật Giáo Việt Nam đã có những thành tựu cụ thể mà suốt nhiều thế kỷ trước chưa có, như:

- Về mặt giáo dục, có một hệ thống trung tiểu học Bồ-đề trên khắp nước, một Đại Học Vạn Hạnh tầm cỡ quốc gia và quốc tế dạy thế học, các Phật Học Viện từ sơ cấp đến cao cấp mở ra khắp cả nước dạy chuyên khoa Phật Học và văn hóa phổ thông cho Tăng, Ni trẻ;

- Về mặt văn hóa, nhiều sáng tác phẩm trong nhiều thể loại văn, thơ, truyện, kịch, báo chí, hội họa, âm nhạc, điêu khắc, kiến trúc, v.v… của nhiều tác giả tăng, ni, cư sĩ, và văn nghệ sĩ Phật tử đã đóng góp cho nền văn hóa dân tộc và Phật Giáo Việt Nam;

- Về hoằng pháp, nhờ mở rộng việc giảng dạy, viết sách báo quảng bá trên nhiều phương tiện truyền thông đại chúng mà trình độ kiến thức Phật Pháp của người Phật Tử Việt Nam ngày càng vững chắc, giảm bớt tình trạng mê tín dị đoan trong dân gian;

- Về từ thiện xã hội, có nhiều chương trình nuôi dạy trẻ em mồ côi, chăm sóc cho những người già cả bệnh tật neo đơn không con cháu tại các cô ký nhi viện, viện dưỡng lão hay ngay tại các chùa, các cuộc lạc quyên và cứu trợ nạn nhân thiên tai, nhân họa cho những người kém may mắn ở nhiều nơi;

- Về mặt giáo dục và nuôi dưỡng tuổi trẻ tương lai cho đạo pháp và dân tộc, nhiều tổ chức thanh thiếu niên, đặc biệt là tổ chức Gia Đình Phật Tử Việt Nam, Thanh Niên, Sinh Viên và Học Sinh Phật Tử được thành lập và phát triển khắp nơi từ thôn quê đến thành thị;

- Về mặt truyền thông, hầu như ngày nay các Giáo Hội, Tổ Chức Phật Giáo đều có trang mạng để chuyển tải thông tin và truyền bá Phật Pháp tạo điều kiện thuận duyên cho mọi người tìm hiểu, nghiên cứu và học hỏi giáo lý;

- Về mặt cơ sở, chùa chiền dựng lên khắp nơi và ngày càng nguy nga đồ sộ, v.v...

Và những gì mất mát là: Phật Giáo Việt Nam trong 50 năm qua thường xuyên phải đối phó, hoặc thậm chí còn là nạn nhân của những âm mưu thao túng, lũng đoạn, phân hóa, kỳ thị, đàn áp từ các thế lực bên trong lẫn bên ngoài Phật Giáo, đã làm tiêu hao tiềm lực và nhân lực của Phật Giáo, mà những sự kiện như, Pháp nạn năm 1963, sự phân hóa giữa Việt Nam Quốc Tự và Ấn Quang vào đầu thập niên 1970, giữa GHPGVNTN và GHPGVN bắt đầu vào thập niên 1980, hoặc cuộc khủng hoảng của GHPGVNTN trong và ngoài nước bắt đầu vào năm 2007 là bằng chứng cụ thể.

Thêm vào đó là tình trạng thiếu khả năng chuyên môn của nhân sự Phật Giáo trong các lãnh vực hoạt động dẫn đến những thất bại không tránh khỏi. Những thoái hóa phẩm chất của nhân sự Phật Giáo khi đối mặt với các thế lực tiền tài, danh vọng, sắc đẹp, địa vị quyền lực, v.v... trên con đường dấn thân phục vụ cũng đã góp phần làm tiêu hao nhân lực và uy tín của Phật Giáo. Tình trạng này vẫn tiếp diễn cho đến ngày nay, được nói rõ trong bài tham luận của Tỳ-kheo Ni Thích Nữ Diệu Bản tại "Hội Thảo Tăng Ni Trẻ Với Việc Xây Dựng GHPGVN" vào ngày 12 tháng 10 năm 2012 tại Hà Nội. Ở đây xin trích thuật vài đoạn trong bài tham luận để người đọc hiểu rõ hơn về thực trạng:

"Lâu nay, Chư Tôn Đức thường lo lắng, than phiền về vấn đề tu tập, đạo đức, lối sống và sự tha hóa về phẩm chất của một số Tăng Ni trẻ thời nay. Một thực tế mà xã hội đang phản ánh và lên tiếng đã đến mức đáng báo động. Có thể nói điều này đang là một vấn nạn lớn của tổ chức Giáo hội Phật giáo Việt Nam. Chúng ta cần phải nghiêm túc nhìn nhận và tìm hiểu về các nguyên nhân chủ quan, khách quan để kịp thời khắc phục.

...

Trong cuốn "Đạo Đức Phật Giáo" Hòa Thượng Thích Đức Nghiệp có nhận định: *"...Phẩm hạnh và đạo đức của người tu sĩ trẻ nước ta hiện nay đang đứng trước bờ vực của sự suy thoái, lâm vào cảnh "tiến không đường, thoái chẳng nơi", chơ vơ đơn chiếc, chẳng khác gì chiếc thuyền giữa biển không ai biết lái, như người đi bộ đứng giữa ngã ba, không biết đi đường nào cho phải. Tìm đến căn bệnh tuy có nhiều nguyên do, nhưng cái nguyên do nặng nhất là kém bề hạnh phúc, phần học đa số chỉ mấy câu sáo thường, cưỡi ngựa xem hoa, không hiểu lý nghĩa bất biến, đã không dung thông được tính tướng lại chấp mê ngoan cố, nhắm mắt bước liều, lẽ tự nhiên là phải sụp đổ. Ý kiến không đồng nhau, đường tu không có đích, đoàn thể rời rạc, ai biết phận nấy, ai ngã mặc ai, cùng học một thầy trở lại tương phản lẫn nhau, thậm chí trở lại phản cả lời thầy dạy, tránh sao cho khỏi cái họa nghiêng đổ suy tàn..."* (Nguồn www.phattuvietnam.net)

Nhân tiện, xin trích dẫn thêm vài đoạn trong bài viết mang tựa đề "Bàn Thêm Về Vấn Đề Phật Giáo Việt Nam Hiện Nay Thịnh Hay Suy" của Đại Đức Thích Thanh Thắng được đăng trên trang mạng Phật Tử Việt Nam vào ngày 23 tháng 3 năm 2013. Trong bài viết này, Đại Đức Thích Thanh Thắng nói về vấn đề thịnh hay suy của Phật Giáo Việt Nam hiện nay, nhưng cũng cho thấy một số mặt mà các tổ chức

Giáo Hội vẫn chưa làm được và cần làm, đó là trách nhiệm của các Giáo Hội Phật Giáo trước những bất an của xã hội. Xin trích như sau:

"Khi đặt khái niệm "thịnh" là cần phải đặt ra vấn đề an lạc, hạnh phúc trong đời sống xã hội, từ đó tương quan với chất lượng sống của người Phật tử. Nhìn vào đời sống thực tế, những con số như sau có thể thống kê: tham nhũng là quốc nạn, nạn nạo phá thai hàng đầu thế giới, tai nạn giao thông hàng đầu thế giới, ô nhiễm môi trường nghiêm trọng, khai thác kiệt quệ tài nguyên thiên nhiên, tin tức đầy chuyện cướp, giết, hiếp, các loại bệnh nan y gia tăng... Lối sống ứng xử văn hoá như lễ hội xô bồ, xả rác tuỳ tiện, ý thức xếp hàng, tham gia giao thông kém, thực phẩm nhiễm chất độc hại, ăn nhậu và giết hại động vật hoang dã (từ côn trùng đế các loài động vật có vú),... Tất cả đều đậm nhạt chỉ ra những bất ổn.

"Vậy nếu nói chúng ta đang rất "thịnh", thì chúng ta chịu trách nhiệm gì về những con số thống kê và thấy rõ hằng ngày kể trên? Một đất nước đa số là Phật tử mà như thế ư? Muốn hiểu rõ về tình trạng "cải đạo", cũng nên nhìn vào thực tế này.

...

"Phật giáo Việt Nam dù thịnh hay suy, nhưng những giá trị có thể khái quát ngắn gọn đều đã được lịch sử Phật giáo soi sáng, đó là khi có giặc xâm lăng thì "Hộ quốc an dân", lúc bất ổn nội loạn thì "Hộ giáo khai quyền". Chúng ta đã bảo vệ dân, bảo vệ tăng ni, Phật tử trước những bất công, bất an, lo lắng về thân thể và tài sản như thế nào? Chúng ta đã góp ý (khai quyền) gì với chính quyền về một đời sống nhân bản Phật giáo cần phải được phát huy rộng rãi trong xã hội, kể cả trong trường học, thuyết phục và tạo niềm tin về một Phật giáo Việt Nam luôn đồng hành cùng dân tộc?" (hết trích)

Dĩ nhiên, đó không phải là hiện tượng chỉ xảy ra trong nước mà còn có mặt ở ngoài nước, khi mà người con Phật sống và đối diện thường trực với và trong lòng xã hội văn minh vật chất và khoa học kỹ thuật tại các nước Tây Phương. Đó cũng là hiện tượng phổ quát của nhân loại qua lối sống ngày càng chạy theo hình thức bề ngoài và vong thân trong xã hội tha hóa về nhiều mặt mà đạo đức tâm linh là một.

Cũng cần nói cho rõ để tránh bị quy chụp cho là nhận định hàm hồ, quơ đũa cả nắm, rằng đó là hiện tượng, nhưng không có nghĩa là tất cả mọi người con Phật, mọi nhân sự trong các tổ chức Phật Giáo đều là như thế. Trong cái chung ắt có cái riêng. Trong cộng nghiệp tất có biệt nghiệp. Trong đêm đen của bầu trời bao la lúc nào cũng còn những vì sao chiếu sáng uy nghi và rạng rỡ, vì đây là cõi "phàm thánh đồng cư".

Tuy nhiên, có một điều hiển nhiên mà không ai có thể chối cãi được, đó là đã nhập cuộc vào thế sự nhiêu khê thì phải chấp nhận mọi nguy cơ, đã có được ắt phải có mất. Vấn đề ở đây là, có con đường nào để Phật Giáo đóng góp vào công cuộc xây dựng con người, xã hội và đất nước mà tránh được tối đa những mất mát không cần thiết chăng?

Trước khi trở lại vấn đề này, xin bàn thêm về hai vấn đề quan trọng có liên quan trực tiếp đến chuyện được mất của Phật Giáo, đó là tổ chức Giáo Hội và nhân sự Phật Giáo.

Bài học

Trong công cuộc chấn hưng Phật Giáo Việt Nam vào những thập niên đầu của thế kỷ 20, lần đầu tiên Phật Giáo Việt Nam đã làm được điều mà trước đó dường như chưa làm được, hay đúng hơn là chưa có điều kiện và cơ duyên để làm, đó là sự kết hợp của nhiều tập đoàn Phật Giáo gồm Tăng Già và Cư Sĩ ở 3 miền Nam, Trung và Bắc để đi đến việc thành lập Tổng Hội Phật Giáo Việt Nam vào năm 1951 tại Chùa Từ Đàm, Huế. Rồi tiếp theo là cuộc vận động cho quyền bình đẳng tôn giáo vào năm 1963 dưới chế độ của TT Ngô Đình Diệm. Các nhà lãnh đạo Phật Giáo Việt Nam, cả Tăng, Ni và Cư Sĩ Phật Tử, đều nhận thấy rằng nếu có sự kết hợp các tổ chức Phật Giáo lại với nhau dưới sự điều hợp của một cơ chế chung thì việc làm Phật sự sẽ mang lại nhiều thành tựu lớn lao và rộng khắp hơn. Đó chính là động lực và ý nguyện để Giáo Hội Phật Giáo Việt Nam Thống Nhất (GHPGVNTN) được hình thành vào đầu năm 1964.

Giáo Hội là hình thức của một cơ chế tổ chức theo nguyên tắc hành chánh và mô thức điều hành thế gian. Nhưng một Giáo Hội Phật Giáo thì còn có thêm nguyên tắc và ý nguyện khác nữa, đó là nguyên tắc sinh hoạt của truyền thống tập thể Tăng Già lấy giới luật và tinh thần tác pháp yết ma để tạo sự thanh tịnh và hòa hợp, đồng thời mang bản nguyện tự giác và giác tha làm mục tiêu hướng tới. Chính vì vậy, ngay trong bản thân của một Giáo Hội Phật Giáo, dù muốn hay không, đã chứa đựng 2 điều tương khắc, mà nếu không chuyển hóa được sẽ trở thành chướng duyên nội tại rất lớn dẫn đến những mất mát về sau. Hai điều tương khắc đó là gì?

Thứ nhất, đem nguyên tắc hành chánh và mô thức điều hành thế gian, vốn cần thực hiện nghiêm túc tinh thần kỷ luật và chịu mệnh lệnh của quyền lực từ trên, áp dụng vào tổ chức Phật Giáo có chủ trương tinh thần tự giác và không có Giáo Quyền, dễ tạo ra tình trạng không ai nói ai nghe, hoặc thích thì làm theo, không thích thì về chùa đóng cửa tự tu.

Thứ hai, đem lý tưởng giải thoát xuất thế của Phật Giáo đưa vào trong tổ chức mang đặc tính thế gian, nếu không sống được theo tinh thần "nhị đế dung thông," thì dễ làm cho lý tưởng giải thoát xuất thế bị biến chất để dẫn đến những mất mát không tránh khỏi.

Còn một yếu tố ngoại tại khác góp phần tạo nên những mất mát của Phật Giáo Việt Nam trong 50 năm qua, đó là sự "chiếu cố" thường xuyên của các thế lực chính trị cầm quyền hay không cầm quyền đối với các tổ chức Giáo Hội Phật Giáo. Đơn giản mà nói, sự chiếu cố của các thế lực chính trị đối với các tổ chức Giáo Hội là điều dễ hiểu, bởi vì các tổ chức Giáo Hội là lực lượng quần chúng đông đảo ảnh hưởng đến vai trò lãnh đạo đất nước của các thế lực chính trị cầm quyền. Bất cứ thế lực chính trị cầm quyền nào cũng muốn được lực lượng quần chúng đông đảo ấy của Phật Giáo hoặc là hậu thuẫn, hoặc là không trở thành thế lực chống đối họ. Nhưng nghiêm túc mà nói, vấn đề còn là cơ cấu tổ chức của một Giáo Hội, mà ở đây là Giáo Hội Phật Giáo. Từ 50 năm qua, các tổ chức Giáo Hội Phật Giáo tại Việt Nam đều theo một mô thức tổ chức từ trung ương đến hạ tầng cơ sở địa phương. Nghĩa là Giáo Hội có cơ cấu tập hợp tăng, ni và quần chúng Phật tử từ trung ương xuống tỉnh, thành phố, thị xã, quận huyện và ngay cả xã thôn. Muốn nắm quần chúng, hay muốn được lực lượng quần chúng Phật Giáo này hậu thuẫn thì điều tất nhiên là các thế lực chính trị cầm quyền phải nắm tổ chức Giáo Hội. Nắm bằng cách nào? Dĩ nhiên là có nhiều cách, từ vận động ngầm đến vận động công khai, từ cách mềm dẻo uyển chuyển để lấy lòng đến cách cứng rắn để áp lực với từng nhân sự hay tập thể của tổ chức.

Về phần nhân sự của Phật Giáo Việt Nam, xưa nay việc đào tạo tăng, ni tại các Phật Học Viện, các trường sơ, trung, và cao cấp đều không có chương trình đào tạo đặc biệt cho việc lãnh đạo và điều hành tổ chức. Vì vậy, khi ra đóng vai trò lãnh đạo và điều hành, chư tăng, ni không có vốn liếng kiến thức và kinh nghiệm chuyên môn để có thể thực hiện tốt vai trò đóng góp của mình cho tổ chức Giáo Hội nói riêng và Phật Giáo nói chung. Hầu hết nhân sự làm việc trong các tổ chức Giáo Hội của Phật Giáo Việt Nam đều tự mình học hỏi kiến thức, lấy việc dạy việc và rút kinh nghiệm, cũng như tự mình nghĩ ra cách lãnh đạo và điều hành. Nhưng có một trở ngại rất lớn là khi đã lăn xả vào Phật sự đa đoan thì nhân sự Phật Giáo không còn có thì giờ đủ để có thể tự học hỏi thêm kiến thức, và vì không có căn bản kiến thức chuyên môn về lãnh vực mà mình phục vụ nên thường là làm cho có làm, hoặc làm mà không thành tựu được bao nhiêu. Thí dụ, trường hợp làm trú trì một ngôi chùa. Đúng ra trên thực tế, vị trú trì không phải chỉ là vị thầy coi ngó, bảo quản và phục vụ các công tác Phật sự thường ngày như tụng kinh, bái sám, cúng cầu an, cầu siêu cho Phật tử, mà còn là vị thầy làm công tác giáo dục quần chúng, đặc biệt cho tuổi trẻ, là nhà làm văn hóa để bảo tồn và phát huy văn hóa dân tộc và Phật Giáo Việt Nam, là nhà cố vấn và trị liệu tâm lý cho bổn đạo, là vị minh sư hướng dẫn cho từng vị tăng, ni và Phật tử sinh hoạt trong chùa về mặt tu tập để thành đạt cụ thể việc ứng dụng Phật Pháp vào đời sống hằng ngày, v.v… Những việc làm của một vị trú trì như thế, đòi hỏi vị trú trì phải được học hỏi kiến thức nhiều mặt khi còn là một học tăng trong các trường Phật Học trước khi ra đảm nhận trú trì một ngôi chùa. Còn một vấn đề quan trọng hơn nữa đối với vai trò trú trì một ngôi chùa, đó là vị trú trì phải là người biết rõ và áp dụng đúng tinh thần giới luật của Phật dạy để góp phần tạo sự thanh tịnh và hòa hợp từ trong nội bộ một ngôi chùa đến cộng đồng Tăng-già tại địa phương để tránh tình trạng vì cạnh tranh sinh tồn và phát triển chùa chiền mà đưa tới những bất hòa không cần thiết và những mất mát đáng tiếc cho Phật Giáo.

Vậy thì làm thế nào để Phật Giáo đóng góp vào công cuộc xây dựng con người, xã hội và đất nước với sự mất mát không cần thiết được giảm thiểu hết mức?

Cần nói ngay rằng, không một thành tựu nào mà chẳng đổi lấy bằng những mất mát và hy sinh. Một khi Phật Giáo đi vào sinh hoạt xã hội thì không thể tránh khỏi những tùy duyên, thay đổi, mất mát, và thậm chí tha hóa. Đây là sự thật đã được minh chứng trong suốt chiều dài lịch sử tồn tại và phát triển của Phật Giáo thế giới và Việt Nam hai mươi lăm thế kỷ qua.

Tuy nhiên, có 2 điều có thể nêu ra để góp phần trả lời cho câu hỏi trên. Đó là con người và phương thức hành đạo.

Con người

Sở dĩ có đạo Phật và đạo Phật đã được truyền bá sâu rộng trên thế giới này cho đến hôm nay là nhờ vị khai sáng ra đạo Phật là một con người toàn thiện, toàn giác, đó là đức Phật Thích Ca Mâu Ni. Từ con người mà có Phật Giáo. Từ con người mà Phật Giáo được lưu truyền từ thế hệ này sang thế hệ khác. Như vậy, con người là yếu tố then chốt để giữ gìn và phát triển Phật Giáo. Muốn giữ Phật Giáo, phải giữ con người. Muốn phát triển tốt Phật Giáo, phải phát triển tốt con người. Con người ở đây, ngoài đức Phật là vị khai sáng ra đạo Phật, là những người con Phật, xuất gia và tại gia.

Có được người con Phật tốt đòi hỏi 2 đức tính then chốt không thể thiếu: tự giác và giác tha.

Tự giác là nỗ lực tự tu tập, tự thăng hoa của mỗi người dựa theo giới, định và tuệ do đức Phật đã chỉ dạy rất kỹ càng còn lưu truyền trong Tam tạng kinh điển: Kinh, Luật và Luận. Đức tính của người con Phật được xác định qua việc thành đạt lợi lạc tâm linh cụ thể trong đời sống hằng ngày bằng nỗ lực tu tập giới, định và tuệ. Thiếu đức tính này, người con Phật chỉ còn có tên gọi mà không có thực chất. Chính thực chất tu tập làm nên phẩm đức khác biệt giữa người con Phật và người thế gian. Chính thực chất tu tập là dưỡng tố nuôi lớn người con Phật vươn lên trong bùn lầy sanh tử và vượt thoát khổ đau. Chính thực chất tu tập bảo hộ người con Phật khi dấn thân vào các sinh hoạt nhiêu khê của xã hội mà có thể giữ vững tâm Bồ-đề. Không giữ được tâm Bồ-đề, người con Phật rất dễ bị tha hóa, bị cuốn hút trong vòng xoáy nghiệp lực đảo điên, để rồi chỉ tạo nghiệp chứ không giải nghiệp. Đây chính là ý nghĩa xuất thế của đạo Phật mà cá nhân người con Phật và tổ chức Phật Giáo cưu mang trong tự thân và tập thể.

Giác tha là lý tưởng cảm hóa tha nhân và phụng sự con người, đất nước và xã hội của người con Phật. Để thực hiện lý tưởng giác tha, người con Phật có thể sử dụng nhiều phương tiện thiện xảo khác nhau tùy theo căn cơ cá nhân, bối cảnh xã hội, và tiến bộ của thời đại. Nhưng phương thức hữu hiệu nhất để thực hiện con đường giác tha mà chính đức Phật khai mở và lịch đại tổ sư truyền thừa qua nhiều thế hệ chính là giáo hóa, hay cụ thể là giáo dục. Giáo dục, nói nôm na là nuôi dưỡng con người bằng sự dạy dỗ, dạy dỗ qua thân, miệng và tâm ý. Như thế, điều tiên quyết là đòi hỏi người làm giáo dục phải có đầy đủ vốn liếng và khả năng để truyền đạt sự dạy dỗ cho người khác qua hành động của thân, qua lời nói của miệng, và qua bản nguyện của tâm ý. Vốn liếng và khả năng của người làm giáo dục Phật Giáo ngoài phẩm đức tu tập và kiến thức Phật Pháp, còn có kiến thức tổng quát và chuyên môn trong các lãnh vực mà mình hướng dẫn cũng như khả năng nghệ thuật và tâm lý giáo dục. Tất cả những điều kiện này không phải tự nhiên có, mà người con Phật phải được trau dồi, rèn luyện trong môi trường giáo dục đúng mức.

Sứ mệnh giáo dục của người con Phật là làm sao giúp người khác mở rộng tấm lòng và phát huy trí tuệ đến mức cao nhất để họ tự hoàn thành mục tiêu tự giác và giác tha cho chính họ và tha nhân. Nói cách khác, sứ mệnh giáo dục của người con Phật là nuôi dưỡng người khác trở thành hoàn thiện và lợi ích cho bản thân họ cũng như cho cộng đồng xã hội, cho đất nước mà họ đang sống.

Làm được vậy là người con Phật góp phần xứng đáng vào công cuộc xây dựng và phát triển con người, đất nước và xã hội. Một người được giáo dục hoàn thiện trong tinh thần Phật Pháp thì gia đình có được một thành viên tốt, đất nước có được một công dân tốt, và xã hội có được một cá nhân tốt. Nhiều người được giáo dục hoàn thiện trong tinh thần Phật Pháp thì gia đình, đất nước và xã hội có được nhiều thành viên tốt. Được như thế, gia đình sẽ hạnh phúc, đất nước sẽ cường thịnh, và xã hội sẽ thăng hoa, an lạc. Đó chính là lý do tại sao đức Phật đã tận tụy không ngừng nghỉ trong việc giáo hóa quần sinh suốt 45 năm sau ngày thành Đạo cho đến khi nhập Niết-bàn. Chính vì thế, giáo hóa, hay giáo dục từng người là phương thức hữu hiệu nhất để xây dựng con người và xã hội. Bởi vì xã hội là tập hợp của từng cá nhân, xã hội thực sự chỉ là tên gọi của tập thể người, không có cá thể sẽ không có xã hội, cho nên chuyển hóa được từng cá nhân là chuyển hóa được xã hội.

Phương thức hành đạo

Phật Giáo đã đóng góp lớn lao cho công cuộc xây dựng và phát triển con người, đất nước và xã hội Việt Nam trong suốt chiều dài lịch sử trên hai ngàn năm qua. Bởi vì, một thực tế là, nếu không như vậy thì Phật Giáo đã không là một bộ phận gắn liền như nước và sữa với dân tộc Việt Nam trong vận hành lịch sử lâu dài đó của đất nước. Vì thế, ở đây hoàn toàn không phải là đặt lại vấn đề Phật Giáo có thể đóng góp được gì cho con người, đất nước và xã hội Việt Nam, mà đúng hơn là suy tư về phương thức tiếp tục thực hiện sứ mệnh đóng góp của Phật Giáo để sao cho nếu có mất mát thì cũng chỉ là mất mát ít nhất.

Xin nêu ra 2 gợi ý góp phần vào việc giảm trừ sự mất mát cho Phật Giáo Việt Nam khi dấn thân vào con đường xây dựng và phát triển con người, đất nước và xã hội. Đó là việc đào tạo con người và phát huy tối đa hiệu năng của ngôi chùa.

Xin thưa ngay rằng, 2 gợi ý này hoàn toàn không phải mới lạ gì cả, vì nhà lãnh đạo Phật Giáo nào cũng biết, cũng đã từng làm qua. Vấn đề mà người viết muốn nhắc lại là để nhấn mạnh đến tính cách vô cùng quan trọng của nó trong công cuộc xây dựng con người, đất nước và xã hội, để tránh được những mất mát không cần thiết, mà chính vì không xem nó hệ trọng nên Phật Giáo Việt Nam đã hao phí nhân lực và tiềm lực rất nhiều.

1. Đào Tạo Nhân Sự

Như đã nói ở trên, muốn có người con Phật tốt thì phải giáo dục và đào tạo. Nếu thực hiện nghiêm túc, có phương pháp hiệu nghiệm và đưa đến thành công thì Phật Giáo sẽ tiết kiệm được rất nhiều mất mát không chỉ cho riêng Phật Giáo mà còn cho cả dân tộc. Chẳng hạn, nếu các hệ thống Phật Học Viện có phương pháp giáo dục đầy đủ và hiệu nghiệm trong 3 lãnh vực: thể chất, trí tuệ và tâm thức, thì chắc chắn đào tạo ra được các vị Tăng, Ni có tài, có đức, có lòng để phụng sự cho đạo pháp, cho Giáo Hội một cách hiệu quả và do đó, mang lại nhiều lợi lạc cho Phật Giáo và cộng đồng xã hội. Tương tự như thế, nếu Phật Giáo có đầy đủ nhân sự có khả năng làm công tác giáo dục hữu hiệu thực hiện đường lối giáo dục cho quần chúng và Phật tử tại gia từ tuổi trẻ đến thanh niên, trung niên và lão niên, thì lo gì đất nước không có những nhà lãnh đạo tài đức để an bang tế thế và hộ quốc an dân.

Chúng ta không nên chỉ biết ngồi đó nhìn người khác chen lấn và giành giật người qua việc giáo dục, đào tạo, mà phải dũng mãnh và kiên trì thực hiện các kế hoạch giáo dục và đào tạo con người của chính mình từ hàng ngũ xuất gia đến hàng ngũ tại gia một cách có phương pháp, có hiệu quả với tinh thần Phật Pháp, với khả năng kiến thức từ phổ thông đến chuyên môn được nâng cao đúng tầm mức.

Xin nhớ rằng, khi chúng ta không bằng lòng hay phản ứng lại với cách điều hành đất nước của những nhà lãnh đạo là đã quá trễ, vì tình trạng đó đã đến giai đoạn kết quả. Muốn tránh hậu quả tương tự thì chúng ta phải chuẩn bị từ lúc còn là nguyên nhân, nghĩa là chuẩn bị con người bằng con đường giáo dục đào tạo ngay từ thế hệ trẻ. Đây cũng là cách góp phần xây dựng và phát triển con người, đất nước và xã hội hiệu quả nhất và lâu dài nhất. Bằng phương pháp giáo dục đào tạo tuổi trẻ hữu hiệu, Phật Giáo không cần phải mất thì giờ can dự vào việc chính sự và cũng không phải phiền não vì gặp phải những nhà lãnh đạo kỳ thị hoặc áp bức Phật Giáo. Khi làm tròn sứ mệnh chuẩn bị nhân sự qua con đường giáo dục đào tạo đầy đủ rồi, Phật Giáo sẽ tránh được nhiều phiền lụy và mất mát.

Giáo dục đào tạo có nhiều phương thức. Ngày xưa đức Phật còn tại thế, Ngài vân du từ nơi này sang nơi khác vừa khất thực vừa thuyết pháp chuyển hóa từng người dân cũng là cách giáo dục hữu hiệu, nhất là nhờ nhân cách siêu việt của Ngài đã cảm hóa tất cả mọi người. Ngày nay, giáo dục đào tạo có thể thực hiện bằng cách mở Phật Học Viện dạy Tăng, Ni sinh; mở trường tư thục tiểu, trung và đại học Phật Giáo dạy thanh thiếu niên ngoài đời; mở khóa tu, lớp học Phật Pháp tại chùa dạy giáo lý và kiến thức phổ thông cũng như chuyên môn cho mọi tầng lớp từ nam phụ lão ấu; mở các cơ quan truyền thanh, truyền hình, báo chí và trang mạng toàn cầu để diễn giảng giáo lý Phật Giáo và hướng dẫn những kiến thức chuyên môn thực dụng có lợi cho đời sống hằng ngày, đặc biệt là giáo dục đạo đức Phật Giáo cho người Phật tử, làm sao cho người Phật tử nhận thức rõ rằng tham nhũng, hối lộ, cậy thế cậy quyền áp bức dân lành, xâm chiếm tài sản và đất đai người dân bất hợp pháp là những tội lỗi, là hành vi xấu ác mà một người con Phật nhất định không thể làm, phải từ bỏ, và phải khuyên can thân nhân bằng hữu tránh xa.

Xin nhắc lại là chúng ta phải thực hiện con đường giáo dục và đào tạo con người một cách thật nghiêm túc, chuẩn xác, và hữu hiệu.

Xin nêu ra 2 thực tế điển hình cho thấy chúng ta chưa làm tròn trọng trách giáo dục một cách nghiêm túc, chuẩn xác, và hữu hiệu.

Trường hợp thứ nhất là vai trò của vị bổn sư thế độ đối với đệ tử xuất gia. Có thể nói mà không sợ sai rằng rất ít vị bổn sư quan tâm đặc biệt đến việc dạy dỗ đệ tử của mình. Nhiều vị thầy chỉ nhận đệ tử xuất gia rồi bỏ đó, để cho vị đệ tử ấy tự chăm lo con đường học vấn, tự phát triển tài năng của mình, nếu có. Ngay cả việc tu tập của đệ tử mà nhiều vị thầy cũng lơ là không quan tâm đúng mức, ít khi vị thầy ngồi nói chuyện nghiêm túc về quá trình tu tập và những thành tựu cũng như chướng duyên nào mà vị đệ tử từng trải để rồi góp ý, dạy dỗ hay khích lệ. Lẽ ra, theo gương đức Phật mà trong kinh, luật còn ghi lại, vị thầy bổn sư thế độ là người có trách nhiệm nặng nề và quan trọng nhất đối với người đệ tử xuất gia. Vị thầy vừa là thầy dạy dỗ về kiến thức, về tu tập, về cách hành xử, cách ăn ở, oai nghi tế hạnh cho đệ tử, vừa là người bạn thân tín có thể chia sẻ tất cả mọi tâm tình với đệ tử và ngược lại. Và quan trọng hơn nữa là vị Thầy còn đóng vai trò là người cha dạy dỗ đệ tử biết cách phát triển tâm lý tình cảm đi đôi với sự phát triển của thể chất để có thể điều chỉnh những lệch lạc về suy nghĩ và hành động, giúp người đệ tử vượt qua được những chướng duyên trên con đường tu tập.

Trường hợp thứ hai là vai trò của vị thầy bổn sư đối với hàng đệ tử tại gia. Có bao nhiêu bị thầy sau khi làm lễ Quy Y thọ Ngũ Giới và cho Pháp Danh cho người Phật tử tại gia quan tâm đúng mức đến việc giáo dục và hướng dẫn con đường tu tập cho người đệ tử? Thực tế, có nhiều vị thầy còn không nhớ, không biết là mình đã nhận bao nhiêu đệ tử tại gia và pháp danh của từng vị là gì! Trong khi đó là trách nhiệm thiêng liêng và cao quý mà vị thầy đang gánh vác đối với vận mệnh tu tập của mỗi người đệ tử tại gia. Có bao nhiêu vị thầy thường xuyên thăm hỏi từng người đệ tử tại gia về việc học Phật Pháp và tu tập theo Chánh Pháp tiến bộ ra sao, có chướng duyên gì cần vượt qua, và vượt qua bằng cách nào? Có bao nhiêu vị thầy chăm lo đúng mức trách nhiệm giáo dục đối với hàng đệ tử tại gia của mình? Nếu không thì chúng ta chỉ tạo ra số lượng Phật tử cho đông, nhưng thực chất nội lực tu tập thì không được bao nhiêu, có chăng cũng là do chính người đệ tử tại gia đó tự lo liệu. Làm như vậy thì bảo sao tránh cho được tình trạng bất an của xã hội ngày càng gia tăng, ngay trong khu vực có chùa chiền, có Tăng, Ni hành đạo! Làm như thế thì làm sao Phật Giáo có thể đào tạo ra được những người dân là rường cột, là nhân tài cho đất nước!

2. Phát Huy Hiệu Năng Ngôi Chùa

Muốn giáo hóa từng người thì phải bám lấy quần chúng, đi sâu vào sinh hoạt quần chúng, sống và làm việc với quần chúng. Đó chính là 4 phương pháp cảm hóa tha nhân mà đức Phật đã dạy với tên thường gọi là Tứ Nhiếp Pháp: Bố thí, Ái ngữ, Lợi hành và Đồng sự. Muốn bám lấy quần chúng thì phải có cơ sở hạ tầng rộng khắp. May thay, Phật Giáo Việt Nam vốn đã có sẵn một hệ thống cơ sở hạ tầng chằng chịt và rộng khắp từ thôn quê đến thành thị. Đó là những ngôi chùa ở giữa khu phố, nằm ngay trung tâm thành thị, và có mặt tại mỗi thôn làng xa xôi hẻo lánh trên khắp đất nước Việt Nam. Tại hải ngoại cũng vậy, nơi các quốc gia định cư, Tăng, Ni và Phật tử Việt Nam đã xây dựng nhiều chùa chiền, tu viện, niệm Phật đường khắp nơi.

Chùa nằm ngay bên cạnh nhà dân. Ông thầy là người thân thuộc với bà con hàng xóm. Người dân Việt Nam, từ lâu xem ngôi chùa như là nơi thân thiết, ấm cúng và gần gũi trong sinh hoạt hằng ngày. Người Việt Nam khi có bất cứ chuyện gì cũng đều nhờ đến ngôi chùa, từ việc coi ngày giờ cất nhà, sửa nhà, đám cưới đám hỏi, đám tang, tiệc tùng, đến việc tụng kinh cầu nguyện và những dịp lễ lạt dân gian như Tết, Rằm Tháng Giêng, Rằm Tháng Bảy, v.v… Đây là ưu điểm mà cũng là lợi điểm cho Phật Giáo Việt Nam góp phần xây dựng và phát triển con người và đất nước.

Chính vì vậy, Phật Giáo Việt Nam cần phát huy hết hiệu năng của ngôi chùa. Nhưng hiệu năng của ngôi chùa là gì?

Nhiều lắm. Chùa có rất nhiều hiệu năng. Về mặt tổ chức, chùa là cơ sở hạ tầng căn bản nhất của tổ chức Giáo Hội để tiếp cận quần chúng Phật Tử. Các cấp Giáo Hội từ Trung Ương đến tỉnh và huyện chỉ là một tập thể nhân sự lãnh đạo và điều hành theo phương cách hành chánh, nhưng không tiếp cận trực tiếp với người dân, với Phật tử. Chùa thì làm được điều này mà còn làm một cách cụ thể và hữu hiệu. Về mặt tài chánh, chùa là nơi nhận trực tiếp tiền cúng dường của quần chúng Phật tử, cũng là nơi có thể tổ chức các kế hoạch gây quỹ, kinh doanh để kiếm tiền làm Phật sự. Về mặt hoằng pháp, giáo dục và đào tạo, chùa là cơ sở tiện lợi nhất để thực hiện các chương trình lễ lộc, diễn giảng, tu học, và đặt biệt dạy văn hóa cho các em của gia đình nghèo không có tiền để đến trường học. Chùa cũng có thể trở thành trung tâm văn hóa bảo trợ cho những sinh hoạt văn học nghệ thuật như ra báo, in kinh sách, tổ chức các kỳ triển lãm hội họa, trình diễn văn nghệ và dạy các em về những bộ môn văn nghệ này.

Thực ra điều này không phải là mới, bởi vì trong quá khứ lịch sử ngôi chùa cũng đã từng đóng vai trò là trung tâm văn hóa và giáo dục để đào tạo nhân tài cho đất nước khi mà các triều đại chưa thiết lập hệ thống giáo dục công lập để đào tạo nhân tài.

Nhưng để có thể phát huy được tối đa các hiệu năng của ngôi chùa thì điều kiện tiên quyết nhất là phải có một vị trú trì đủ tài và đức. Muốn có những vị trú trì tài đức thì phải có chương trình giáo dục đào tạo đặc biệt cho chuyên ngành trú trì. Như thế, vị Tăng hay Ni trú trì một ngôi chùa cần hội đủ một số điều kiện cơ bản như phải có trình độ học vấn thế học ít nhất là từ xong trung học trở lên và trình độ Phật học tương đương - tùy theo ngôi chùa nằm ở khu vực thành phố lớn hay miền thôn quê hẻo lánh mà yêu cầu trình độ học vấn khác nhau , phải biết về khoa nghi lễ, phải hiểu tổng quát về giới luật Phật và luật pháp quốc gia, về tâm lý giáo dục trẻ em, và cách cố vấn tinh thần cho Phật tử, v.v...

Đó là lý thuyết, trên thực tế khó có thể đào tạo hay kiếm ra được số lượng trú trì có đủ điều kiện tài đức như vậy để đáp ứng với nhu cầu Phật sự tại những ngôi chùa trong và ngoài nước. Điều khả thi là có thể giáo dục và đào tạo những vị trú trì hội đủ một vài điều kiện cần thiết để hoàn thành vai trò và trách nhiệm tốt khi gánh vác Phật sự, như một vị trú trì không cần phải có kiến thức nhiều mặt và giỏi hết mọi việc mà chỉ cần có khả năng điều hành, biết cách lãnh đạo tập thể, thực hiện được các nghi lễ cần thiết, nắm vững Phật Pháp căn bản cũng đã tốt lắm rồi.

Còn một vấn đề khác nữa là làm sao giữ gìn nề nếp thiền môn, bảo vệ uy tín Tăng Bảo và tạo sự thanh tịnh hòa hợp trong tập thể Tăng Già để tránh tình trạng bất hòa, hay xung đột không cần thiết giữa vị trú trì này với vị trú trì kia, giữa chùa này với chùa nọ.

Cách giải quyết vấn đề này đã có từ ngày đức Phật còn tại thế vì chính đức Phật đã dạy nhiều giới luật cho Tăng, Ni hành trì và được lưu giữ đầy đủ trong Luật Tạng. Việc này thì chư Tăng, Ni hiểu rõ và có thẩm quyền để nói cũng như làm hơn là người viết. Tuy nhiên, để giúp người đọc có cái nhìn khái quát thì xin nêu ra mấy điểm như sau.

Các vị trú trì trong một khu vực địa dư giới hạn nào đó thích hợp với việc di chuyển, liên lạc, tụ họp có thể thành lập cộng đồng Tăng Già địa phương, có thể từng xã, huyện, hay thị xã và thành phố, v.v... Cộng Đồng Tăng Già này sẽ sinh hoạt thường xuyên với nhau để bố-tát, tổ chức lễ lạt, tác pháp yết ma lấy quyết định thực hiện những công tác Phật sự có liên quan đến các thành viên khác trong cộng đồng Tăng Già này và liên quan đến Phật Giáo. Đó là phương thức hữu hiệu nhất để duy trì và phát huy sự thanh tịnh và hòa hợp trong Tăng Già. Trong Cộng Đồng Tăng Già Địa Phương thỉnh cử một vị lãnh đạo để đại diện liên lạc trong nội bộ và với Giáo Hội cấp trên, cũng như điều phối các Phật sự trong Cộng Đồng.

Như thế, tổ chức Giáo Hội chỉ có tính cách pháp lý và điều hành hành chánh, còn thực lực sinh hoạt Phật sự tại cơ sở địa phương đều nằm trong các Cộng Đồng Tăng Già này mà từng vị trú trì ngôi chùa trong khu vực là thành viên có quyền quyết định mọi Phật sự. Thông qua vị trú trì và ngôi chùa, Giáo Hội tiếp cận quần chúng Phật tử các giới và mọi dự án Phật sự đều có thể thực thi một cách hữu hiệu.

Lời kết

Phật Giáo lấy tâm làm gốc. Tâm vừa vô hình vô tướng, vừa là tất cả pháp. Biên tế giữa động và tịnh, giữa tướng và vô tướng, giữa thiện và ác nằm ở một móng tâm.

Phật sự là việc Phật. Việc Phật là việc tự giác, giác tha và giác hạnh viên mãn. Làm Phật sự bằng tâm Phật thì làm là tu, làm là chuyển hóa nghiệp lực, ngược lại là tạo nghiệp và thọ khổ. Làm Phật sự bằng tâm Phật thì giữ được phần cốt lõi, phần nội dung của Phật Giáo, ngược lại là chỉ xây hình danh sắc tướng bề ngoài và mục ruỗng bên trong, sớm muộn rồi cũng đổ nát, hư hoại.

Cứ nhìn vào lịch sử hai mươi lăm thế kỷ truyền bá của Phật Giáo trên hành tinh này thì biết. Cái gì cốt lõi thì còn, cái gì giả tạm bên ngoài hình danh sắc tướng thì mất. Đừng nói đâu xa, chỉ nhìn vào thực tế Phật Giáo Việt Nam thì cũng rõ. Các pháp môn Thiền, Tịnh, Mật được nuôi dưỡng trong tâm của các hành giả nên trải qua hàng ngàn năm mà vẫn còn tinh anh sáng chói. Một bài kệ của Thiền Sư Vạn Hạnh - Thân như điện ảnh hữu hoàn vô... - chuyên chở cốt lõi Phật Giáo nên còn lại cả ngàn năm trên những đống gạch vụn của đền đài, điện miếu của các triều đại hưng suy.

Làm Phật sự thời đại ngày nay thì lại càng khó khăn gấp trăm ngàn lần hơn thời xưa. Khó không phải vì Phật Giáo không có nhân sự giỏi mà vì nhân sự quá giỏi, quá lanh, quá cơ tâm. Đem cơ tâm làm Phật sự thì chẳng khác gì xây lâu đài nguy nga tráng lệ bằng cát trước ngọn sóng của đại dương.

Nói như thế không hề có ý phê phán và trách móc gì với bất cứ ai. Nói như thế để thấy rằng 50 năm qua Phật Giáo chịu nhiều thăng trầm vinh nhục, nhưng không phải vậy mà 50 năm tới Phật Giáo có thể được an cư lạc nghiệp để hoằng pháp độ sinh. Nói như thế để cùng nhau cẩn trọng.

PHẬT TỬ VIỆT NAM:
HAI YẾU TÍNH, MỘT CUỘC ĐỜI

Trước khi Phật Giáo truyền vào Việt Nam trong khoảng một hoặc hai thế kỷ trước Tây lịch, trên mảnh đất nằm ở phía đông nam Châu Á trông ra Biển Thái Bình bao la này đã có một dân tộc Lạc Hồng hiện hữu. Như thế nói theo ngôn ngữ khoa học, trong dòng máu của người Phật tử Việt Nam có hai nhiễm sắc thể: Người Việt Nam và người Phật tử. Trên danh nghĩa là hai yếu tính, nhưng thực tế đó chỉ là cuộc sống của một người, một người Phật tử Việt Nam.

Vậy thì một người Phật tử Việt Nam (xuất gia tu sĩ và tại gia cư sĩ) ứng xử như thế nào trong tư cách và vai trò một người Phật tử là công dân nước Việt?

Để trả lời câu hỏi này, chúng ta không thể không biết đến quyền và bổn phận của một công dân và hạnh nguyện của một Phật tử.

Thực thể công dân luôn gắn liền với thực thể quốc gia. Công dân luôn có hai yếu tính: quyền và trách nhiệm của một con người sống trong một quốc gia. Quyền công dân mà Công Ước Về Quyền Chính Trị và Dân Sự của Liên Hiệp Quốc gọi là dân quyền, là quyền lợi mà một người dân phải có và phải được nhà nước bảo vệ. Đó là quyền sống và làm việc hợp pháp trong một quốc gia, là quyền tự do tư tưởng, tự do phát biểu, tự do tôn giáo, tự do hội họp, và tự do sinh hoạt chính trị.

Bổn phận của một công dân nước Việt là làm một người dân tốt. Khái niệm này có vẻ rất mơ hồ và người ta có thể diễn giải theo nhiều cách tùy tầm nhìn và thế đứng, nhất là đối với các cơ chế chính trị điều hành đất nước.

Thế nào là người công dân tốt?

Chúng ta có thể hiểu nghĩa một người công dân tốt, trong quan điểm lịch sử chung của dân tộc trải dài từ mấy ngàn năm qua, mà không đứng trên một thể chế chính trị, một chủ nghĩa, một hệ thống lý thuyết, hay một ý thức hệ nào cá biệt, gồm hai yếu tố: Tốt đối với tự thân, và tốt đối với đất nước và dân tộc.

Tốt đối với tự thân là gì? Là một người sống đạo đức, biết làm lành lánh dữ, biết nhân quả nghiệp báo, biết nhân nghĩa lễ trí tín, có lòng nhân ái, làm tròn trọng trách đối với gia đình vợ chồng con cái, không làm những điều sai trái, tội lỗi gây phương hại đến bản thân, gia đình và xã hội.

Tốt đối với đất nước là sao? Là biết đem tài đức của cá nhân để đóng góp vào công cuộc xây dựng và phát triển con người và xã hội, và biết tận lực bảo vệ nền đạo đức và văn hóa truyền thống của dân tộc, cũng như biết hy sinh để giữ gìn biên cương lãnh thổ mà bao đời tiền nhân đã dày công kiến tạo.

Mỗi người dân là thành tố cơ bản để hình thành cộng đồng dân tộc, giống như từng viên gạch trong một ngôi nhà. Mỗi người phải là một công dân tốt ngay chính trong tự thân họ thì dân tộc đó mới phát triển bền vững, giống như mỗi viên gạch phải là từng viên gạch nung chín bền chắc thì cơ đồ của ngôi nhà mới tồn tại lâu dài. Từng cá nhân tốt thì cộng đồng xã hội và dân tộc sẽ tốt. Từng cá nhân xấu thì cộng đồng xã hội và dân tộc sẽ xấu theo. Một người dân xấu sẽ ảnh hưởng xấu đến một số người dân khác. Một số người dân xấu khác đó rồi sẽ tác động xấu đến nhiều người dân khác xấu nữa. Đó là nguy cơ bất an của một cộng đồng xã hội và dân tộc. Đặc biệt, nếu cá nhân xấu mà đảm trách chức vụ lớn lao trong cơ chế chính trị điều hành đất nước thì tác hại của cái xấu còn rộng lớn và nguy hiểm gấp nhiều lần.

Quan điểm về phương hại xã hội cũng cần phải được hiểu cho đúng. Điều cần phải phân biệt cho rõ là phạm trù xã hội. Xã hội là cộng đồng dân tộc gồm các cá nhân của từng người dân chứ không phải là một tập thể nhân sự của cơ chế chính trị, hay một đảng chính trị điều hành đất nước. Tập thể nhân sự của cơ chế chính trị, hay đảng chính trị đang điều hành đất nước không phải là toàn xã hội. Vì vậy, khi tập thể nhân sự của cơ chế chính trị, hay đảng chính trị điều hành đất nước không còn làm tốt vai trò lãnh đạo do dân, vì dân và cho dân thì người dân có quyền lên tiếng chống đối hay có quyền đòi hỏi bầu cử một chính quyền hợp pháp khác. Như thế, một người dân lên tiếng chống đối chính quyền hay đòi hỏi chính quyền phải thực thi những quyền lợi cho công dân của mình như quyền tự do, quyền làm người, các quyền chính trị và dân sự mà công ước quốc tế đã thừa nhận thì không có nghĩa là người dân đó xấu.

Ngày nay, một số chính quyền trên thế giới thường viện dẫn lý do gây phương hại an ninh quốc gia để ngăn chận sự lên tiếng chống đối hay đòi hỏi chính quyền thi hành các quyền lợi công dân. Nhưng thế nào là phương hại an ninh quốc gia? Trả lời cho câu hỏi này thì phải xem mục đích và phương thức lên tiếng và đòi hỏi quyền công dân của người dân. Nếu mục đích chống đối chính quyền của người dân không nhắm đến việc lật đổ cơ chế chính trị cầm quyền bằng bạo lực thì hành động đó không thể bị kết tội là phương hại đến an ninh. Còn nữa, nếu người dân chỉ lên tiếng và đòi hỏi một cách ôn hòa qua phương thức bất bạo động những quyền lợi công dân chính đáng thì cũng không thể gọi đó là hành động phương hại an ninh.

Tất nhiên, nếu vì lý do bảo vệ an ninh quốc gia mà cơ

chế chính trị điều hành đất nước lại sử dụng bạo lực hay vũ lực để trấn áp và giết hại người dân lên tiếng đòi hỏi các quyền công dân chính đáng của họ bằng phương thức bất bạo động, thì cũng cần phải đặt lại vấn đề một cách nghiêm túc là chính quyền đó có còn đủ tư cách đại diện người dân để điều hành việc nước hay không. Các cuộc cách mạng tại những nước Bắc Phi và Trung Đông trong vài năm gần đây là một điển hình cụ thể về thái độ của người dân đối với các chế độ độc tài quân phiệt bất chấp nguyện vọng, quyền lợi công dân, và tiếng nói chính đáng của dân tộc họ.

Vậy còn hạnh nguyện của người Phật tử là gì?

Người Phật tử, gồm những người xuất gia tu hành và những cư sĩ sống tại gia, là những người phát nguyện nương tựa vào Tam Bảo - Phật, Pháp và Tăng - để thực hành Chánh Pháp hướng đời mình đến mục tiêu giác ngộ vô minh và giải thoát khổ đau.

Hạnh nguyện của người Phật tử cũng có hai lãnh vực: đối với tự thân và đối với tha nhân. Đối với tự thân thì người Phật tử nỗ lực thực hành lời Phật dạy qua ba phương cách: Giữ gìn giới luật, tu tập thiền định, và phát huy trí tuệ. Cả ba phương pháp tu đều nhắm đến mục đích cuối cùng là giác ngộ vô minh để giải thoát đau khổ. Lãnh vực tự tu để đạt giác ngộ cho mình gọi là tự giác. Đối với tha nhân thì người Phật tử đem kiến thức và kinh nghiệm tu tập Chánh Pháp của chính mình để giới thiệu đến cho người khác cùng thực hành, giống như sau khi nhờ lương y và thuốc hay chữa trị được bệnh tật có hiệu quả thì người bệnh nhân giới thiệu thầy thuốc và cách chữa bệnh này cho những người khác cùng được lợi lạc. Đó là lãnh vực giác tha, tức là giúp người khác giác ngộ. Việc giới thiệu Phật Pháp đến cho người khác, cho cộng đồng xã hội và dân tộc cùng tu tập gọi là hoằng pháp, tức là làm cho Chánh Pháp lan rộng ra khắp nơi.

Tại sao phải thực hành lời Phật dạy? Vì để giải khổ. Đời sống con người dù có giàu sang phú quý, hay khỏe mạnh thể chất đến đâu thì cũng không thể không có phiền não khổ đau. Khổ đau đến từ hai ngả: thân và tâm. Thân đau bệnh là khổ. Thân thiếu ăn đói khát là khổ. Thân ham muốn mà không có được thỏa mãn là khổ. Thân bị cô thế, bị hiếp đáp, bị hàm oan là khổ, v.v… Tâm lo lắng là khổ. Tâm suy nghĩ buồn bực là khổ. Tâm phiền não việc nhà, việc làm ăn, việc công, việc tư là khổ, v.v… Thân tâm làm việc quá độ, bế tắc, áp lực, căng thẳng là khổ, v.v… Nhiều chứng bệnh, nhiều đau khổ thuốc uống không hết, bác sĩ trị không lành. Hơn nữa trạng huống tâm thức ảnh hưởng rất lớn đến sức khỏe của cơ thể vật chất. Trong những tình huống đó, thực hành Phật Pháp bằng việc quán sát sự vô thường của cuộc đời, thực chứng các pháp là vô ngã, là không có tự tánh cố định, tịnh tâm thiền định buông xả bớt những lo âu phiền não, tiết chế ba nghiệp thân, miệng, ý, làm nhiều việc thiện nguyện, để chuyển đổi nghiệp lực, v.v… giúp giảm thiểu hay tiêu trừ khổ đau.

Tại sao phải hoằng pháp? Tự thân chứng nghiệm được lợi ích lớn lao của Phật Pháp trong đời sống hằng ngày thì lẽ tự nhiên là chúng ta muốn đem Phật Pháp giới thiệu cho người thân, bằng hữu, và người chung quanh để cùng được lợi lạc. Hơn nữa, Phật Pháp không chỉ giúp giải khổ cho cá nhân mà còn giúp xây dựng và phát triển cộng đồng xã hội, dân tộc và đất nước. Chẳng hạn, một người dân là Phật tử biết nghe lời Phật dạy không trộm cắp tài sản của người khác thì không những bản thân người đó có cuộc sống thanh liêm trong sạch được mọi người tin yêu kính mến mà còn làm gương tốt cho con cháu, anh em, gia đình, và giúp cộng đồng xã hội bớt đi tệ nạn trộm cắp, tham nhũng, hối lộ, làm động lực phát triển thịnh vượng quốc gia xã hội. Một thí dụ khác, là một người công dân Phật tử biết giữ gìn lời Phật dạy không uống rượu say sưa thì không những bản thân người đó được khỏe mạnh, sáng suốt, tránh được nạn say rượu hành hung gia đình và lái xe gây nguy hiểm cho người khác, mà còn giúp cho cộng đồng xã hội giảm thiểu tệ nạn say rượu hành hung và uống rượu lái xe gây bất ổn xã hội. Thêm một ví dụ khác, một người công dân Phật tử làm theo lời Phật dạy không nói dối thì không những có được phẩm đức cương trực và mọi người tin tưởng mà còn giúp cộng đồng xã hội xây dựng và phát triển niềm tin yêu và quý trọng lẫn nhau.

Làm sao ứng xử hài hòa giữa bổn phận của một công dân nước Việt và hạnh nguyện của một người Phật tử?

Từ lý thuyết cho đến thực tế cả hai vai trò đều không có gì chống trái nhau. Tại sao? Bởi vì ước vọng của người công dân nước Việt là làm sao để trở thành một người dân tốt và có thể đem hết khả năng của mình ra để góp phần xây dựng và phát triển đất nước, trong khi nguyện vọng của người Phật tử Việt Nam cũng là mong muốn đem Chánh Pháp để giúp xây dựng và phát triển con người theo chiều hướng thăng hoa, hạnh phúc và an lạc, trong đó có chính mình, và cộng đồng dân tộc. Một người công dân tốt là người sống đạo đức, làm tròn bổn phận và trách nhiệm đối với bản thân, gia đình và đất nước. Một người Phật tử tốt cũng là người sống đạo đức, biết phục thiện, biết tu tập Chánh Pháp để giảm trừ tham sân si, biết từ bi thương yêu mọi người, và biết nỗ lực góp phần xây dựng và phát triển cộng đồng xã hội.

Trong Chánh Pháp của đức Phật, một người thành Phật là trước hết trở thành một con người toàn thiện cho tự thân và cho cộng đồng xã hội. Một người thành Phật chỉ đem lại lợi ích cho tha nhân và cộng đồng nhân loại chứ không bao giờ đem lại bất cứ điều gì thiệt hại cho con người. Bằng chứng cụ thể là đức Phật Thích Ca Mâu Ni, xuất hiện tại Ấn Độ vào thế kỷ thứ 6 trước Tây Lịch, chỉ đem lại lợi lạc to lớn cho đất nước và xã hội Ấn Độ chứ tuyệt nhiên không gây ra một bất lợi nào. Lịch sử truyền bá Phật Giáo trên thế giới từ hai mươi lăm thế kỷ qua cũng thế, chỉ cho thấy sự lợi ích thiết thực khi Phật Giáo được truyền vào các dân tộc và chưa hề có sự chống trái nào giữa Phật Giáo và dân tộc bản địa ấy. Đặc biệt là tại Việt Nam, có thể nói là Phật Giáo truyền bá vào Việt Nam sớm hơn so với một số quốc gia Á Châu khác kể cả Trung Quốc, Tây Tạng, Đại Hàn, Nhật Bản, v.v… ít nhất là vào một hai thế kỷ trước Tây lịch và trong suốt quá trình lịch sử có mặt tại Việt Nam cho đến nay, Phật Giáo Việt Nam đã góp phần xứng đáng vào công cuộc dựng nước, giữ nước và phát triển đất nước.

Phật Giáo rất dễ bám rễ sâu trong lòng dân tộc vì có một giáo nghĩa rất phù hợp với đời sống con người ở mọi thời đại, mọi quốc độ, cũng như các Phật tử, xuất gia và tại gia, nhờ thấm nhuần giáo pháp Phật Đà mà có một phong thái sống rất uyển chuyển và dễ thích nghi với môi trường bản địa mới. Giáo pháp của Phật chỉ dạy cho con người biết rõ bản chất của cuộc sống là khổ, nguyên nhân gây khổ là vô minh và các hành tác của nghiệp lực bất thiện. Giáo pháp ấy cũng chỉ cách làm sao để con người có thể giải thoát khổ một cách cụ thể và hiệu quả. Giáo pháp ấy cũng nói đến kết quả an lạc, Niết-bàn, có được từ sự tu tập Chánh Pháp. Khổ thì ai cũng có, dân tộc nào cũng có, xã hội nào cũng có. Giải thoát khổ thì ai cũng muốn, dân tộc nào cũng mong cầu, và xã hội nào cũng nhắm tới để thành đạt. Chính như thế mà Phật Giáo được người Việt Nam tiếp nhận một cách hoan hỷ ngay từ những năm tháng đầu mới truyền bá vào đất nước này.

Đó là nói về mặt cá nhân con người, còn mặt quốc gia dân tộc thì sao? Phật Giáo đóng góp được gì vào công cuộc xây dựng và phát triển quốc gia dân tộc Việt Nam?

Phật Giáo không chủ trương một thứ vương quốc toàn cầu nằm dưới sự thống trị của quyền lực tôn giáo để chi phối tất cả chính sách và hoạt động của những nước Phật Giáo thành viên khác trên thế giới. Chính đây là yếu tố cực kỳ quan trọng góp phần vào việc để cho Phật Giáo đi vào lòng dân tộc của từng quốc gia mà Phật Giáo được truyền bá vào một cách trọn vẹn. Người Phật tử, Tăng, Ni và cư sĩ Phật tử, là công dân của mỗi đất nước có quyền tự quyết hoàn toàn về các hoạt động của Phật Giáo trong mỗi quốc gia đó mà không phải lệ thuộc vào bất cứ quyền uy tôn giáo toàn cầu nào khác. Đó cũng là yếu tố then chốt làm cho người công dân Phật tử giữ vững được lập trường dân tộc tự quyết của mình trước mọi hoàn cảnh và sẵn sàng hy sinh cho sự sống còn của dân tộc bản địa. Lịch sử đóng góp của các Phật tử Việt Nam vào công cuộc bảo vệ nền văn hóa dân tộc, sự toàn vẹn lãnh thổ và lãnh hải của quốc gia mình trong suốt chiều dài trên hai ngàn năm qua là bằng chứng cụ thể.

Trong suốt chiều dài lịch sử đó, Phật Giáo Việt Nam chưa bao giờ mưu cầu hay có hành động độc tôn tôn giáo. Vào thời cực thịnh của Phật Giáo trong các triều đại Lý, Trần, cũng chính những vị minh quân Phật tử là những người đi tiên phong và hậu thuẫn toàn diện cho việc truyền bá tư tưởng Khổng Giáo và học thuyết Nho Gia để làm nền tảng cho các chương trình giáo dục chính thức trong hệ thống học đường nhà nước hầu đào tạo nhân tài ra giúp nước. Khi Phật Giáo bị thế lực Khổng Nho trong giai cấp quan lại triều đình lấn lướt và tranh đoạt ảnh hưởng thì Tăng, Ni và Phật tử Việt Nam âm thầm hoằng pháp trong nhân gian với việc xây dựng chùa chiền đình miếu tại thôn làng địa phương để bảo vệ văn hóa và Chánh Pháp trong lòng dân tộc.

Đức Phật không dùng quyền lực chính trị để truyền bá Chánh Pháp hầu chuyển mê khai ngộ cho nhân sinh. Vì Ngài biết rõ rằng các chủ thuyết chính trị, các quyền lực thế tục không thể là giải pháp cứu cánh đưa tới giác ngộ và giải thoát. Nhưng phong thái nhân cách siêu việt và phương thức khai mở trí tuệ của Ngài cho quần chúng đã ảnh hưởng rất lớn đến giai cấp Sát-đế-lợi cầm quyền và mở đầu cho cuộc cách mạng xã hội toàn diện đất nước Ấn Độ thời bấy giờ cũng như nhiều quốc gia khác về sau này. Nhờ tuệ giác siêu việt và thân chứng giải thoát cứu cánh của chính cá nhân, cũng như một phần thừa hưởng di sản văn hóa dân chủ của đất nước Ca Tì La Vệ, đức Phật thiết lập nề nếp sinh hoạt dân chủ hoàn hảo cho Tăng Đoàn ngay trong những năm đầu hóa đạo của Ngài. Đây có thể nói là một trong những sinh hoạt tập thể mang tính dân chủ đầu tiên của nhân loại được duy trì cho đến ngày nay trong Tăng Đoàn đệ tử Phật. Pháp Yết Ma (karma) của Tăng Già là một trong những phương thức thể hiện trọn vẹn tinh thần bình đẳng và dân chủ nhất trong lịch sử loài người. Trong Pháp Yết Ma, sự đồng thuận của tập thể đạt đến mức tuyệt đối với mọi thành viên có mặt đều phải hoan hỷ tán đồng một Phật sự nào đó. Nếu có bất cứ sự bất đồng nào thì Yết Ma không thành và do đó phải bắt đầu lại tiến trình thảo luận để tìm giải pháp dung hòa. Lời đức Phật dạy tôn giả A Nan về bảy phương thức làm hưng thịnh quốc gia để gián tiếp căn ngăn vua A Xà Thế (Ajatasattu) định xâm chiếm nước Bạc Kỳ (Vajji) là một trong những chứng liệu hiếm hoi cho thấy tầm nhìn cao rộng và thích đáng của đức Phật đối với phép trị quốc an dân.

Chính nhờ thừa hưởng truyền thống dân chủ lâu đời đó mà Phật Giáo luôn luôn tôn trọng sự tự giác và tinh thần dân chủ trong sinh hoạt tập thể. Hội Nghị Diên Hồng lần đầu tiên trong lịch sử Việt Nam để tìm sự thống nhất ý chí toàn dân chống lại cuộc xâm lăng của giặc Nguyên Mông được vị minh quân Phật tử Trần Thánh Tông tổ chức là bằng chứng cụ thể của tinh thần dân chủ Phật Giáo áp dụng trong sinh hoạt quốc gia đại sự.

Tự do, dân chủ và nhân quyền là những giá trị phổ quát được nhân loại thừa nhận trong Tuyên Ngôn Nhân Quyền được Đại Hội Đồng Liên Hiệp Quốc thông qua vào ngày 10 tháng 12 năm 1948, và Công Ước Quốc Tế Về Quyền Dân Sự và Chính Trị được Đại Hội Đồng Liên Hiệp Quốc thông qua vào ngày 16 tháng 12 năm 1966. Đối với Phật Giáo điều này không có gì mới lạ vì đức Phật đã công nhận từ lâu giá trị làm người và quyền bình đẳng trong xã hội, cũng như thể thức sinh hoạt dân chủ để mang lại thịnh vượng cho tập thể hay một quốc gia.

Chính đó là chất liệu và động lực để cho người Phật tử Việt Nam luôn luôn tích cực góp phần xây dựng một xã hội Việt Nam công bằng, tự do, dân chủ và tôn trọng phẩm giá con người. Cuộc vận động nhân quyền và bình đẳng tôn giáo dưới chế độ của Tổng Thống Ngô Đình Diệm vào năm 1963, cuộc vận động quốc hội lập hiến để thiết lập nền dân chủ vào năm 1966 tại miền Nam, cuộc vận động hòa bình cho dân tộc vào những năm đầu thập niên 1970 tại miền Nam Việt Nam, và cuộc vận động nhân quyền từ sau năm 1975 dưới chế độ Cộng Sản Việt Nam của Phật Giáo Việt Nam nói chung và Giáo Hội Phật Giáo Việt Nam Thống Nhất nói riêng là thể hiện tinh thần khai phóng, bình đẳng, dân chủ và tôn trọng phẩm giá con người trong truyền thống Phật Giáo.

Tăng sĩ Phật Giáo không làm chính trị. Hãy nhìn vào thực tế lịch sử để thấy rằng các nhà Tăng sĩ Phật Giáo chỉ vận động cho tự do, bình đẳng, dân chủ, và nhân quyền cho người dân mà không mưu cầu hay đòi hỏi quyền lợi hay địa vị chính trị nào. Không có vị giáo phẩm lãnh đạo nào sau các cuộc vận động nói trên ra ứng cử hay đảm nhận chức vụ này địa vị kia trong chính quyền. Điều cần lưu ý là trong tất cả mọi cuộc vận động nói trên của Phật Giáo Việt Nam từ năm 1963 đến nay, Phật Giáo không bao giờ chủ trương lật đổ bất cứ chế độ nào. Phật Giáo chỉ đòi hỏi chính quyền nào chà đạp quyền tự do, bình đẳng, dân chủ và nhân quyền thì hãy trả lại cho người dân những quyền căn bản phải có đó mà thôi. Một điều nữa cũng cần thấy rõ là Phật Giáo không chủ trương chống đối với tâm thù hận và hành động bạo lực đối với bất cứ cá nhân, chính quyền, tôn giáo, đảng phái hay chủ nghĩa nào trong suốt các cuộc vận động nói trên.

Vậy tại sao Phật Giáo phải vận động?

Vì quyền lợi của người dân và vì xây dựng và phát triển đất nước.

Quyền lợi gì của người dân? Quyền tự do, bình đẳng, dân chủ, và nhân quyền mà mọi người dân đều đáng phải được có, và các chính quyền tự nhận là "cộng hòa," "dân chủ" phải có trách nhiệm thực thi các quyền tự do, bình đẳng, dân chủ, và nhân quyền cho mọi công dân. Khi những quyền phải có này của người dân không được thực thi hay bị chà đạp thì người Phật tử với tư cách là những công dân có quyền đứng lên vận động và đòi hỏi các chính quyền phải nghiêm chỉnh thi hành.

Xây dựng và phát triển đất nước như thế nào? Một đất nước muốn văn minh, tiến bộ, giàu mạnh, có nội lực dân tộc vững chắc để bảo vệ quyền tự quyết dân tộc, đủ sức chống lại các cuộc xâm lăng của ngoại bang, và giữ gìn toàn vẹn lãnh thổ thì dân tộc trong đất nước ấy phải có tự do, bình đẳng, dân chủ, và nhân quyền. Các cuộc vận động nhân quyền, tự do và dân chủ từ 50 năm qua tại Việt Nam không ngoài mục đích giúp xây dựng nội lực dân tộc để chống lại các cuộc xâm lăng của ngoại bang, gồm có các cuộc xâm lăng văn hóa, ý thức hệ và quân sự. Cũng như khi lãnh thổ của đất nước Việt Nam bị xâm lăng thì người Phật tử Việt Nam phải có bổn phận và trách nhiệm bằng cách này hay cách khác để bảo vệ. Các Phật tử Việt Nam như minh quân Trần Nhân Tông, danh tướng Lý Thường Kiệt, danh tướng Tuệ Trung Thượng Sĩ Trần Tung, danh tướng Trần Hưng Đạo, hiền thần Nguyễn Trãi, v.v... đã đóng góp xứng đáng công lao cho công cuộc bảo vệ sự toàn vẹn lãnh thổ. Trong lịch sử Việt Nam có rất nhiều gương sáng của những người cư sĩ Phật tử tham gia vào công việc điều hành quốc sự đã là những minh quân, hiền thần, danh tướng và chính khách đạo đức biết hy sinh cho đại sự quốc gia dân tộc. Người cư sĩ Phật tử được khuyến khích tham chính để đem tài đức của mình ra xây dựng và phát triển đất nước.

Nhiều người nghĩ rằng tham chính là làm chính trị, là trái với tinh thần từ bi trí tuệ của đạo Phật. Có lẽ quan niệm này bắt nguồn từ sự chứng kiến những thủ đoạn, ác tâm, dã tâm, vị kỷ, đảng phái, chủ nghĩa cá nhân và ý thức hệ trong chính trường đã và đang xảy ra mỗi ngày trên thế giới và ngay trên đất nước Việt Nam. Nhưng, điều đó không có nghĩa rằng tự thân chính trị là xấu, và tất cả những người làm chính trị đều xấu. Chính trị là quyền căn bản mà mọi người dân đều phải có và các chính quyền phải có trách nhiệm bảo vệ quyền ấy cho mọi công dân, theo Công Ước Quốc Tế Về Quyền Dân Sự và Chính Trị của Liên Hiệp Quốc. Như thế, làm chính trị không phải là xấu mà là cái quyền của người dân để giúp dân giúp nước. Đối với hàng ngũ cư sĩ Phật tử việc tham chính được khuyến khích vì để đem tinh thần từ bi trí tuệ và lợi tha xây dựng và phát triển xã hội. Nhiều nhà chính trị nổi danh hiện nay được cả thế giới kính nể vì hành xử trong sạch và tấm lòng vì dân vì nước thực sự của họ, như Cố Tổng Thống Nam Phi Nelson Mandela vừa từ trần đầu tháng 12 năm 2013, như nữ Dân Biểu Miến Điện Aung San Suu Kyi là một Phật Tử làm rạng danh dân tộc Miến Điện của bà.

Tuy nhiên, tất cả những thứ tự do, dân chủ và nhân quyền bên ngoài xã hội đều tương đối và giới hạn. Có nhiều người suốt đời vận động cho tự do, dân chủ và nhân quyền, nhưng lại bị trói buộc trong cái vỏ ốc của vị kỷ nhỏ hẹp và bị nô lệ bởi lòng tham lam, thù hận và si mê để đến nỗi chỉ biết có thứ tự do, dân chủ và nhân quyền của cá nhân mình mà quên mất tự do, dân chủ, và nhân quyền của người khác. Khi chính con người chưa tự giải thoát ra khỏi xiềng xích vô minh, vị ngã, chưa tự làm chủ được thân tâm trước những thao túng của tham, sân, si và chưa thăng hoa đời mình lên giá trị nhân bản thực sự, thì không thể có được sự tự do, dân chủ, và nhân quyền đích thực cho chính họ cũng như cho những gì họ làm với người khác.

Thực hành Chánh Pháp giác ngộ và giải thoát của đức Phật có hiệu quả sẽ giúp người Phật tử đạt được tự do thực sự trong chính mình đối với tất cả mọi trói buộc của lòng vị ngã, tham lam, thù hận và si mê. Thực hành Chánh Pháp trí tuệ và từ bi của đức Phật, người Phật tử sẽ biết lắng nghe và tôn trọng ước nguyện và phẩm giá của người khác. Đó chính là những yếu tính cơ bản từ trong nội thể của một người để có thể thể hiện ra bên ngoài lối sống tự do, dân chủ và tôn trọng nhân phẩm của người khác.

Như thế, bằng phẩm đức của người Phật tử có tu tập và đạt được lợi lạc trong Phật Pháp, người Phật tử Việt Nam sẽ sống có ý nghĩa và góp phần xứng đáng trong vai trò và bổn phận của một người công dân nước Việt.

NGHĨ VỀ CÔNG CUỘC HOẰNG PHÁP TẠI HẢI NGOẠI

Khi một bệnh nhân trải qua cơn thập tử nhất sinh, nhưng nhờ gặp thầy và thuốc hay mà bình phục hoặc bệnh tình thuyên giảm, thì điều chắc chắn là người bệnh nhân đó rất muốn giới thiệu, tiến cử thầy thuốc và phương thuốc đó cho những người khác khi có dịp. Tương tự như vậy, người Phật tử một khi đã cảm được ân đức và diệu lực bất khả tư nghì của Chánh Pháp đức Phật thì ai ai cũng muốn đem Chánh Pháp đó đến cho mọi người. Đó là chí nguyện hoằng dương Chánh Pháp của tất cả những người con Phật, xuất gia và tại gia. Việc đó được xem như việc nhà: "Hoằng pháp vi gia vụ."

Hoằng pháp được thực hiện qua nhiều sắc thái và cấp độ đa dạng. Một người sống đúng lời Phật dạy, ứng dụng một cách hiệu quả Chánh Pháp, thì bản thân người đó đã đóng góp một cách thực sự cho công cuộc hoằng pháp. Tại sao? Bởi vì qua người đó, người khác thấy, hiểu và tin rằng giáo pháp của đức Phật quả thật mang lại lợi lạc cho con người. Do đó, những người chung quanh sẽ phát khởi tín tâm đối với Phật Pháp. Đó là cách hoằng pháp trong phạm vi nhỏ nhất, trong sắc thái thầm lặng nhất. Tuy nhiên, nó lại là cái nền tảng không thể thiếu ở bất cứ người con Phật nào khi có ý nguyện đem giáo pháp đức Phật truyền bá cho tha nhân. Nó là cái vốn liếng, là điều kiện ắt có và đủ để mọi công cuộc hoằng pháp được thực hiện trên mọi cấp độ, mọi bình diện.

Hoằng pháp trên bình diện rộng hơn là có chủ đích đem Phật Pháp truyền trao cho người khác, cho nhóm người nào đó, hay cho cộng đồng xã hội. Trên bình diện này, đòi hỏi người hoằng pháp phải có một số kiến thức về Phật Pháp và thế học, một số kỹ năng, một số phương tiện và quan trọng hơn cả là nguyện lực bố thí Chánh Pháp vô giá.

Hơn ba thập niên có mặt tại hải ngoại, trên một địa bàn địa lý rộng lớn hầu như khắp các châu lục, từ Âu sang Á, từ Úc sang Mỹ, người Phật tử Việt Nam đã làm được gì cho công cuộc hoằng pháp? Câu hỏi đặt ra không phải là vấn nạn mang tâm trạng ngờ vực mà là tạo cơ hội cho một sự nhìn lại đối với sứ mệnh lớn lao này.

Câu trả lời chắc chắn nhanh và dứt khoát không cần suy nghĩ, rằng suốt ba thập niên qua người Phật tử Việt Nam tại hải ngoại đã thật sự có nỗ lực và có thành tựu trong công cuộc hoằng dương Chánh pháp của Phật đà.

Quả thật vậy, nếu không có thành tựu trong công cuộc hoằng pháp thì ngày nay làm sao có hàng trăm ngôi chùa, Phật học viện, tu viện, cơ sở văn hóa Phật giáo Việt Nam có mặt khắp nơi trên thế giới? Tại các chùa, hằng tuần, hằng tháng đều có các buổi giảng Phật pháp, các khóa tu Bát Quan Trai, Niệm Phật, tụng Kinh, bái sám, hành trì, v.v... Hằng năm các cộng đồng, các giáo hội Phật Giáo Việt Nam tại hải ngoại đều tổ chức những buổi lễ đặc biệt vào các ngày lễ lớn như Tết Nguyên Đán, Phật Đản, Vu Lan v.v... Tại Châu Âu, khóa tu học Phật Pháp hằng năm quy tụ đến năm, bảy trăm tăng, ni và Phật tử tham dự. Đây là một thành tựu rất đáng khích lệ.

Đã biết vậy, tại sao còn nêu ra câu hỏi làm gì? Vì có thành tựu nhưng chưa đúng mức, chưa đáp ứng đủ nhu cầu thực tế, chưa mở rộng địa bàn khả thi và quan trọng hơn nữa là còn để nhiều chỗ trống cho tương lai. Xin trình bày một số sự kiện như sau.

1. Công cuộc hoằng pháp lâu nay mới chỉ chú trọng đến đối tượng là những người lớn mà chưa thật sự nhắm đến đối tượng là tuổi trẻ trong cộng đồng người Việt tại hải ngoại.

Có thể có người nghĩ rằng, tại Việt Nam từ trước tới nay vẫn vậy, nhưng số lượng Phật tử cũng đâu có thuyên giảm từ thế hệ này sang thế hệ khác, tuổi trẻ rồi mai mốt lớn lên cũng sẽ giống như thế hệ cha ông là về chùa, theo Phật.

Thực tế ở hải ngoại khác xa hơn ở Việt Nam. Tại Việt Nam, trong bối cảnh đất nước và xã hội với truyền thống văn hóa và đạo Phật ăn sâu vào lòng người, cho nên chuyện theo Phật gia truyền là điều dễ xảy ra. Tuy nhiên, ngay cả tại Việt Nam hiện nay cũng không hoàn toàn như vậy, huống gì ở hải ngoại. Tại hải ngoại, tuổi trẻ lớn lên trong môi trường học đường và văn hóa Âu Mỹ, một nền văn hóa trong đó đạo Phật mới chỉ ở vị thế rất nhỏ, rất yếu, rất mờ nhạt, nên việc không theo đạo Phật của ông bà, cha mẹ là điều rất dễ xảy ra. Muốn cảm hóa tuổi trẻ thì phải có phương thức thực tế và thích hợp. Chẳng hạn:

- Trước hết phải nâng tuổi trẻ lên thành đối tượng truyền bá thực sự quan trọng như đối với thế hệ người lớn. Không xem tuổi trẻ như là đối tượng chính thức và quan trọng để cảm hóa thì có nghĩa là bỏ quên một thế hệ. Việc này sẽ dẫn đến khoảng trống không thể bù đắp được trong tương lai. Kinh nghiệm của Phật Giáo Nhật Bản tại tiểu bang Hawaii cho thấy rõ điều này. Thế hệ đầu tiên của người Nhật đến định cư tại Hawaii chỉ nhắm vào việc duy trì và phát triển văn hóa Nhật Bản và Phật Giáo Nhật trong thế hệ những người lớn tuổi. Chùa chiền mọc lên khắp nơi, Phật tử lớn tuổi đi chùa rất đông. Nhưng rồi sau đó, đến thế hệ thứ 2, tình trạng hoàn toàn khác hẳn, nghĩa là tệ hại đến thảm thương, vì chùa chiền không ai đến, thế hệ thứ hai của người Nhật không biết Phật Pháp là gì. Ngày nay, tại Hawaii nhiều chùa Nhật đã phải bán đi, hay cống hiến cho các tổ chức công ích sử dụng làm nơi sinh hoạt xã hội.

- Phải truyền bá Chánh pháp bằng ngôn ngữ mà tuổi trẻ

sử dụng thường ngày, đó là Anh ngữ. Do đó, từ kinh điển, giáo lý và thuyết giảng đều phải dùng tiếng Anh, tiếng Mỹ.

- Phải lắng nghe và tìm hiểu tuổi trẻ muốn gì, bằng cách nào dễ cảm thông, cảm hóa các em.

- Và do đó, cần phải có đội ngũ nhân sự đáp ứng đầy đủ các điều kiện kể trên để thi hành trách nhiệm truyền bá Phật Pháp cho tuổi trẻ.

2. Công cuộc hoằng pháp lâu nay mới chỉ nhắm đến cộng đồng người Việt tại hải ngoại mà chưa thật sự nhắm đến đối tượng là những người dân bản xứ tại các quốc gia mà người Phật tử Việt Nam đang có mặt. Nói như vậy, không có nghĩa là cho rằng việc lấy đối tượng là cộng đồng người Việt tại hải ngoại là sai. Tuyệt đối không phải vậy. Cộng đồng người Việt tại hải ngoại là đối tượng rất quan trọng cho công tác hoằng pháp, đặc biệt trong giai đoạn đầu phát triển của Phật Giáo Việt Nam tại xứ người thì đây là lực lượng nòng cốt để hỗ trợ cho mọi Phật sự. Tuy nhiên, điều muốn nói ở đây là không thể chỉ xem cộng đồng người Việt là đối tượng duy nhất cho công cuộc hoằng pháp, mà cần quan tâm đến cả những đối tượng khác, không kém phần quan trọng, trong giai đoạn lâu dài về sau.

Tại sao phải nhắm đến người dân bản xứ? Vì nơi nào người Phật tử Việt Nam có mặt để thi hành công tác hoằng pháp, người dân ở đó đều phải được xem là đối tượng để giới thiệu Phật Pháp. Giống như chư Tổ ngày xưa từ Ấn Độ đến Việt Nam, đến Trung Quốc, đều nhắm vào đối tượng là người dân bản xứ để cảm hóa. Về lâu về dài, đây mới là mục tiêu quan trọng mà người Phật tử Việt Nam tại hải ngoại cần phải nhắm đến. Bởi vì, ngay cả với con em người Việt hải ngoại, chỉ trong một hai thế hệ tới đây họ sẽ đương nhiên hòa nhập trở thành dân bản xứ. Không chuẩn bị công cuộc truyền bá Phật pháp cho dân bản xứ thì sẽ truyền bá cho ai?

Kinh nghiệm của cộng đồng Phật Giáo Trung Hoa tại miền bắc California là một bài học không thể quên. Vì khi người Trung Hoa sang định cư tại San Francisco vào giữa thế kỷ 19, họ đem theo Phật Giáo và phát triển rất mạnh. Nhưng vì chỉ chú trọng đến việc truyền bá cho người Trung Hoa ở thế hệ lớn tuổi, nên càng về sau các thế hệ con em họ đã không còn giữ được tín tâm đối với Phật pháp, dần dần bỏ chùa, bỏ đạo Phật.

Để truyền bá cho dân bản xứ một tôn giáo mới như đạo Phật thì người Việt hải ngoại phải có những chuẩn bị gì? Đó là nội dung cần đề cập trong điều tiếp theo đây.

3. Giới thiệu nền Phật Giáo Việt Nam một cách rộng rãi và làm sao tạo được sự chú ý của quần chúng bản xứ, của thế giới Tây phương về Phật Giáo Việt Nam.

Kinh nghiệm bài học hoằng pháp của đức Đạt Lai Lạt Ma, của các thiền sư Nhật Bản và gần đây của Thiền sư Nhất Hạnh, cho thấy rằng, bước đầu tiên trong công cuộc hoằng pháp tại các nước phương Tây là phải mở cuộc vận động quảng bá sâu rộng nền Phật Giáo Việt Nam, làm cho người dân tại các nước này nghe đến, biết đến, và chú ý đến Phật Giáo Việt Nam. Con đường hữu hiệu nhất là bằng sách vở, báo chí và truyền thông đại chúng, dĩ nhiên bằng Anh ngữ. Tức là Phật Giáo Việt Nam phải có một lực lượng hoằng pháp chuyên trách sáng tác hoặc phiên dịch các tác phẩm nổi tiếng của Phật Giáo Việt Nam để phổ biến trong các thị trường văn hóa Âu Mỹ. Một khi người dân bản xứ chưa biết Phật Giáo Việt Nam là gì thì khó mà cảm hóa được họ. Khi họ đã biết đến rồi thì đội ngũ hoằng pháp tinh nhuệ mới có thể thực hiện thành công sứ mệnh hoằng pháp.

4. Cả ba điều vừa nói ở trên đều có thể thực hiện được nếu Phật Giáo Việt Nam đáp ứng được một điều kiện tối quan trọng, đó là đào luyện nhân sự hoằng pháp tại hải ngoại.

Điều kiện này cho đến nay hình như Phật Giáo Việt Nam vẫn chưa chuẩn bị được gì, ngoài một số tăng ni tại một ít ngôi chùa tự nguyện và âm thầm thực hiện công tác hoằng pháp diễn giảng và hướng dẫn cho trẻ em và người dân bản xứ bằng tiếng Mỹ. Ngay cả những trường hợp quý giá như vậy vẫn chưa được phổ cập sâu rộng để khích lệ những vị khác cùng thực hiện theo.

Để thực hiện điều này, Phật Giáo Việt Nam tại hải ngoại cần có kế hoạch đào tạo nhân sự hoằng pháp đủ sức đáp ứng với nhu cầu hoằng pháp cho tuổi trẻ và người dân bản xứ.

Trước mắt, chư tôn đức Tăng, Ni trưởng thượng trong cộng đồng Phật Giáo Việt Nam tại hải ngoại cần để tâm đến các tăng ni trẻ nào đã học xong, hay còn đang đi học, chọn lọc một số vị có học, có hạnh, có khả năng và khuyến khích, hỗ trợ, tạo điều kiện cho các vị tăng, ni trẻ này hoạt động trong lãnh vực hoằng pháp. Chẳng hạn:

- Tổ chức các buổi sinh hoạt tuổi trẻ để các vị này hướng dẫn, giảng dạy,

- Khuyến khích các vị này sáng tác bằng tiếng Anh,

- Ấn hành tạp chí Phật Giáo Anh Ngữ để tạo môi trường cho thế hệ tăng, ni trẻ phát huy khả năng,

- Dần dần hỗ trợ việc phiên dịch kinh sách Phật Giáo Việt Nam sang tiếng Anh để phổ biến trong giới trẻ và trong cộng đồng người bản xứ.

Chỉ cần thực hiện được ở bước đầu năm, ba vị là sẽ tạo khích lệ rất lớn cho kế hoạch dài hạn về sau. Số lượng tăng ni trẻ đã học xong các chương trình tiến sĩ, cao học, cử nhân tại hải ngoại không phải ít. Đây là vốn liếng căn bản và thực tế nhất để thực hiện công cuộc hoằng pháp đối với tuổi trẻ và người bản xứ.

Kế đến, kế hoạch lâu dài là các chùa, các tổ chức Phật Giáo Việt Nam tại hải ngoại cần khuyến khích và hỗ trợ tinh thần lẫn tài chánh để cho các tăng ni trẻ phát tâm theo đuổi con đường phục vụ hoằng pháp bằng bước đi đầu tiên là theo học đến nơi đến chốn các trường đại học, vừa thu thập kiến thức Phật học và thế học, văn hóa, vừa có vốn liếng Anh ngữ - nói, đọc, viết - thông thạo. Mỗi chùa có thể bảo trợ cho một vị tăng, ni trẻ, hoặc là đệ tử hoặc là chúng tăng ni từ một chùa khác, một nơi khác gửi tới.

Tất nhiên, điều chúng ta cần ý thức là không phải ai cũng có thể trở thành một đức Đạt Lai Lạt Ma, một Thiền sư Nhất Hạnh cả. Số vị có uy tín lớn trên trường quốc tế như vậy xưa nay không thể có nhiều. Nhưng điều mà chúng ta có thể nhắm đến là chư vị tăng ni có khả năng và thích hợp để làm công tác hoằng pháp đủ sức hướng dẫn, diễn giảng Phật pháp cho các trẻ em trong cộng đồng người Việt cũng như cho người dân bản xứ. Mỗi vị tùy theo khả năng có thể hướng dẫn năm, mười hay vài chục người sao cho có hiệu quả. Như vậy cũng đã là thành tựu đáng trân quý.

Nếu Phật Giáo Việt Nam tại hải ngoại có thể thực hiện thành công một đội ngũ vài chục vị tăng ni trẻ cho công cuộc hoằng pháp như vậy, đó là điều mà người Phật tử Việt Nam đang mong chờ. Đó là thành tựu của bước đầu đầy khó khăn. Nhưng khi bước đầu đã qua được thì tương lai sẽ có nhiều thuận duyên và tươi sáng hơn.

Cộng đồng Phật Giáo Việt Nam tại hải ngoại đã sẵn sàng chưa cho sứ mệnh hoằng pháp lâu dài như vậy? Nếu chưa thì chờ đến bao giờ?

NGHĨ VỀ TRUYỀN THÔNG
VÀ PHẬT GIÁO

Trong đạo Phật có câu nói rất phổ biến là "Nhất niệm thông tam giới," một niệm biến khắp ba cõi - cõi dục, sắc, và vô sắc. Một niệm tức là một móng tâm, một ý nghĩ khởi sinh từ tâm. Điều này cho thấy hai ý nghĩa: làn sóng vi tế khởi sinh trong tâm dù vô hình tướng vẫn có thể lan xa khắp ba cõi, và qua đó, ảnh hưởng của một niệm có thể bao trùm cả cõi không gian rộng lớn vô cùng.

Quan điểm này có thể nhìn thấy rõ nhất trong thế giới truyền thông ngày nay. Chỉ trong chớp mắt, với một cú nhấp chuột hay bấm ngón tay trên bàn phím máy điện toán hay điện thoại thông minh, thì một bản tin, một sự kiện, một hình ảnh có thể đi khắp thế giới và ảnh hưởng đến hàng tỉ người trên toàn cầu.

Những con chữ và hình ảnh mà chúng ta nhìn thấy trên các máy điện toán, các máy thu hình, các điện thoại thông minh, đều được cấu thành bởi những ký hiệu mã hóa hay những điểm phân giải vi tế. Chúng ta nhìn thấy được những hình ảnh đó là nhờ có một quá trình xử lý các tín hiệu và tập thành hoàn chỉnh, nếu không ta không thể nhìn thấy được gì cả. Trên thực tế, những hình ảnh đó là phần biến hóa để hiển thị của các chuỗi mã số hay điểm phân giải do nhà lập trình tạo ra, giống như Duy Thức Học nhà Phật gọi là "thức biến" từ dạng nguyên bản của các chủng tử nằm trong A-lại-da thức thành thiên hình vạn trạng của năng tri và sở tri. Chúng là kết quả của một quá trình chuyển biến thần tốc và vi tế đến mức mắt thường không thể nhìn thấy. Chúng thực sự không phải là cái mà chúng ta gọi là "hiện thực như thực" của sự kiện, hay của một pháp đang diễn ra, dù là rõ ràng trước mắt chúng ta. Đó là thế giới ảo, thế giới mà chúng ta có thể nhìn thấy hay nghe những biến tướng của chúng, nhưng không thể bước vào đó để cảm nhận như cuộc sống hiện thực.

Điều kỳ lạ đến không thể tưởng tượng được là chính thế giới ảo của truyền thông đó đã ảnh hưởng toàn diện đến cuộc sống của nhân loại trong thế kỷ 21, mà trong đó có Phật Giáo.

Nhờ kỹ thuật tin học hiện đại, truyền thông đã đi một bước dài chưa từng thấy trong lịch sử từ lãnh vực thông tin đại chúng với truyền hình, báo chí, truyền thanh vào sâu và xa trong thế giới thầm kín của từng cá nhân con người qua các trang mạng xã hội: Facebook, Twitter, Blog, Friendster, hi5, Tagged, Flixster, Classmates, Bebo, Orkut, Netlog, Google+, LinkedIn, Tumblr, v.v... Nói là mạng xã hội vì qua những trang mạng cá nhân này, con người có thể tự mở cửa nhìn vào xã hội và ngược lại xã hội cũng có thể nhìn vào sinh hoạt của từng cá nhân con người một cách tương đối dễ dàng và thuận lợi. Ở đây, thế giới tư ẩn của mỗi cá nhân đã được phô bày ra trước xã hội, có thể là tự nguyện và cũng có thể là không tự nguyện. Từ đó nhiều nhà xã hội học như Brian Jung, từ University Hospitals tại Cleveland tiểu bang Ohio, quan tâm đến quyền tư ẩn bị xâm phạm.[1]

Theo kết quả thăm dò của Trường Cao Đẳng Tiểu Bang Georgia có chủ đề "Những Ảnh Hưởng Tiêu Cực Của Truyền Thông Xã Hội Đối Với Trẻ Em Và Thanh Thiếu Niên" được công bố trong năm nay, giới trẻ Mỹ tuổi từ 8 tới 18 đã vào các trang mạng xã hội từ 45 phút tới 10 tiếng đồng hồ mỗi ngày. 51 phần trăm trẻ em cho biết đã bị trang mạng bắt nạt, ngược lại 49 phần trăm trẻ em cho biết các em đã quấy rầy người khác trên mạng. Trong khi đó cũng theo thăm dò nói

---

[1] Brian Jung, The Negative Effect of Social Media on Society and Individuals, http://smallbusiness.chron.com

trên thì 72 phần trăm những người làm cha mẹ lo ngại con em họ phát hiện ra những thông tin không chính đáng trên mạng.[1]

Trong khi đó, thăm dò của Viện Nghiên Cứu Toàn Cầu Pew có chủ đề "Trang Mạng Toàn Cầu Ảnh Hưởng Tốt Về Mặt Giáo Dục Nhưng Cũng Ảnh Hưởng Xấu Về Mặt Đạo Đức Tại Các Nước Đang Trỗi Dậy Và Phát Triển," được công bố ngày 19 tháng 3 năm 2015 cho thấy rằng, 64 phần trăm người sử dụng internet tại 32 quốc gia đang trỗi dậy và phát triển cho rằng trang mạng toàn cầu có ảnh hưởng tốt về mặt giáo dục, với ít nhất một nửa nói rằng nó có ảnh hưởng tốt về mặt quan hệ cá nhân (53%) và kinh tế (52%). Cũng theo thăm dò nói trên của PEW, 42% số người trả lời cho biết trang mạng toàn cầu có ảnh hưởng xấu về mặt đạo đức, ngược lại chỉ có 29% cho là có ảnh hưởng tốt. Thăm dò của PEW nhấn mạnh rằng không một quốc gia nào được thăm dò có đại đa số người cho là internet có ảnh hưởng tốt về mặt đạo đức.[2]

Tất nhiên, các phương tiện truyền thông đại chúng như internet, truyền hình, báo chí, và các trang mạng xã hội đã và đang đem đến cho con người nhiều điều bổ ích và tiện lợi. Chẳng hạn, nhờ truyền thông đại chúng và mạng xã hội, chúng ta có được vô số tin tức cập nhật từng phút từng giờ trên khắp thế giới. Bao nhiêu kiến thức phổ thông và chuyên môn về nhiều lãnh vực từ giáo dục, sức khỏe đến mọi nhu cầu của cuộc sống, cũng như hàng khối dữ liệu, sách báo, phim ảnh quý báu mà nếu không có internet, truyền thông và mạng xã hội hiện đại thì một đời người chắc chắn không thể nào truy tầm ra hết.

Đối với Phật Giáo, thế giới tục đế là tương đối và vì vậy

---

[1] Nguồn: http://www.gcsu.edu/adp/docs/social_media_issue_guid e_1_.pdf

[2] http://www.pewglobal.org/2015/03/19/internet-seen-as-positive -influence-on-education-but-negative-influence-on-morality-in-emerging-and-developing-nations/

luôn luôn có tốt và xấu, có thiện và ác cùng hiện hữu. Tự bản chất, thế giới truyền thông được hình thành và phát triển trong mối tương quan tương duyên của nhiều điều kiện và không có tự tính cố định. Chúng cũng luôn luôn biến đổi và vô thường trong từng sát-na chứ không phải chỉ trong giờ phút. Nó là thế giới ảo luân diễn trong ba cõi không thật. Nhìn sâu vào bản chất cả truyền thông và con người dưới tuệ nhãn của nhà Phật đều là không thật, chỉ như những ảo ảnh chợt hiện chợt tắt trên màn hình kỹ thuật số. Cả hai đều đang đóng vai của những diễn viên trên sân khấu cuộc đời mà đạo diễn chính là tâm thức con người. Tâm thức ấy có khi thiện và cũng có lúc ác. Nhưng kỳ thật cái tâm chủ nhân ông tạm thời đó cũng chỉ là trạng huống biến thể của một thế lực vô hình vô tướng nhưng năng lực thì thật là kỳ diệu vô song mà mắt người không thấy được, giống như luồng điện kích động cho những mã số và điểm phân giải hoạt động trên máy điện toán và màn ảnh truyền hình.

Nhưng làm sao con người có thể thoát được tác động của thế giới truyền thông, dù nó cũng là sản phẩm do chính con người tạo ra, trong cuộc sống tương đối và nhiều hệ lụy này? Đây có lẽ cũng là điều mà nhiều người đang quan tâm.

Đức Phật đã nói từ lâu rằng con người là kẻ thừa tự những gì do chính họ tạo ra. Chiêm nghiệm lời Phật dạy và nhìn vào thực tế chúng ta thấy con người tạo ra máy điện toán, điện thoại thông minh, trang mạng toàn cầu, truyền hình, báo chí, v.v... Rồi cũng chính con người ở một bình diện nào đó là nạn nhân của những sản phẩm kia. Điều mà đức Phật gọi là do con người tạo ra chính là hành động tạo tác của thân, miệng và ý, hay nói theo thuật ngữ nhà Phật là ba nghiệp. Trong 3 nghiệp này thì chủ chốt nhất là tâm. Vì vậy, để giải nghiệp thì phải bắt đầu từ tâm. Tâm nghĩ điều lành thì miệng sẽ nói điều lành và thân sẽ làm điều lành. Nhờ đó mà cuộc sống cá nhân và cộng đồng xã hội sẽ được nhờ, sẽ được an ổn, hòa bình. Đây là điều kiện chính yếu và quan trọng nhất để xây dựng và phát triển truyền thông theo chiều hướng cải thiện và xây dựng con người và xã hội.

Trong ý nghĩa này, người làm truyền thông cần nên có cái tâm. Cái tâm mà thi hào Nguyễn Du viết trong Truyện Kiều gọi là: "Thiện căn ở tại lòng ta…" Đó là cái tâm lành mà nhà truyền thông nên nghĩ đến khi viết hay đưa một bài viết, một bản tin, một hình ảnh lên các phương tiện truyền thông để phổ biến đến đại chúng. Nghĩ cho người khác là tâm vị tha của nhà Phật. Nó phát xuất từ tấm lòng biết nghĩ cho tha nhân, biết cảm thông và thương tưởng đến đồng loại, cũng như biết điều mình sắp làm sẽ có tác dụng như thế nào đến cá nhân con người và xã hội chung quanh.

Trong thế giới tương đối này, chúng ta sống được là nhờ tất cả những điều kiện, những duyên từ bản thân đến gia đình và cộng đồng xã hội gộp lại, tuyệt nhiên trong đó không có một điều kiện nào đóng vai trò độc lập duy nhất giúp chúng ta tồn tại. Do đó, nhà truyền thông thực hiện quyền tự do ngôn luận không phải là muốn nói gì, muốn viết gì cũng được, mà phải biết nghĩ đến người khác, biết tôn trọng các quyền cơ bản của người khác, theo khuôn khổ luật pháp của quốc gia mà mình đang sống, và không làm hại đến tha nhân và cộng đồng xã hội. Chính vì thế, ngoài cái tâm ra, nhà truyền thông còn cần có cái trí để biết cách hành xử quyền tự do ngôn luận của mình sao cho hợp tình hợp lý. Cái tâm là từ bi. Cái trí là trí tuệ. Đó là hai cái bánh của cỗ xe Đạo Phật mà nhà truyền thông Phật Giáo đang lái trên đường trung đạo đưa mình và người ra khỏi sự trói buộc của nghiệp lực bủa vây để vươn đến cuộc sống an lạc, giải thoát và phát triển toàn diện.

Khi đức Phật sắp nhập Niết-bàn, Thầy A Nan hỏi đức Phật sau này ghi lại những lời dạy của Phật thì lấy gì làm bằng cho người khác tin, đức Phật dạy Thầy A Nan nên bắt đầu mỗi bài kinh bằng câu: "Như thị ngã văn," tức là "Tôi nghe như vầy." Tôi là Thầy A Nan. Nghe như vầy là nghe đức Phật giảng như thế nào thì tụng lại, ghi lại như thế đó, không thêm không bớt. Nguyên tắc này có thể ứng dụng thích đáng cho lãnh vực truyền thông. Nghe như thế nào, thấy như thế nào thì kể và viết lại như thế đó, tức là tôn trọng sự thật. Không tôn trọng sự thật, nhà truyền thông tự mình phá đổ niềm tin của khán thính độc giả, của quần chúng. Nhà truyền thông không còn được tin tưởng nữa thì vai trò và chức năng truyền thông của người đó cũng tự động mất hiệu năng.

Tuy nhiên, tôn trọng sự thật và phương cách trình bày sự thật để quần chúng chấp nhận đòi hỏi đến kỹ thuật chuyên môn và kinh nghiệm đầy đủ. Vì thế, nhà truyền thông cũng cần phải có kiến thức chuyên môn và kinh nghiệm dồi dào để hoàn tất nghiệp vụ một cách tốt đẹp và nâng cao thành quả của công tác truyền thông.

Trong thời đại mà truyền thông chiếm ngự hết mọi sinh hoạt của từng cá nhân con người đến cộng đồng xã hội, những Phật tử, tăng ni và nam nữ cư sĩ, không thể không sử dụng đến truyền thông để hỗ trợ cho công cuộc hoằng pháp và góp phần xây dựng và phát triển con người và xã hội. Tất nhiên, cho đến thời điểm này đã có nhiều thành quả rất đáng khích lệ trong việc dùng truyền thông để hoằng pháp với hàng ngàn trang mạng toàn cầu, trang mạng xã hội, đài truyền hình, đài phát thanh, báo chí, tạp chí, sách vở, tài liệu, v.v... do cá nhân, chùa viện hay tổ chức Phật Giáo của nhiều nước thực hiện.

Dù vậy, dường như đối với Phật Giáo Việt Nam trong và ngoài nước đều chưa thật sự vận dụng đúng mức vai trò và chức năng của truyền thông cho công cuộc hoằng pháp có hiệu quả rộng lớn, không những trong giới Phật Giáo mà còn đối với quần chúng và xã hội bên ngoài. Chẳng hạn, có rất nhiều chùa và tổ chức Phật Giáo làm nhiều Phật sự ý nghĩa, nhưng vì không có người viết tin, viết bài có nội dung thuyết phục để phổ biến trên các phương tiện truyền thông nên, đã không đánh động được sự tham gia đông đảo hơn nữa của quần chúng Phật tử các giới. Qua việc này có thể hiểu thêm một điều nữa là nếu các vị trú trì một ngôi chùa có khả năng viết bản tin, viết bài Phật pháp có chất lượng để phổ biến trên các cơ quan truyền thông thì sẽ giúp ích nhiều hơn nữa sự hiểu biết Phật Pháp và xây dựng vững chắc hơn niềm tin của Phật tử.

Mặt khác, khi các phương tiện truyền thông tin học, kỹ thuật điện toán, kỹ thuật số phổ biến rộng rãi thì giới Phật tử, xuất gia và tại gia, cũng cần phải cảnh giác cao độ đối với việc lạm dụng hay bị lạm dụng quá đáng để gây ảnh hưởng không tốt cho uy tín của Phật Giáo.

Tóm lại, truyền thông Phật Giáo gánh vác một sứ mệnh thật khó khăn, nhất là trong thời đại tin học bùng nổ hiện nay với tình trạng ngày càng phức tạp của thế giới ảo. Sứ mệnh khó khăn đó là vừa chu toàn chức năng truyền thông hiện đại với việc bắt kịp những tiến bộ và đổi thay nhanh chóng từng ngày, vừa giữ gìn được truyền thống phẩm chất giải thoát và giác ngộ của Phật Giáo. Nhưng, có làm được như thế, truyền thông Phật Giáo mới có thể xứng đáng góp phần vào việc xiển dương Chánh Pháp của đức Phật giữa thời đại tin học, điện tử, kỹ thuật số biến đổi và tiến bộ phi mã.

MÙA XUÂN, TUỔI TRẺ VÀ ĐẠO PHẬT

Từ lâu lắm, dường như trong tâm khảm và ước vọng của con người, mùa xuân bao giờ cũng hiện ra với dáng vẻ tươi vui, rực rỡ và sinh động, bởi vì nó là giai kỳ khởi đầu cho một vận hành dịch biến mới của vạn vật.

Trong vận hành tử sinh của đời người cũng vậy, tuổi trẻ là mùa xuân của cuộc đời, là giai đoạn khởi đầu của một đời sống mới. Cái khác biệt chính là trong vận đồ biến dịch tử sinh của con người, có nhân duyên thức tâm đóng vai trò then chốt trong việc tạo dựng chánh báo và y báo cho mỗi cá nhân. Từ đó, mùa xuân tuổi trẻ không hẳn đã thường trực biểu lộ ra trong sắc thái tươi vui, rực rỡ và sinh động mà lắm khi nhuốm màu tang thương! Đây không phải là nhận định phát xuất từ cảm quan tiêu cực hay bi quan yếm thế như một số người thường nghĩ. Đây là nhận thức đúng bắt nguồn từ thực tại của đời sống. Có can đảm và như thật nhìn nhận thực tại, dù đó là thực tại bi thương hay thống khổ đến đâu, con người, trong đó có tuổi trẻ, mới có thể làm hiển sinh được cái dũng lực của trí tuệ siêu việt để hướng cuộc đời theo chiều thăng hoa và giải thoát. Đó chính là ý nghĩa vi diệu mà Thiền sư Mãn Giác đời Lý đã trao gởi trong hình ảnh sống động tuyệt vời của đóa mai nở muộn trước sân trong một đêm trường nào đó vào cuối xuân:

Mạc vị xuân tàn hoa lạc tận,
Đình tiền tạc dạ nhất chi mai.

Đừng nghĩ: Xuân tàn hoa rụng hết
Bên thềm, mai nở trắng... đêm qua.

(Thích Đức Nhuận dịch)

Một cành mai nở trọn vào những ngày cuối xuân là biểu tượng hy hữu nhưng không phải là điều bất khả. Nó là hình ảnh của khả tính nằm sâu trong mỗi hiện hữu mà nếu có đầy đủ thời tiết nhân duyên thì sẽ khai biểu ra như một thực thể khẳng định. Hiện tượng kỳ diệu đó cũng là thông điệp nhắc nhở cho chúng ta rằng, trong chốn khổ đau triền phược này vẫn tiềm ẩn khả tính ưu việt của sự an lạc, giải thoát và giác ngộ, giống như trong chốn ao tù bùn lầy kia vẫn có những đóa sen hương thơm và thanh khiết vươn lên. Hơn nữa, nó không còn là một thứ hiện tượng hãn hữu chỉ xảy ra vài lần hiếm quý mà là yếu tố ắt có để những thành tựu như vậy có mặt. Sen là phải được trồng, nuôi dưỡng và nở hoa từ trong chốn bùn lầy. Cũng vậy, sự giác ngộ và giải thoát không thể tìm kiếm đâu xa ngoài chốn khổ đau phiền lụy.

Tuổi trẻ là mùa xuân, cho nên tuổi trẻ đang nắm trong tay cái cơ hội quý giá nhất của đời người để làm hiển sinh những niềm vui chân thật, làm nở hoa những hy vọng vừa nảy mầm, làm chói sáng giá trị đích thật của đời sống vừa mới nhô lên.

Giáo pháp của đức Phật là ánh triêu dương chiếu rọi vào vùng tâm thức bị che lấp bởi đêm dày vô minh để nhờ đó chúng ta có thể thấy rõ được lộ trình chân thật hướng đến sự thăng hoa của đời sống và sự thành tựu mục đích cao cả của đời người.

Trên bình diện nhận thức, giáo pháp của đức Phật khai thị cho chúng ta thấy rằng, do tập khí vô minh huân tập từ vô lượng kiếp, cho nên chúng ta lúc nào, dù ngay trong khoảnh khắc của sát-na, cũng thấy các pháp là thật có, có tự tánh, có tự ngã, trong đó có cái ngã của tập hợp ngũ uẩn mà chúng ta đang mang. Từ căn bản của nhận thức hữu ngã này, chúng ta tạo lập cái nhìn nhị biên phân biệt và chia cắt thực tại ra làm hai mảnh: chủ và khách, bỉ và thử, nhân và ngã v.v... Dưới quan kiến hữu ngã, chúng ta không thể nào bước sâu vào, nhập thể vào trong cội nguồn uyên nguyên của vạn pháp, mà chỉ có thể đứng ở bên ngoài để ngắm xem, để phê phán.

Thí dụ, khi chúng ta đang nghe một người bạn trình bày về một điều gì đó, với tập khí vô minh hữu ngã, chúng ta rất hiếm khi có thể bình tâm, thanh thản để nghe trọn vẹn câu chuyện mà không khởi lên bất cứ một ý niệm mang theo nó nội dung của định kiến, thiên kiến, chủ kiến, lập trường, thái độ, cảm quan, hay cả những hậu cảnh tâm thức đã được dựng lập từ trước. Đó chính là tình trạng góp phần làm cho chúng ta khó có thể nhận thức đúng như thật những sự kiện mà mình tiếp xử trong cuộc sống thường ngày. Nó cũng chính là nguyên nhân dẫn đến sự thiếu hiểu biết, sự ngộ nhận, sự thiên vị, sự cố chấp, sự bất hòa, sự đấu tranh mà chúng ta đang chứng kiến mỗi ngày, mỗi giờ trong đời sống.

Thêm một thí dụ khác, như đóa mai nở trước sân trong một đêm nào đó vào cuối xuân của Thiền sư Mãn Giác đã nói ở trên, có bao giờ trong đời sống bận rộn, tất bật, bôn ba chạy theo cái ăn cái mặc, chạy theo giờ giấc sinh hoạt học đường: bài vở, thi cử, bằng cấp học vị... chúng ta biết dừng lại vào một buổi sớm tinh sương trong khí trời lành lạnh của mùa xuân để ngắm nhìn một nụ hoa mai trong trạng thái đơn sơ, mộc mạc và thuần khiết của tâm thức, của nhãn quan mình, để cảm nhận bằng trực giác sự vi diệu và nhiệm mầu của nó?

Nhận thức hữu ngã như vậy chỉ là cái nhìn bề ngoài, cái thấy ở hình thức tổng thể chứ chưa phải là sự quán chiếu vào chiều sâu bên trong, vào chính nội thể của pháp. Thực ra, nội thể của pháp không là gì cả ngoại trừ một tập hợp của các duyên, các điều kiện. Quả thực như thế, giáo pháp duyên khởi mà đức Phật đã khai thị cho chúng ta biết rằng, không một pháp nào hiện hữu độc lập bởi chính nó như là nguyên nhân đơn độc, mà tất cả đều có mặt trong mối tương quan, tương duyên với nhau. Một ý niệm cũng không thể chỉ là một tự hữu đơn nhất mà phải có các duyên như là sự có mặt của tâm, của dòng ý thức khởi động, của căn, của cảnh, của xúc, v.v...

Rộng hơn nữa là bình diện vũ trụ, giáo pháp của đức Phật mở ra cho chúng ta hiện tượng giới tồn tại trong mối tương quan, tương duyên bao la vô tận không có ngần mé. Thế giới mà chúng ta đang sống chỉ là một điểm nhỏ trong dải thiên hà chứa hàng triệu triệu tinh tú, và trong vũ trụ mênh mông còn có vô lượng vô số những dải thiên hà như vậy. Nhiều vì tinh tú mà tia sáng rọi đến thế giới chúng ta phải mất hàng tỷ năm, có khi chúng ta nhìn thấy ánh sáng thì vì tinh tú ấy đã hoại diệt từ bao giờ rồi. Dù là rộng lớn bao la như thế, sự tồn tại của vũ trụ vẫn không ra ngoài mối tương quan duyên khởi. Sự sinh khởi và hoại diệt của một hạt bụi nhỏ, dù mắt phàm không thể nhận biết, vẫn có mối liên quan chặt chẽ với toàn thể vũ trụ. Nhờ những phát triển của khoa học kỹ thuật, đặc biệt là ngành vật lý không gian, đã giúp cho con người ngày càng nhận thức rõ mối quan hệ duyên khởi gắn bó của vũ trụ. Cũng qua đó, con người ý thức được những tác động hỗ tương trong vũ trụ có ảnh hưởng nghiêm trọng đến toàn bộ các sinh vật trong đó. Mối quan tâm đối với vấn đề an toàn môi sinh, bảo vệ môi trường sinh thái của thế giới, đang càng lúc càng trở nên cấp thiết, là bằng chứng rõ nhất mà chúng ta có thể nhận biết được.

Từ quan kiến về vũ trụ duyên khởi như vậy, con người đã bắt đầu ý thức sâu sắc và thực tiễn hơn về mối tương quan tương duyên trong sinh hoạt của thế giới mà mình đang sống. Những nỗ lực mà con người đã và đang thực hiện trong các lãnh vực: văn hóa, giáo dục, kinh tế thương mại, giao tế, định chế chính trị, tôn giáo, v.v... cho chúng ta thấy rằng, thế giới đang ngày càng xích lại gần nhau hơn, có quan hệ thường trực và gắn bó hơn, thể hiện trách nhiệm và hiểu biết qua cảm thông, đối thoại, hỗ tương nhau nhiều hơn. Ngày nay, nhân loại đã nhận thức được một cách cụ thể rằng không một quốc gia nào, không một hình thái sinh hoạt nào trên thế giới này có thể tồn tại và phát triển được nếu tách rời ra khỏi mối tương quan tương duyên với cộng đồng thế giới.

Trong ý nghĩa này, con người cũng hiểu biết chân xác hơn rằng, muốn cải thiện và phát triển một quốc gia, người ta không thể không quan tâm đến việc cải thiện và phát triển toàn thế giới, bởi vì nếu phần còn lại của thế giới không được cải thiện và phát triển thì không một quốc gia nào có thể thực hiện thành công sự cải thiện và phát triển mang tính khu biệt và độc lập của mình. Chính nhận định đó đã dẫn đến sự hình thành những chương trình và kế hoạch được gọi là toàn cầu hóa mà chúng ta đang chứng kiến hiện nay.

Nhìn vào sinh hoạt của xã hội nhân sinh, giáo pháp duyên sinh của đạo Phật chỉ bày cho chúng ta điều gì? Giáo pháp duyên khởi mà đức Phật dạy đã vén mở ý nghĩa thâm sâu của thân phận con người. Theo đó, sự có mặt của chúng ta là hội tụ của những nhân duyên do chính chúng ta đã tạo tác. Tương tự như vậy, sự tạo tác hành nghiệp trong đời sống hiện tại của chúng ta sẽ là những nhân tố tựu thành cho cuộc sống tương lai. Có điều lý thú mà chúng ta không thể bỏ qua hoặc xem thường, đó là yếu tố quyết định sự hình thành và hoại diệt của nhân duyên không phải do bất cứ một ai khác mà là do chính chúng ta định đoạt. Điều này có nghĩa rằng, chúng ta chính là người nắm quyền quyết định vận mệnh khổ đau hay an lạc của mình. Gầy dựng nhân duyên hành nghiệp thiện, chúng ta sẽ chiêu cảm kết quả là đời sống an lạc. Ngược lại, tạo tác nhân duyên hành nghiệp ác, chúng ta sẽ nhận chịu hậu quả là đời sống khổ đau. Cũng qua giáo pháp duyên khởi của đức Phật, chúng ta hiểu rằng, sự khổ đau hay an lạc của người này có mối tương quan tương duyên bất khả phân với sự khổ đau hay an lạc của những người khác và ngược lại. Vì vậy, tâm thức chỉ mưu cầu an lạc cho cá nhân mà không quan tâm đến sự khổ đau hay an lạc của tha nhân không chỉ là điều bất khả thi mà còn tiềm ẩn trong nó động lực phản tác dụng.

Giáo pháp duyên khởi ấy còn mở ra tầm nhìn đối với thân phận thực tế của chúng ta. Sự có mặt của chúng ta trong cuộc đời này là do nhiều tác duyên mà trong đó không thể không nói đến một cách trân trọng vai trò quan yếu của cha mẹ. Cha mẹ là duyên để thành tựu sự có mặt của chúng ta và cũng là duyên trưởng dưỡng cho chúng ta nên người. Môi trường sinh hoạt của gia đình là một trong những điều kiện then chốt giúp chúng ta trở nên người thành đạt và hữu dụng. Những tác duyên trong đời sống gia đình về cách cư xử đối với nhau, về lòng thương yêu quý trọng nhau, về đức hiếu thảo đối với các bậc sinh thành và thuận hòa đối với anh em thân thuộc, về nề nếp luân thường đạo đức, tính ngay thật, nhẫn nại, tính hy sinh và phụng sự tha nhân, về sự khuyến khích và gương mẫu trong việc chăm chỉ học hành, về nếp sống chứa đựng tinh thần văn hóa cao, phẩm hạnh trong sáng, về sự thực nghiệm đời sống tâm linh thuần khiết, v.v... tất cả những tác duyên ấy đều góp phần trọng đại cho một con người trưởng thành hoàn bị và hướng đời mình đến mục đích cao cả hơn.

Đặc biệt đối với tuổi trẻ, một nền giáo dục thành tựu là yếu tố duyên sinh cơ bản để tạo dựng tất cả những gì tốt đẹp mà con người mong muốn. Ngày nay, khi nói đến một nền giáo dục thành tựu, người ta không đổ hết trách nhiệm lên cơ cấu điều hành giáo dục học đường mà thường đề cập đến nhiều tác duyên khác như là: bản thân học sinh, đời sống gia đình, môi trường xã hội, nền tảng truyền thống văn hóa giáo dục của đất nước, các chính sách của nhà nước liên quan đến giáo dục, mức phát triển kinh tế và thị trường lao động, hệ thống điều hành giáo dục học đường, trong đó bao gồm: phẩm chất chuyên nghiệp của giáo sư, đường hướng giáo dục, nội dung chương trình giảng dạy, sách vở tài liệu giảng dạy, cách thức điều hành học đường, mối liên hệ giữa nhà trường, phụ huynh và học sinh...

Vì thế, một nền giáo dục thành tựu là biết cách vận dụng tính tương quan duyên khởi của nhiều điều kiện khả thi đến mức toàn vẹn. Nền giáo dục thành tựu không phải chỉ biết áp đặt những quy luật học đường và những công thức của kiến thức chuyên môn một cách khô cứng, giáo điều và cục bộ lên học sinh. Nền giáo dục ấy phải khéo léo khai mở tâm trí của học sinh mà trong đó tinh thần khai phóng, sáng tạo và vượt thoát là những động lực chủ yếu giúp cho tuổi trẻ vươn lên. Chính vì vậy, giáo dục tức là nuôi lớn tuổi trẻ bằng phương thức dạy dỗ, chuyển hóa và nâng cao cả về thể dục, đức dục và trí dục. Thiếu giáo dục, tuổi trẻ sẽ không thể trưởng thành, giống như thiếu điều kiện thời tiết nhân duyên thì đóa mai không thể nở trọn.

Xuân mà thiếu vắng những cành mai vàng rực rỡ thì dường như xuân không đủ hương sắc. Cũng vậy, tuổi trẻ lớn lên cho dù có thành đạt bao nhiêu danh vọng, địa vị và tiền tài mà không thể làm nở được những đóa mai hương sắc thanh khiết trong tâm hồn và trí tuệ, không thể vén bày được khung trời xuân quang đãng cho đời mình, thì chừng như sự hiện hữu ấy thiếu đi ý nghĩa và mục đích cao cả.

ĐEM PHẬT PHÁP ĐẾN CHO GIỚI TRẺ

(Tham Luận tại cuộc hội thảo chủ đề "Sự Đóng Góp Của Người Cư Sĩ Trong Công Cuộc Hoằng Pháp Tại Hải Ngoại" do Hội Phật Học Đuốc Tuệ tổ chức tại Trung Tâm Sangha, Thành Phố Huntington Beach, California, Hoa Kỳ vào ngày 11 tháng 12 năm 2011)

Như chủ đề của cuộc hội thảo mà Ban Tổ Chức đã đề ra, mỗi chúng ta dù có mặt hay không có mặt trong hội trường này, nhưng với tư cách là người cư sĩ, là một Phật tử, thì đều quan tâm, thao thức và tự hỏi rằng mình có thể đóng góp được gì để đem giáo pháp mầu nhiệm của đức Phật đến với những người có duyên. Trong số những người có duyên đó, có lẽ thế hệ con cháu của chúng ta là đối tượng cần được chú ý đến nhất.

Vì sao? Trước hết, đó là trách nhiệm làm ông bà, cha mẹ, chú bác, cô dì trong gia đình đối với con cháu. Khi chúng ta là người thừa hưởng những lợi lạc vô giá của Phật Pháp trong đời sống hằng ngày, thì điều tự nhiên là chúng ta có trách nhiệm phải chia sẻ gia tài quý báu đó cho thế hệ con cháu chúng ta, để chúng cũng có cơ duyên vận dụng Phật Pháp làm đẹp, làm hạnh phúc và an lạc cho cuộc sống. Thứ nữa, với vai trò là người con Phật, đi theo dấu chân và hạnh nguyện tự giác, giác tha của đức Phật, chúng ta không thể bỏ qua việc đem Phật Pháp đến cho những ai có duyên trong đời mình, mà con cháu là đối tượng gần gũi nhất. Sau cùng, khi chính bản thân chúng ta nhận thức rõ rằng Phật Pháp không những là diệu dược chữa lành bệnh khổ cho từng cá nhân con người mà còn là giải pháp hữu hiệu để xây dựng và phát triển cộng đồng xã hội, thì chúng ta không thể không góp phần vào việc đem Phật Pháp đến cho thế hệ con cháu chúng ta, vì thế hệ trẻ là tương lai của cộng đồng xã hội.

Nhưng, vấn đề được đặt ra là, làm thế nào để đem Phật Pháp đến cho giới trẻ tại hải ngoại? Từ vấn đề tổng quát trên dẫn chúng ta đến mấy vấn đề có tính chi tiết và thực tế cụ thể khác. Đó là, tâm thức và hoàn cảnh của giới trẻ Việt Nam tại hải ngoại, những thuận nghịch duyên trong việc đem Phật Pháp đến cho giới trẻ, và phương cách đem Phật Pháp đến cho giới trẻ. Vì lẽ đó, có 3 vấn đề mà chúng tôi xin được trình bày chi tiết sau đây.

1. Tâm thức và hoàn cảnh của giới trẻ Việt Nam tại hải ngoại

Giới trẻ Việt Nam là thế hệ thứ hai hay một rưỡi của cộng đồng người Việt tại hải ngoại, có nghĩa là thế hệ được sinh ra, hay được dưỡng dục để trưởng thành tại hải ngoại. Thế hệ không được sinh ra nhưng được nuôi dưỡng và lớn lên tại hải ngoại dù có một khoảng thời gian ngắn ngủi sống trong truyền thống văn hóa Việt Nam, nhưng chất liệu của truyền thống văn hóa dân tộc ấy không đủ mạnh để thấm sâu trong huyết quản, mà thay vào đó là một truyền thống văn hóa khác có sức mạnh chiếm ngự cuộc đời của tuổi trẻ. Thế hệ được sinh ra tại hải ngoại thì hoàn toàn sống trong truyền thống văn hóa khác với truyền thống văn hóa dân tộc Việt Nam. Cho nên, nếp suy nghĩ, cách sống và lý tưởng của thế hệ này hầu như hoàn toàn xa lìa nguồn cội văn hóa dân tộc.

Tất nhiên, trong cái chung vẫn có cái riêng. Cái riêng chính là thế hệ trẻ vẫn còn được sống trong các gia đình mà ông bà, cha mẹ là những người còn giữ nguyên được bản sắc văn hóa truyền thống dân tộc, từ ngôn ngữ, ăn uống đến các sinh hoạt văn hóa khác. Nhờ vậy có thể quân bình được phần nào tình trạng xa lìa nguồn cội của thế hệ trẻ Việt Nam tại hải ngoại. Nhưng, đó chỉ là lý thuyết. Trên thực tế, còn tùy thuộc vào ý thức, trách nhiệm, vai trò và nỗ lực tới đâu của thế hệ ông cha đối với con cháu của mình nữa.

Văn hóa khác mà thế hệ trẻ Việt Nam tại hải ngoại được nuôi dưỡng và trưởng thành là văn hóa Tây Phương. Đó là nền văn hóa cởi mở, khai phóng với những giá trị dựa trên nền tảng của nền văn minh khoa học kỹ thuật, thực dụng và kinh tế tài chánh, đánh giá sự thành đạt qua bằng cấp học vị, qua công ăn việc làm, qua mức thu nhập tài chánh cá nhân và gia đình, qua đời sống hướng ngoại và hưởng thụ vật chất, qua tinh thần tự do, dân chủ và độc lập cá nhân v.v... Sống trong nền văn hóa như thế, thế hệ trẻ Việt Nam tại hải ngoại dễ dàng thoát ra khỏi nề nếp kỷ cương truyền thống của gia đình Việt Nam, vốn lấy tinh thần gia trưởng, vâng lời, hiếu thuận, phục tùng làm thước đo. Đó chính là bối cảnh làm nền cho những dị biệt, xa cách, xung đột và bất an trong các gia đình người Việt nói riêng và các cộng đồng di dân tại hải ngoại nói chung.

Với tâm thức và hoàn cảnh của tuổi trẻ Việt Nam tại hải ngoại như vậy, việc đem Phật Pháp đến cho giới trẻ gặp những nghịch và thuận duyên nào?

2. Thuận, nghịch duyên trong việc đem Phật Pháp đến giới trẻ

Có thể nói, nghịch duyên trong việc đem Phật Pháp đến cho giới trẻ Việt Nam tại hải ngoại nhiều hơn thuận duyên. Vì sao?

Như đã trình bày ở trên, giới trẻ Việt Nam được sinh ra và lớn lên trong bối cảnh văn hóa khác với nền văn hóa truyền thống dân tộc, cho nên nếp suy nghĩ, cách sống cũng khác với thế hệ ông cha. Khoảng cách giữa hai thế hệ là một nan đề khó tránh khỏi, đặc biệt trong gia đình của các cộng đồng di dân. Cộng thêm vào đó là yếu tố khác biệt về ngôn ngữ làm cho khoảng cách giữa hai thế hệ càng thêm rộng lớn. Thế hệ ông cha thường sử dụng ngôn ngữ truyền thống dân tộc mang theo trong sinh hoạt gia đình, trong khi thế hệ tuổi trẻ chỉ thông thạo thứ tiếng của đất nước mà chúng được giáo dục và trưởng thành. Học đường mà thế hệ trẻ được đào tạo đa phần chủ trương tách rời ảnh hưởng của tôn giáo và chỉ chú trọng vào việc truyền trao kiến thức chuyên môn thuộc các lãnh vực thế gian mà không đề cập đến nền giáo dục đạo đức, luân lý và tôn giáo truyền thống. Hơn nữa, tuổi trẻ là thành phần hiếu động, là giai kỳ xung lực cao độ của đời người, cho nên, đối với họ, việc đi tìm một chỗ nương tựa cho đời sống tâm linh trong các tôn giáo nói chung và Phật Giáo nói riêng vẫn chưa phải là nhu cầu thiết yếu. Chính vì vậy, đối với giới trẻ, chùa chiền là nơi dành riêng cho thế hệ ông cha lớn tuổi, cho những ông bà già gần đất xa trời. Họ thật sự chưa thấy hấp lực nào để lôi cuốn vào các sinh hoạt của Phật Giáo.

Thuận duyên quý giá mà tuổi trẻ Việt Nam tại hải ngoại có cơ hội bắt gặp là Phật Giáo ngày càng ảnh hưởng sâu rộng hơn vào xã hội Tây Phương trong giới trí thức, học giả, giáo sư, khoa học gia, v.v… Nhưng đó không là thuận duyên phổ biến trong đại đa số giới trẻ Việt Nam tại hải ngoại.

Đến đây, vấn nạn được đặt ra là, trong hoàn cảnh như thế, làm sao để mang Phật Pháp đến với trẻ?

3. Vài đề nghị đem Phật Pháp đến với giới trẻ

Có điều xin thưa ngay rằng, đây chỉ là một vài đề nghị để góp phần vào công tác hoằng pháp trong giới trẻ.

a. Nắm bắt cơ hội tức khắc, không chờ đợi

Câu hỏi được nêu ra là: cơ hội là lúc nào? Có thể trả lời một cách không đắn đo rằng, đó là ngay bây giờ. Thời điểm "ngay bây giờ" được nói đến ở đây không phải là hạn kỳ thời gian mà là động thái khởi sự. Do đó, thời điểm "ngay bây giờ" có thể không giống nhau giữa người này với người nọ. Với đôi vợ chồng mới lấy nhau, đó là những suy nghĩ và dự tính về việc sinh con và cách giáo dục con ngay từ khi mới bắt đầu mang thai, để làm sao đem niềm tin Phật Pháp truyền từ người mẹ sang bào thai trong thời gian 9 tháng 10 ngày. Đối với các bậc cha mẹ có con còn non dại, đó là thực hiện ngay tức thì việc đem Phật Pháp dạy dỗ con bằng trái tim, bằng tấm lòng, bằng trí tuệ, bằng lời nói và bằng hành động cụ thể.

b. Thân giáo

Khi chúng ta giới thiệu một loại thuốc trị bệnh cho người khác mà bản thân ta đã từng là con bệnh được chữa lành nhờ loại thuốc đó, thì mức độ tin cậy và khả năng được đón nhận sẽ rất cao. Cũng tương tự như vậy, khi chúng ta đem Phật Pháp đến cho con cháu mình và muốn chúng đón nhận thì trước hết bản thân ta phải là người thực hành Phật Pháp có hiệu quả, có lợi lạc rõ ràng và con cháu chúng ta có thể nhìn thấy. Chẳng hạn, chúng ta không thể khuyên con cháu đi chùa, học Phật, thực hành Phật Pháp, trong khi chính bản thân mình không đi chùa, không học Phật, không hành trì Phật Pháp trong đời sống hằng ngày. Hơn nữa, con cháu chúng ta sẽ không có niềm tin vào Phật Pháp qua sự giới thiệu của ta, nếu bản thân ta vẫn còn đầy dẫy tham, sân, si trong đời sống hằng ngày sau bao nhiêu năm đi chùa tụng kinh, nghe pháp, làm công quả v.v...

c. Tạo cơ duyên

Ngay từ lúc con cháu còn nhỏ, các bậc cha mẹ nên cố gắng tranh thủ từng cơ hội để dẫn con em đến chùa lễ Phật, dự các buổi lễ tại các chùa, hay các buổi lễ Phật Giáo được tổ chức nơi công cộng để cho con em có ấn tượng hay có thể ươm mầm hạt giống Phật Pháp trong tâm ngay từ lúc còn tấm bé. Đừng nghĩ rằng những cơ hội đó, những hình ảnh đó rồi sẽ tiêu mất đi. Không đâu! Chúng sẽ còn mãi trong tâm thức, trong tiềm thức của các em đến trọn đời. Ở nhà, nếu có bàn thờ Phật thì nên dạy con cháu thường xuyên thắp hương lễ Phật để hình ảnh đức Phật in sâu vào tâm thức của chúng. Khi con em đến tuổi đi học, các bậc cha mẹ nên dành thì giờ đưa con em tham gia sinh hoạt trong các tổ chức tuổi trẻ Phật Giáo như Gia Đình Phật Tử, thanh thiếu niên Phật tử, hay các đoàn thể Phật tử sinh hoạt tại các chùa. Cha mẹ thường xuyên khuyến khích và khen thưởng con em trong việc đọc sách Phật Pháp bằng tiếng Việt hay tiếng Anh vào những lúc chúng rảnh rỗi, hay vào mùa nghỉ hè v.v... Trong đời sống sinh hoạt gia đình hằng ngày, các bậc ông bà, cha mẹ nên tranh thủ từng công việc để có thể dạy con một vài điều hữu ích từ việc áp dụng những lời dạy của đức Phật.

d. Thực hành mở tâm và lắng nghe

Hố ngăn cách giữa hai thế hệ già trẻ có thể được nối kết lại gần nhau nếu chúng ta biết khéo léo bắt nhịp cầu cảm thông và hiểu biết. Nhịp cầu đó chính là thái độ rộng mở tâm thức và bình thản lắng nghe. Mở tâm để nhìn nhận thực tế là chúng ta đang sống trong xã hội cởi mở, văn minh, tự do, dân chủ và bình đẳng, cho nên ta phải mở rộng lòng ra để tiếp nhận nền văn hóa mới, học hỏi những gì mình chưa biết từ xã hội và từ con người, ngay cả với con cháu chúng ta nữa. Bình thản lắng nghe để có thể hiểu biết một cách tường tận từng sự kiện xảy ra chung quanh mình, và những suy nghĩ, cảm nghĩ và ước muốn của thế hệ con cháu chúng ta, mà không áp đặt định kiến của chúng ta lên đó. Điều này thực ra là chuyện mà người cư sĩ Phật tử phải thực hành hằng ngày trong đời sống qua lời dạy của đức Phật, chứ không phải là chuyện xa lạ hay cần phải cố gắng quá sức của mình.

e. Hoằng pháp từ những người thân

Hoằng pháp là hạnh nguyện lớn, không phải làm một đời là xong. Cho nên, chư Phật và Bồ Tát phát đại thệ nguyện hóa độ chúng sinh trong vô lượng vô số kiếp. Chẳng hạn như ngài Địa Tạng đã phát nguyện: "Địa ngục vị không, thệ bất thành Phật. Chúng sinh độ tận, phương chứng Bồ-đề." (Khi nào địa ngục trống rỗng thì mới thành Phật. Nguyện độ hết chúng sinh mới chứng đạo quả giác ngộ viên mãn.) Với người cư sĩ Phật tử bình thường, chúng ta hãy bắt đầu hạnh nguyện góp phần hoằng pháp từ những người thân trong gia đình, trong thân tộc, vì đấy là những người chúng ta có thiện duyên gần gũi nhất, và có nhiều cơ hội nhất để đem Phật Pháp đến với họ, đặc biệt là thế hệ con cháu chúng ta. Chỉ cần mỗi cư sĩ Phật tử phát nguyện và làm được như thế thì đã góp phần không nhỏ trong công cuộc hoằng pháp tại hải ngoại. Chúng ta hãy hình dung rằng, nếu mỗi bậc cha mẹ đều nỗ lực đem Phật Pháp đến được cho con em của mình thực sự thì số lượng trẻ em trong các gia đình Phật Giáo sẽ nhiều biết bao nhiêu, và tương lai của Phật Giáo tại hải ngoại sẽ tươi sáng biết chừng nào. Vì thế, xin hãy bắt đầu từ khởi điểm gần gũi nhất: với những người thân, với con cháu của chúng ta.

Kính thưa chư liệt vị,

Những gì trình bày trên đây chỉ là gợi ý. Mong rằng từ những gợi ý nhỏ nhất này sẽ góp phần gợi hứng thêm cho nhiều suy tư, sáng kiến, và hành động cụ thể và hữu ích đối với cuộc hội thảo mang chủ đề "Sự Đóng Góp của Người Cư Sĩ Trong Công Cuộc Hoằng Pháp Tại Hải Ngoại" hôm nay.

Cầu nguyện hội thảo được thành tựu viên mãn và hồi hướng công đức đến pháp giới chúng sinh đồng thành Phật đạo.

Trân trọng kính cám ơn và kính chào chư liệt vị.

TUỔI TRẺ, NIỀM TIN VÀ ƯỚC VỌNG

Có bạn trẻ nghĩ rằng, trên thế gian này chỉ có người lớn mới thường xuyên đối mặt với những nan đề của cuộc sống, còn tuổi trẻ thì sống hồn nhiên, vui tươi! Sự thật có phải vậy chăng? Cần thưa ngay rằng đây không phải là một vấn nạn mang tính tiêu cực. Khi nêu lên câu hỏi này, người viết chỉ muốn có được một khoảng không gian và thời gian để tỉnh táo nhìn rõ vấn đề hơn.

Thật ra, thế hệ nào cũng có những nan đề của họ. Người lớn có nỗi khổ của người lớn. Tuổi trẻ có khó khăn của tuổi trẻ. Có điều là tuổi trẻ vì chưa có những mối tương quan liên hệ trong các trách nhiệm và giao tế nặng nề đối với bản thân, gia đình và xã hội, nên ít có nguy cơ đối mặt với những vấn đề khó khăn phức tạp hơn. Tuy nhiên, tình hình xã hội đang ngày càng biến đổi, trên bình diện tuổi trẻ của thế giới hiện nay, nhân loại đã và đang gặp phải những nan đề gây nhiều đau lòng và nhức nhối: Nạn xúc phạm và buôn bán tình dục tuổi trẻ vị thành niên, sự lan tràn đáng quan ngại của chứng bệnh AIDS do thiếu hiểu biết về vấn đề tình dục trong giới trẻ, nạn cưỡng bức lao động đối với tuổi trẻ, nạn bạo hành và băng đảng ngày càng gia tăng trong tuổi trẻ, nạn thiếu dinh dưỡng và giáo dục cho trẻ em tại những miền nghèo đói trên thế giới. Tình trạng xao lãng dẫn đến đánh mất niềm tin vào cuộc sống tâm linh cũng là một hiểm họa khác cho thế hệ trẻ hiện nay, v.v.. Hằng ngày, ắt hẳn các bạn cũng đã nghe hoặc chứng kiến nhiều thảm cảnh đau lòng: Trên đường phố, ngoài góc chợ, trong các quán ăn luôn luôn xuất hiện hình ảnh của những em bé xin ăn mặt mày lem luốc, quần áo tả tơi; ban đêm ở các bãi rác công cộng không thiếu bóng dáng của các em bé tuổi còn măng non khom mình lục lọi để kiếm từng cái ve chai, từng bao nylon v.v...

Thật khó mà có thể nói đúng và hết được các căn nguyên và trách nhiệm của những thảm họa kia đối với tuổi trẻ. Bởi vì nó không hẳn là lỗi của cá nhân, gia đình hoặc xã hội, đôi khi nó không phải là do sự cố tình tạo ra. Chẳng hạn, đối với tình trạng thiếu dinh dưỡng cho trẻ em tại các miền nghèo đói trên thế giới, người ta không thể nói rằng đó là trách nhiệm của cá nhân, gia đình hay xã hội, vì không một thành phần nào trong số đó muốn tình trạng như vậy xảy ra, ngay cả cộng đồng thế giới cũng chưa giải quyết được tận gốc thảm nạn này dù phải đau lòng chứng kiến mỗi ngày và nỗ lực giải cứu. Nhưng, trong số những thảm nạn ấy, chúng ta có thể khẳng quyết mà không sợ nhầm lẫn rằng, nếu cá nhân, gia đình và xã hội biết kiên nhẫn và nỗ lực cùng nhau hỗ tương làm việc để cải thiện, thì ít nhất cũng có thể khống chế được tình trạng lan tràn nguy hại. Đặc biệt, nếu xây dựng được một nền giáo dục có phẩm chất và kiến hiệu thì chúng ta có thể khắc phục được phần nào các thảm nạn như bệnh AIDS, bạo hành và băng đảng, cưỡng bức lao động, mất niềm tin và lý tưởng v.v...

Nói như vậy không có nghĩa là những căn nguyên và trách nhiệm của các thảm nạn đó không có tương quan gì đến tuổi trẻ. Khi những thảm nạn xảy ra trên chính thân phận của mình thì trước hết tuổi trẻ phải là người tự đứng lên gánh lấy trách nhiệm. Thứ đến, chúng ta không thể phủ nhận rằng những căn nguyên gây ra thảm nạn có một phần bắt nguồn từ tuổi trẻ. Chính tâm lý tiêu cực, thái độ yếu hèn, lý trí mù quáng, hành động buông lung của tuổi trẻ đã dẫn đến những thảm nạn cho đời mình.

Tại sao nên có sự ấy? Đó là vì tuổi trẻ đã đánh mất niềm tin và ước vọng. Các bạn trẻ xin đừng vội chê trách tôi lên giọng dạy đời. Xin đừng nghĩ như vậy, vì nếu các bạn nghĩ như vậy thì ngay bây giờ và ở đây, chúng ta sẽ đánh mất cơ hội quý giá trong cuộc đời để cùng nhau ngồi lại, trao đổi, lắng nghe, suy nghiệm và tìm ra hướng đi. Nếu cơ hội để kiên nhẫn và lắng nghe mà chúng ta cũng đánh mất thì xem như chúng ta không còn có cơ hội nào khác để làm thay đổi, để chuyển hóa cuộc đời mình. Các bạn có thật sự cam tâm chăng? Tôi tin là không một ai trong chúng ta có thể nhẫn tâm đối với chính cuộc đời mình như thế.

Khi nghe tôi nhắc đến "niềm tin", có lẽ các bạn nghĩ rằng tôi muốn ám chỉ đến niềm tin theo thể điệu tín ngưỡng hay tôn giáo nhân gian. Các bạn cũng sẽ tiếp tục suy nghĩ rằng loại niềm tin ấy chỉ dành cho những người sùng đạo, cho những kẻ cuồng tín theo giáo điều, tín điều. Các bạn thấy nó quê mùa và cổ lỗ sĩ lắm! Các bạn đã suy nghĩ quá mông lung rồi, bởi vì thật ra tôi không có ý giới thiệu đến các bạn loại niềm tin ấy. Chính vì quan niệm như vậy, cho nên các bạn thường thấy mình không thích hợp, thấy mình xa lạ, lạc lõng trong những lúc theo cha mẹ hoặc bạn bè, người thân đến chùa. Dường như đối với các bạn, những người đi chùa đều là những người có niềm tin theo thể điệu tín ngưỡng và tôn giáo nhân gian. Họ xem đức Phật và chư Bồ Tát như thần linh. Sự thật không hoàn toàn đúng như vậy đâu. Không phải ai đến chùa cũng đều có cùng một niềm tin như thế. Đức Phật dạy người Phật tử phải có chánh tín, có nghĩa là niềm tin đúng, niềm tin có trí tuệ nhận thức được sự thật, niềm tin vào chính khả năng chuyển hóa cuộc đời mình từ thảm trạng khổ đau vươn lên cảnh giới giác ngộ và giải thoát.

Niềm tin của chúng ta đến từ nhiều cơ duyên. Có niềm tin đến do trực nhận của ngũ quan, như khi mắt nhìn thấy con voi thì biết và tin rằng đấy là con voi, có con voi ở đó; lưỡi nếm vị cay thì cảm nhận và tin rằng có vị cay, đó là vị cay. Có niềm tin đến do nhận thức của lý trí suy luận, như khi thấy khói thì suy luận ra và tin rằng ở đó chắc có lửa; khi nghe người ta tường thuật về những sự kiện đã xảy ra trong một vụ án mạng nào đó, chúng ta có thể suy luận và tin rằng đây là một vụ án cướp của giết người hay là vụ án băng đảng thanh toán nhau. Có niềm tin đến do bối cảnh của truyền thống văn hóa, giáo dục và đạo đức, như chúng ta đều tin rằng hệ thống giáo dục là hữu ích cho con em của mình; có người sinh ra trong gia đình đời đời theo Phật thì tự nhiên tin và theo Phật; như đối với lời dạy của quý Thầy thì người Phật tử đều tin tưởng vì biết rằng đó là mẫu người có giới hạnh và đạo đức.

Khác biệt về văn hóa cũng dẫn đến niềm tin khác nhau, như người Tây phương tin rằng nụ hôn cho nhau khi gặp mặt là biểu thị của sự thương mến và quý trọng, người Á Đông thì không tin như vậy. Có niềm tin đến là do thực nghiệm, do cảm nghiệm được trong cuộc sống, như lúc trẻ nghe những người lớn nói về già thì sự hoạt động sẽ không được linh hoạt nữa, lúc ấy chúng ta không thật sự hiểu và tin, nhưng khi chúng ta lớn tuổi, từng trải qua quá trình lão hóa cơ thể, chúng ta sẽ hiểu và tin; như đức Phật dạy hãy xả bỏ tham sân si thì được sống an lạc, điều này cần phải được thực nghiệm trong đời sống, nghĩa là chúng ta phải thực tập xả bỏ tham sân si, thì chúng ta mới hiểu và tin là đức Phật nói đúng.

Thật ra, làm người ai mà không có niềm tin và ước vọng, tin nơi chính mình, tin nơi người khác, ước vọng cuộc đời sẽ như thế này hoặc như thế nọ. Con người mà đánh mất niềm tin và ước vọng thì sẽ không còn thấy được ý nghĩa của cuộc đời nữa. Đánh mất niềm tin và ước vọng thì người ta gọi là tuyệt vọng, không còn một chút hy vọng gì cả đối với cuộc đời này. Cho nên, khi chúng ta làm điều gì đó mà thất bại thì chúng ta thường hay có thái độ tuyệt vọng, mất niềm tin vào chính mình. Trước và đang khi chúng ta làm điều gì đó, chúng ta tự tin và ước vọng rằng điều mình đang làm sẽ thành tựu. Do vậy, khi công việc thất bại thì chúng ta thất vọng, bi quan, chán nản. Bởi vậy, trong đời sống thường nhật, khi làm bất cứ điều gì chúng ta cũng có niềm tin và ước vọng.

Trong số những niềm tin và ước vọng ấy, có một niềm tin và ước vọng rất lớn, rất mãnh liệt, đó là niềm tin và ước vọng vào cuộc sống, vào sự hiện hữu giá trị của mình trên thế gian. Chính niềm tin và ước vọng vào cuộc sống này đã dẫn dắt chúng ta đi suốt quãng đường đời dài bảy, tám mươi năm. Vì thế, nếu chúng ta thiết đặt niềm tin và ước vọng không chính đáng thì cuộc đời của chúng ta sẽ bị hướng theo ngả rẽ sai lầm, hư hỏng.

Tuy nhiên, xác định được niềm tin đúng theo nhận thức thường nghiệm của thế gian là một vấn đề không đơn giản. Một điển hình cụ thể là hầu như tất cả chúng ta đều có niềm tin vào sự xác đáng của kiến thức khoa học hiện đại. Nhưng, chính khoa học hiện đại thì tự nó không như là những gì chúng ta tin tưởng. Các nguyên lý, các lý thuyết khoa học mà một thời được cho là chân lý đều không đủ tự đảm bảo giá trị xác đáng vĩnh viễn. Trong số những nguyên lý, lý thuyết khoa học ấy đã có nhiều điều được cho là không xác đáng, không thích hợp, không toàn vẹn từ thời này sang đến thời nọ. Chẳng hạn lý thuyết cơ bản về nguyên tử (Atom) cũng được giải thích khác nhau theo mỗi thời đại mà khoa học tiến bộ. Quan niệm về quark (hạt điện tử) hiện nay đã gần như xóa mờ biên giới của cơ cấu vật chất cố định.

Ngược lại, niềm tin mà chúng ta gọi là tín ngưỡng và tôn giáo nhân gian thì rất gần và thật đối với những người bình phàm đã tồn tại qua bao thế hệ. Có những người trở thành cuồng tín đối với chủ thuyết nào đó mà một thời thao túng trên thế giới này, rồi cuối cùng lại phát hiện ra rằng đó chỉ là một thứ lý thuyết không tưởng, huyễn hoặc gấp ngàn lần hơn niềm tin tín ngưỡng tôn giáo nhân gian kia. Nói như thế không có nghĩa là tôi chủ tâm bài xích nền văn minh khoa học hiện đại. Tất nhiên là không, bởi vì nền văn minh khoa học ấy được xây dựng trên những nguyên tắc nghiêm túc, khách quan, thực nghiệm và lý trí, hơn nữa các thành quả hữu ích mà nền văn minh ấy mang lại cho loài người thì thật là không kể xiết. Nói thế chỉ để cho chúng ta thấy rằng bản chất của cuộc đời, của tâm và trí thường nghiệm là tương đối, không phải hoàn toàn chân thật bất hư, có thể biến đổi, vô thường và sai lạc.

Có người sẽ không đồng ý cách nói trên, vì cho rằng nếu như vậy thì niềm tin phải đặt ở đâu? Chẳng lẽ chúng ta phủ nhận, đạp đổ hết mọi niềm tin? Xin bình tĩnh! Thật ra, nếu bình tâm suy nghiệm thì vấn đề không những không bi quan mà còn lạc quan và sáng sủa hơn trước. Khi nhận thức được bản chất vô thường, tương đối của cuộc đời, của tâm và trí thường nghiệm thì chúng ta không phải đạp đổ hết mọi niềm tin, mà là tự trang bị cho mình một nội lực vượt thoát lên trên những trói buộc và cố chấp của tâm thức cuồng tín vào niềm tin. Từ đây, tất cả mọi niềm tin mà chúng ta kiến tạo đều được soi sáng bởi trí tuệ quán sát và tâm lượng rộng mở không bó buộc. Niềm tin vẫn còn đó, với một sắc thái mới, sắc thái không triền phược, không nhiễm ô, giống như một xạ tiển sư khi đã đạt đến trạng thái vượt thoát lên trên mọi giới hạn của ngã và ngã sở, đứng trước bờ vực thẳm của sanh tử mà vẫn an nhiên tự tại để giương cung nhắm đích mà bắn ra. Hơn thế nữa, khi nhận thức ra được bản chất mỏng manh và biến dịch không ngừng của các pháp thế gian, con người mới bắt đầu mở tâm và trí ra để hướng về chân trời giác ngộ và giải thoát, đặt niềm tin nơi mục đích tối thượng của đời người: Thành tựu tuệ giác viên mãn.

Có lẽ các bạn đang nghĩ rằng chuyện thành Phật đâu có liên quan gì đến tuổi trẻ? Nếu tôi hiểu không lầm thì dường như các bạn đang nghĩ đến hình ảnh của một đức Phật với thân tướng trang nghiêm, đầy đủ ba mươi hai tướng tốt, hào quang rực rỡ, có cả tám bộ chúng trời người vây quanh. Nếu chúng ta mà được như vậy thì còn phước báo nào hơn? Nhưng, trong đời thường cũng có những hình ảnh của các vị Bồ Tát rất bình dân giản dị như Thường Bất Khinh Bồ Tát, Trì Địa Bồ Tát, Quán Thế Âm Bồ Tát v.v.. Những vị Bồ Tát này thân tướng rất bình phàm, như ngài Trì Địa thì lúc nào cũng chân lấm tay bùn đi sửa sang đường sá, cầu cống để cho tiện lợi việc lưu thông, đó không phải là hình ảnh của những kỹ sư hay sao, khác chăng là ở chỗ cao rộng của tâm và trí. Trong lịch sử Việt Nam từ ngàn xưa đến nay, có biết bao hình ảnh cao đẹp của những hiện thân Bồ Tát như vua Lý Thái Tổ, tức Lý Công Uẩn, được huấn dục trong chốn Thiền môn từ tấm bé, đã đem tinh thần từ bi trí tuệ của đạo Phật để lãnh đạo đất nước; như vua Trần Nhân Tông là vị sơ tổ của Thiền phái Trúc Lâm, trong lúc tại vị cũng đã đem giáo pháp của đức Phật để phổ nhiếp nhân dân; như Tuệ Trung Thượng Sĩ là một tướng tài của triều nhà Trần mà tâm và trí thì siêu việt lên trên thế giới tương đãi của danh ngôn huyễn tướng; như danh thần Nguyễn Trãi của triều nhà Lê ứng xử và trị nước trong đức khoan dung của từ bi, trong sự sáng suốt tinh mật của trí tuệ... Còn nhiều và nhiều lắm không làm sao kể hết những con người hình tướng thì bình phàm nhưng tâm và trí thì được thấm nhuần trong giáo pháp nhiệm mầu của đức Phật để hành xử trong đời thường như những vị Bồ Tát vô danh chuyên làm lợi ích cho nhân quần xã hội, sống cuộc đời với niềm tin và ước vọng mênh mông cao cả.

Như con chim với thân hình nhỏ bé và đôi cánh ngắn mỏng manh thì không thể nào bay cao và xa từ bờ sông bên này sang bờ sông bên kia. Con người cũng vậy, với tâm và trí nhỏ hẹp, với niềm tin và ước vọng bé bỏng thì chỉ biết sống quanh quẩn cho bản ngã vị kỷ. Tuổi trẻ là thời điểm thích hợp nhất để kiến tạo niềm tin và ước vọng hướng cuộc đời đến mục tiêu chí thượng. Xin các bạn đừng quên rằng chung quanh chúng ta còn biết bao tuổi trẻ bất hạnh không có lấy một cơ hội mỏng manh để thăng hoa cuộc đời. Hãy chiêm nghiệm điều này như mặc niệm cho nỗi đau thương thống khổ của thế hệ để quyết tâm xây dựng niềm tin và ước vọng cao cả hầu góp phần vào việc giải cứu khổ nạn cho đồng loại.

Ở đâu có thể giúp tuổi trẻ học cách xây dựng niềm tin và ước vọng chân chánh? Hãy đến với đạo Phật qua sinh hoạt tại các ngôi chùa, các bạn sẽ tìm thấy nhiều điều hữu ích. Có thể các bạn trẻ sẽ không tán đồng đề nghị này. Các bạn cho rằng đến chùa không có gì vui, hấp dẫn, lợi ích, chỉ thấy toàn là những người già nua tuổi tác với những sinh hoạt quá thuần túy lễ nghi tôn giáo. Tôi rất tôn trọng và cảm thông cảm nghĩ của các bạn. Nhưng vì chùa là nơi đáp ứng nhu cầu tâm linh cho nhiều thành phần của xã hội, cho nên không thể không có những hình thức lễ nghi tôn giáo. Thật ra, trên đất nước ta, chùa vốn là những trung tâm văn hóa và giáo dục.

Ngày xưa khi đất nước chưa có hệ thống giáo dục công lập thì chùa chính là nơi đào tạo nhân tài cho đất nước. Chính vì vậy, trong dòng lịch sử văn học Việt Nam, dấu tích của các Thiền sư đóng góp trong lãnh vực văn hóa vẫn còn hiển hiện. Nhưng ngoài điều đó ra, chùa cũng là nơi quy tụ của giới trẻ như các em tham gia sinh hoạt trong Gia Đình Phật Tử chẳng hạn, hiện nay trên toàn quốc có lẽ đã có đến nửa triệu đoàn sinh GĐPT. Có thể trong số các bạn đây có người không thấy thích hợp với hình thái sinh hoạt như vậy. Tại sao các bạn lại không thử đề nghị với vị Thầy Trú trì về một mô thức sinh hoạt khác mà các bạn cảm nhận là thích hợp hơn với mình? Xin nêu ra một vài gợi ý như sau: Các bạn có thể xin thầy Trú trì tổ chức một nhóm trẻ với các sinh hoạt thích hợp cho mình hơn tùy theo nhu cầu của các bạn, như học Phật pháp, nghiên cứu và hội thảo những chủ đề về Phật học, về mối tương quan tương duyên giữa các lãnh vực chuyên môn với giáo lý đạo Phật, nhóm sinh hoạt về hội họa, về âm nhạc, về thi văn; hoặc là tổ chức nhóm trẻ đi xây dựng niềm tin và ước vọng bằng những hành động cụ thể như lạc quyên tài chánh, đồ đạc vật dụng, mở các lớp tình nguyện trợ huấn để giúp các em nghèo về mặt vật chất lẫn cơ hội học tập v.v...

Tôi có cảm nhận rằng chừng như các bạn vẫn còn ngần

ngại về điều gì đó. Có thể các bạn nghĩ rằng nếu đến chùa học Phật pháp rồi trở thành một Phật tử thuần thành thì chỉ xây dựng được niềm tin tôn giáo như bao nhiêu người Phật tử khác, làm sao có được niềm tin và ước vọng lớn lao?

Suy nghĩ như vậy không hẳn là hoàn toàn sai đâu. Bởi vì nếu nhìn vào hình thức bề ngoài, đặc biệt là hình ảnh sinh hoạt của đa phần giới Phật tử lâu nay, người ta không thể loại bỏ sắc thái tín điều trong đạo Phật. Tuy nhiên, điều này chúng ta không thể đổ lỗi cho bất cứ ai, bởi vì đây chính là sản phẩm xã hội khi đạo Phật trở thành phổ cập trong nhân gian. Một tôn giáo phổ cập trong nhân gian thì ắt phải bị tha hóa đi phần nào bởi tâm thức của quần chúng, và tùy thuộc vào bối cảnh văn hóa truyền thống tại mỗi khu vực mà sắc thái tín điều có khác nhau. Nhưng nếu các bạn trẻ chịu khó kiên nhẫn và nỗ lực học hỏi, nghiên cứu và thực nghiệm giáo pháp của đức Phật, chắc chắn các bạn sẽ có cái nhìn khác. Một bằng chứng rõ ràng dễ thấy là khi đạo Phật được biết đến tại các nước Tây phương, phần lớn đều là thông qua thành phần đại trí thức. Ở đó, các giáo sư đại học, triết gia, bác sĩ, nhà văn, nhà thơ là những người hiểu được đạo Phật trước rồi truyền bá cho người khác sau. Đức Phật đã từng dạy rằng, Ngài đến thế giới này là để dựng lại những đổ vỡ, không phải đến để phá hoại. Ngài cũng đã từng dạy rằng không nên vội tin bất cứ điều gì, dù được phát xuất từ bất cứ người nào, kể cả Ngài, bất cứ truyền thống nào, kể cả đạo Phật. Hãy vận dụng trí tuệ của chính mình để suy nghiệm và thực hành, khi thấy đúng và hữu ích thì mới tin và tiếp tục làm theo.

Các bạn quan niệm thế nào về một niềm tin và ước vọng lớn lao? Phải chăng trở thành bác sĩ, kỹ sư, giáo sư tiến sĩ, triệu phú, tỷ phú, tổng giám đốc, bộ trưởng, tổng thống là hoàn thành được niềm tin và ước vọng lớn lao? Có phải tất cả những người ở các địa vị vừa kể trên đều có niềm tin và ước vọng lớn? Cho dù chúng ta ngồi ở địa vị cao như thế nào trong xã hội đi chăng nữa mà sống với tâm và trí nhỏ hẹp, vị kỷ, cố chấp, khép kín, thì chúng ta cũng không thật sự có niềm tin và ước vọng lớn. Bởi vì niềm tin và ước vọng lớn lao chính là tin và ước vọng thăng hoa cuộc sống từ thảm trạng khổ đau, vươn lên trạng thái an lạc và giải thoát, thoát ra từ cảnh giới hạn cục của bản ngã vị kỷ đến thế giới rộng mở thênh thang của vô chấp vô ngã, trải tâm từ bi và soi trí tuệ đến hang cùng ngõ hẻm của chốn khổ đau để ban vui cứu khổ cho đồng loại, cho chúng sinh.

Nói như vậy không phải tôi có thái độ chống đối các địa vị như bác sĩ, kỹ sư v.v... trong xã hội. Nói như vậy chỉ để cho chúng ta có cơ hội đặt lại vấn đề niềm tin và ước vọng một cách nghiêm túc, để từ đó nhìn thấy một cách minh bạch hơn ý nghĩa và giá trị của niềm tin và ước vọng lớn lao. Bác sĩ, kỹ sư nếu có niềm tin và ước vọng lớn lao thì sẽ mang lại biết bao lợi lạc cho bản thân và xã hội. Một bác sĩ có niềm tin và ước vọng chân chính và lớn lao sẽ vận dụng tài năng của mình để làm tròn phận sự một lương y, để nỗ lực cứu giúp cho những người khổ nạn.

Trong đời thường, địa vị càng cao thì bản ngã, lợi danh càng lớn. Một khi bản ngã, lợi danh lớn thì sẽ làm cho tâm và trí nhỏ hẹp lại. Tâm và trí mà nhỏ hẹp thì niềm tin và ước vọng làm sao chân chính, quảng đại? Cho nên tuổi trẻ trước hết phải học cách mở tâm và trí. Khi tâm và trí đã được khai mở thì niềm tin và ước vọng chân chính, lớn lao sẽ nảy mầm vươn lên. Chùa là lãnh địa cơ sở và giáo pháp của đức Phật là phương tiện thiện xảo nhất để tôi luyện, để hun đúc, để khai mở tâm và trí.

Xin các bạn đừng hoang phí tuổi trẻ, hãy thường xuyên suy nghiệm rằng, ở ngoài đời kia có biết bao nhiêu trẻ em vị thành niên đang đốt cháy tuổi trẻ quý giá của mình trên lò đời đau thương và tủi nhục!

CÕI SẠCH, CÕI DƠ
VÀ MÔI TRƯỜNG SỐNG

Trong lịch sử nhân loại, chưa bao giờ nhu cầu làm sạch môi trường sống và thế giới lại khẩn thiết và cấp bách như hiện nay. Chắc chắn là vì hành tinh này đã bị con người làm ô nhiễm đến nguy cơ phải báo động!

Bởi thế, vào ngày 12 tháng 12 năm 2015, lần đầu tiên lãnh đạo của 195 quốc gia tham dự cuộc họp Thượng Đỉnh Về Biến Đổi Khí Hậu tại thủ đô Paris của Pháp để cùng nhau thỏa thuận cắt giảm ô nhiễm khí thải nhằm mục đích giữ nhiệt độ toàn cầu chỉ gia tăng ở mức dưới 2 độ C trong thế kỷ này để tránh cho nhân loại khỏi thảm họa do biến đổi khí hậu gây ra.[1]

Theo Từ Điển Bách Khoa Mở, ảnh hưởng của biến đổi khí hậu do ô nhiễm môi trường gây ra đã lên tới mức nghiêm trọng. Cụ thể là thay đổi khí hậu làm đảo lộn phẩm chất của nước đã giết chết nhiều sinh vật mà trong đó có con người. Ô nhiễm vùng ozone gây ra nhiều bệnh hô hấp, tim mạch, viêm khí quản, đau ngực, và bộ phận tiêu hóa. Ô nhiễm nước làm 14.000 người chết mỗi ngày tại các quốc gia đang phát triển. Khoảng nửa tỉ dân Ấn Độ không có cầu tiêu an toàn để dùng. Trên 10 triệu người tại Ấn Độ mắc những bệnh liên quan đến đường chuyển tải nước trong năm 2013, và 1.535 người chết, hầu hết đều là trẻ em. Gần 500 triệu người Trung Quốc không có nguồn nước uống an toàn. Một phân tích năm 2010 cho thấy rằng có tới 1.2 triệu người chết yểu tại Trung Quốc vì ô nhiễm không khí. Cơ Quan Y Tế Thế Giới (WHO) phỏng

---

đoán trong năm 2007 ô nhiễm không khí đã giết chết nửa triệu người tại Ấn Độ. Các nghiên cứu phỏng đoán rằng số người chết do ô nhiễm hằng năm tại Hoa Kỳ là trên 50.000. Ngoài ra, khoan dầu có thể gây rát và ngứa da. Ô nhiễm tiếng ồn làm mất thính giác, cao huyết áp, căng thẳng, và mất ngủ. Chất thủy ngân liên hệ tới bệnh kém phát triển trong trẻ em và hệ thống thần kinh. Chất chì và các kim loại nặng khác đã thấy gây ra các vấn đề thần kinh. Các hóa chất và tia phóng xạ có thể gây ra ung thư cũng như các dị tật bẩm sinh.[1]

Ảnh hưởng của biến đổi khí hậu và ô nhiễm môi trường cũng đã xảy ra tại Việt Nam trong những năm tháng gần đây ở mức báo động.

Ô nhiễm môi trường do phát triển kinh tế và đặc biệt là sự bùng phát trong lãnh vực công kỹ nghệ máy móc, xe cộ tạo ra ô nhiễm không khí trầm trọng dẫn đến nhiều vấn đề cho sức khỏe con người. Trong bài báo trên trang mạng Đại Kỷ Nguyên vào tháng 5 năm 2015 có tựa đề "Ô Nhiễm Không Khí Đáng Báo Động Tại Việt Nam," trích lời chuyên gia người Pháp Jacques Moussafir cho biết rằng: *"Tại các đô thị lớn ở Việt Nam, ô nhiễm không khí ảnh hưởng tới hoạt động của người dân mọi lúc, mọi nơi, nhất là ở thủ đô Hà Nội. Đây là một trong những thành phố ô nhiễm không chỉ nhất Đông Nam Á mà còn cả châu Á."*

"Còn ở Hà Nội, theo khảo sát của Sở Y tế Hà Nội, 72% hộ gia đình có người mắc bệnh do ô nhiễm không khí."

Biến đổi khí hậu còn dẫn đến tình trạng hạn hán và ngập mặn trầm trọng tại Miền Trung, Tây Nguyên và Đồng Bằng Sông Cửu Long của Việt Nam khiến cho hàng chục nghìn mẫu ruộng trồng trọt phải bỏ hoang vì thiếu nước hay không thể sử dụng được vì nước mặn xâm thực. Điều này đã được Tổng Cục Thủy Lợi thuộc Bộ Nông Nghiệp và Phát Triển

---

[1] Nguồn: https://en.wikipedia.org/wiki/Pollution

Nông Thôn Việt Nam báo động trong phúc trình có tựa đề "Xâm Nhập Mặn Vùng Đồng Bằng Sông Cửu Long (2015 - 2016), Hạn Hán Ở Miền Trung, Tây Nguyên và Giải Pháp Khắc Phục," được đăng trên trang mạng của Bộ.[1]

Ngoài ảnh hưởng của biến đổi khí hậu, các nước trong vùng Sông Mekong, gồm Việt Nam, Thái Lan, Lào, Cam Bốt, còn chịu thiệt hại nặng nề về kinh tế và thủy nông nghiệp qua việc Trung Quốc xây hàng chục đập thủy điện trên thượng nguồn làm tắt nghẽn dòng nước xuống dưới hạ nguồn. Điều này đã được nhà nghiên cứu Ngô Thế Vinh cảnh báo từ lâu qua tác phẩm "Cửu Long Cạn Dòng, Biển Đông Dậy Sóng." Trong bài viết đăng trên Việt Báo vào cuối tháng 5 năm 2015, có tiêu đề "Trên Bàn Cờ Mekong Những Con Đập Thủy Điện và Tị Nạn Môi Sinh," nhà biên khảo họ Ngô đã báo động "Thế kỷ 21 sẽ là thế kỷ của tị nạn môi sinh."[2]

Phật Giáo nghĩ gì và làm gì trước vấn nạn và thảm họa biến đổi khí hậu và ô nhiễm môi trường ảnh hưởng nghiêm trọng đến cuộc sống của toàn thể loài người?

Có lẽ không một nhà lãnh đạo tôn giáo nào trên thế giới này sống gần gũi và thân thiện với môi trường thiên nhiên hơn đức Phật Thích Ca Mâu Ni. Ngài sinh ra đời dưới gốc cây Vô Ưu, thành đạo quả giác ngộ dưới gốc cây Bồ-đề, chuyển pháp luân lần đầu tại vườn Lộc Uyển, và nhập Niết-bàn dưới gốc cây sala. Tất cả những sự kiện lớn trong đời đức Phật đều xảy ra dưới gốc cây.

Những năm tháng ở hoàng cung Ca Tỳ La Vệ không biết đức Phật có mang dép không, nhưng kể từ khi Ngài vượt thành vào Hy Mã Lạp Sơn tầm đạo năm 29 tuổi cho đến khi

---

[1] Nguồn: http://www.tongcucthuyloi.gov.vn/Tin-tuc-Su-kien/Tin-tuc-su-kien-tong-hop/catid/12/item/2670/xam-nhap-man-vung-dong-bang-song-cuu-long--2015--#

[2] Ngô Thế Vinh, https://vietbao.com/a238238/tren-ban-co-mekong-nhung-con-dap-thuy-dien-va-ty-nan-moi-sinh

nhập Niết-bàn lúc 80 tuổi, trong suốt thời gian hơn nửa thế kỷ ấy, Ngài hầu như chỉ đi chân đất. Vì thế, trong Kinh còn ghi lại việc đức Phật ăn trưa xong thì rửa chân và trải tòa ra ngồi nghỉ như một trong những sinh hoạt hằng ngày của Ngài. Vì Ngài đi chân đất nên phải rửa chân cho sạch trước khi ngồi lên tọa cụ. Trong nhiều năm sau khi thành đạo và trước khi có các tịnh xá được xây dựng để làm chỗ dừng chân vào mùa hạ, đức Phật thường sống trong rừng, dưới gốc cây. Và ngay cả sau khi có các tịnh xá được dựng lên, đức Phật, trừ mùa hạ an cư, vẫn đi đây đi đó khắp các thôn làng để thuyết pháp cảm hóa người có duyên. Trên con đường hoằng pháp ấy, đức Phật có thể dừng chân để nghỉ ngơi hay ngủ qua đêm tại bất cứ đâu, dưới gốc cây, nơi nghĩa địa, trong nhà kho của người dân dọc theo đường. Những sinh hoạt thường ngày đơn giản này của đức Phật cho thấy Ngài sống thân thiết với môi trường sống thiên nhiên như thế nào!

Và cũng chính vì cuộc sống của đức Phật gắn liền với thế giới thiên nhiên nên Ngài và Tăng Đoàn của Ngài rất trân quý và bảo vệ môi trường sống chung quanh. Đức Phật và Tăng Đoàn tổ chức cấm túc an cư kiết hạ vào mùa mưa mỗi năm - ở Ấn Độ mùa mưa là mùa hạ - cũng là để không làm tổn hại các loài côn trùng và thảo mộc sinh sản lan tràn trên mặt đất vào mùa mưa này. Và điều đó đã trở thành truyền thống được Tăng Đoàn Phật Giáo khắp nơi trên thế giới giữ gìn suốt mấy ngàn năm qua, sau khi đức Phật nhập diệt. Đức Phật là người vận động bãi bỏ các tập tục tế thần bằng cách giết hại tập thể sinh vật của Bà La Môn. Đức Phật cũng chế ra giới cấm sát sinh cho cả đệ tử xuất gia và tại gia của Ngài.

Cách dạy đệ tử của đức Phật cũng rất gần với thực tế môi trường sống chung quanh. Xin đơn cử hai hình ảnh tiêu biểu mà đức Phật dùng để dạy cho hai vị đệ tử là tôn giả Cūlapanthaka (Châu Lợi Bàn Đà Già Em) và tôn giả La Hầu La (Rahula).

Tôn giả Châu Lợi Bàn Đà Già Em vì trí óc chậm lụt nên học mãi một bài kệ mấy câu mà suốt mấy tháng cũng không thuộc, nên người anh ruột là tôn giả Châu Lợi Bàn Đà Già Anh (Mahapanthaka) đuổi không cho tu nữa. Đức Phật biết vậy nên giữ ông lại và dạy cho ông dùng khăn để lau tịnh xá, vừa lau vừa tự nói "Tẩy sạch bụi trần, tẩy sạch bụi trần, tẩy sạch bụi trần." Nhờ vậy mà tôn giả Châu Lợi Bàn Đà Già Em đã có thể nhiếp tâm thiền quán đến sự ô trược và thanh tịnh của thân tâm và các pháp, rồi giác ngộ chứng quả A La Hán sau đó.

Người thứ hai là tôn giả La Hầu La là con của Thái Tử Tất Đạt Đa trước khi thành Phật. Tôn giả La Hầu La vì còn rất trẻ thơ nên tánh tình nghịch ngợm hay quấy rối các tôn giả khác làm cho họ phiền hà, khiến đức Phật cũng nghe biết chuyện này. Một hôm, đức Phật nhờ tôn giả La Hầu La lấy nước cho Ngài rửa chân. Rửa chân xong, đức Phật nhân đó dạy cho tôn giả La Hầu La rằng: "Giống như chậu nước dơ không dùng để rửa thứ gì khác cho sạch được, cũng vậy thân tâm khi ô nhiễm thì khiến con người không làm gì lợi ích được cho mình và người." Tôn giả La Hầu La nhờ vậy đã giác ngộ và tinh tấn tu tập để thanh tịnh thân tâm và chứng quả A La Hán sau đó.

Hai trường hợp dạy đạo trên cho thấy đức Phật thấu rõ về mối tương quan tương duyên mật thiết giữa con người và môi trường sống chung quanh. Qua đó đức Phật cũng cho thấy mối tương quan tương duyên giữa con người và môi trường chung quanh trong sự tu tập và chứng đắc đạo quả.

Môi trường được biết đến như là tất cả những gì của thế giới quanh ta, gồm các sinh vật - hay chúng sinh, phi sinh vật, hay vật vô cơ, mà trong đó bao gồm những sinh hoạt và hoạt động có tính tương tác lẫn nhau của mọi hiện hữu. Như thế mọi hoạt động của tất cả sinh vật gồm con người đều có ảnh hưởng lẫn nhau. Sự ô nhiễm của chúng sinh này ắt có tác động đến sự ô nhiễm của chúng sinh khác, và ngược lại. Sự trong sạch của con người này tất ảnh hưởng đến sự trong sạch của những con người khác, của thế giới chung quanh họ.

Khi tôn giả Châu Lợi Bàn Đà Già Em vừa lau nhà vừa đọc câu "tẩy sạch bụi trần," ông nhìn ra từ việc sàn nhà được sạch do lau chùi đến việc thân tâm được sạch do tu tập giới định tuệ. Ông cũng nhìn ra rằng sự sạch sẽ của thế giới bên ngoài có tương quan đến sự sạch sẽ của thân tâm, và ngược lại. Khi tôn giả La Hầu La nhìn ra chậu nước dơ không còn rửa sạch được thứ gì thì ông cũng nhận ra rằng khi thân tâm mình còn ô nhiễm bởi tham lam, thù hận và si mê thì mình sống ở đâu cũng làm cho môi trường ở đó ô nhiễm theo. Khi thân tâm sạch thì thế giới cũng sạch theo. Khi con người giảm trừ hay tiêu diệt được những ô nhiễm của tham lam, thù hận và si mê bên trong thân tâm mình thì môi trường sống của người đó, gồm gia đình và xã hội, cũng sẽ bớt ô nhiễm bởi tham lam, thù hận và si mê.

Một điều nhỏ nhặt mà ai cũng có thể thấy được ngay trong cuộc sống thường nhật của mình là khi một người có tâm và thân sạch thì lúc nào cũng bảo vệ môi trường sống quanh mình sạch sẽ. Người ấy nhất định không bao giờ xả rác bừa bãi. Cũng vậy, khi một người không còn bị tham lam, thù hận và si mê ô nhiễm nữa thì sẽ không tham nhũng, không tham quyền cố vị, không bị danh lợi làm mù lương tri, không kết oán gây thù, không làm điều gì mà không dùng trí tuệ để suy xét trước và cũng không làm tổn hại bất cứ ai. Đó chính là những gì đức Phật dạy cho người Phật tử thực hành trong cuộc sống hằng ngày. Đó cũng là những nguyên tắc cơ bản và nền tảng để xây dựng bảo vệ môi trường sống lành mạnh và an lạc.

Người Phật tử còn phát nguyện làm sạch cõi nước mình

đang sống giống như cõi Phật thanh tịnh, mà trong các Kinh Điển Đại Thừa như Kinh Đại Bát-nhã, Kinh Duy Ma Cật Sở Thuyết và Luận Đại Trí Độ v.v... gọi là "tịnh Phật quốc độ".

Luận Đại Trí Độ do Bồ Tát Long Thọ viết và được Ngài Cưu Ma La Thập dịch sang Hán Văn, rồi được Cố Hòa Thượng Thích Thiện Siêu dịch sang tiếng Việt, xin trích từ đó một đoạn Kinh Đại Bát-nhã nói về đức Phật trả lời câu hỏi của tôn giả Tu-bồ-đề "làm sao tịnh Phật quốc độ?" như sau:

"Tu-bồ-đề bạch Phật: Bạch đức Thế Tôn, làm sao Bồ Tát nghiêm tịnh cõi Phật?

Phật dạy: Bồ Tát từ khi mới phát tâm trở lại đây tự trừ nghiệp thô nơi thân, tự trừ nghiệp thô nơi miệng, tự trừ nghiệp thô nơi ý, cũng làm thanh tịnh nghiệp thô nơi thân, miệng, ý của người khác.

Bạch đức Thế Tôn, thế nào là nghiệp thô nơi thân, miệng, ý của Bồ Tát?

Phật bảo Tu-bồ-đề: Nghiệp bất thiện: Hoặc sát sinh cho đến tà kiến là nghiệp thô nơi thân, miệng ý của Bồ Tát."[1]

Ở đây chúng ta thấy đức Phật dạy 2 điều chính để làm sạch cõi nước giống như cõi Phật thanh tịnh: một là, muốn làm sạch cõi nước mình đang sống thì trước hết phải làm sạch thân tâm mình; thứ hai, làm sạch thân tâm mình bằng việc làm sạch ý nghĩ, lời nói và hành động, mà đức Phật gọi là nghiệp của thân, miệng, và ý.

Khi chính thân tâm mình còn ô nhiễm bởi vô minh, phiền não và các ác nghiệp thì dù mình sống ở đâu cũng làm cho nơi đó ô nhiễm theo, vì chúng là nguồn gốc gây ra mọi ô nhiễm trên thế gian này. Chẳng hạn, một người còn ý nghĩ, lời nói và hành động bất thiện như sát hại sinh vật thì khi nhân duyên

---

[1] Luận Đại Trí Độ (Mahàprajnàparamitàsatra), Tập V, Hòa Thượng Thích Thiện Siêu dịch, NXB TP HCM, 2001, trang 455.

đầy đủ đến người đó sẽ không ngần ngại suy nghĩ, nói và làm việc sát hại chúng sinh. Chính khi suy nghĩ, nói và làm điều sát hại như thế thì người đó đã làm ô nhiễm không những tự thân mà còn gây ô nhiễm cho môi trường sống chung quanh. Bởi vậy, trong Kinh Duy Ma Cật Sở Thuyết, đức Phật dạy rằng: *"Cho nên, Bảo Tích, nếu Bồ Tát muốn làm thanh tịnh quốc độ, hãy làm thanh tịnh tự tâm. Tùy theo tâm tịnh mà Phật độ tịnh."*[1]

Môi trường sống là sự tương quan, tương duyên và tương tác lẫn nhau giữa tất cả sinh vật, chúng sinh và các pháp vô sinh. Cho nên, hoạt động hay sinh hoạt của một sinh vật, một chúng sinh này ắt có ảnh hưởng đến những sinh vật và chúng sinh khác. Tương tự như vậy, ý nghĩ, lời nói và việc làm của chúng sinh này tất có tác động đến những chúng sinh khác chung quanh. Ý nghĩ, lời nói và việc làm đó chính là điều mà đức Phật dạy là nghiệp của thân, miệng và ý, hay là ba nghiệp. Để làm sạch cõi nước, làm sạch môi trường sống thì con người phải tự làm sạch ba nghiệp thân, miệng, và ý của mình trước. Làm sạch 3 nghiệp bằng cách sửa đổi những ý nghĩ, lời nói và việc làm bất thiện, có hại cho tha nhân, cho xã hội, cho môi trường bằng những ý nghĩ, lời nói và việc làm thiện, có lợi ích cao đẹp và thăng hoa. Mục đích cao cả nhất của người con Phật là làm sạch cõi nước mình đang sống, làm sạch môi trường sống để giống như cõi Phật thanh tịnh. Trong ý nghĩa này mà Phật Giáo Đại Thừa nêu cao lý tưởng "tịnh Phật quốc độ", nỗ lực xây dựng càng nhiều cõi Phật trong sạch chừng nào càng lợi lạc chừng đó.

Cho nên, chúng ta thấy trong các kinh điển Đại Thừa có sự xuất hiện của nhiều cõi tịnh độ, như Tây Phương Tịnh

---

[1] Kinh Duy Ma Cật Sở Thuyết, Thích Tuệ Sỹ dịch, có thể xem trên các trang mạng Phật Giáo như: http://thuvienhoasen.org /p16a1639/chuong-1-quoc-do-phat, http://quangduc.com/a318 53/kinh-duy-ma-cat-so-thuyet-tue-sy-viet-dich, http://www.hoa vouu.com/a1208/kinh-duy-ma-cat-so-thuyet

Độ của đức Phật A Di Đà là một tiêu biểu. Đó không phải là những hình ảnh huyễn hoặc. Đó là mô thức và kiểu mẫu làm sạch cõi nước, làm sạch môi trường sống mà Phật Giáo là tôn giáo đi tiên phong cả ngàn năm trước nhân loại.

Nếu có tôn giáo nào thân thiện, trân quý và bảo vệ môi trường sống hữu hiệu nhất thì đó là Phật Giáo. Vì thế cho nên, Phật tử là người may mắn thừa hưởng di sản vô giá của việc làm sạch môi trường sống để có thể đem ra ứng dụng ở mọi nơi, mọi thời đại.

Ứng dụng bằng cách nào? Bằng cách ý thức và nhận thức đầy đủ về mối tương quan, tương duyên và tương tác của tất cả mọi sinh vật, thực vật, khoáng vật, gồm con người trong môi trường rộng lớn của thế giới mà chúng ta đang sống. Áp dụng thực sự và hữu hiệu lời Phật dạy tự làm sạch ý nghĩ, lời nói và việc làm của mình. Phát tâm xây dựng và bảo vệ môi trường sống bằng ý nghĩ, lời nói, việc làm tốt đẹp và lợi lạc cho gia đình, cộng đồng, xã hội, đất nước và nhân loại, như là cách để kiến tạo cõi Phật thanh tịnh.

Trước hiện tình báo động về nguy cơ của môi trường sống ngày càng bị thiệt hại đến mức nguy ngập, người con Phật không thể chỉ xem việc làm sạch cõi nước, làm sạch môi trường, làm sạch cõi Phật như là lý tưởng hay lý thuyết xa vời, mà là nhu cầu khẩn thiết và cấp bách cần làm ngay ở đây và bây giờ, để không phải quá trễ, và cũng để không biến thành thảm họa cho các thế hệ sinh sau chúng ta trên hành tinh này.

MỤC LỤC